ತಿರುವು ಮತ್ತು ಇತರ ಸಣ್ಣ ಕಥೆಗಳು

ಅಭಿರಾಮ್. ಎಸ್

D9900059

INDIA · SINGAPORE · MALAYSIA

Notion Press Media Pvt Ltd

No. 50, Chettiyar Agaram Main Road,
Vanagaram, Chennai, Tamil Nadu - 600 095

First Published by Notion Press 2021
Copyright © Abhiram. S 2021
All Rights Reserved.

ISBN 978-1-63886-586-5

ತಿರುವು ಮತ್ತು ಇತರ ಸಣ್ಣ ಕಥೆಗಳು

ವಿಷಯಗಳು

ಫಿಲ್ಟ್ರ ಕಾಪಿ..

"ಹ್ಮ್.. ನೈಸ್ ಕಾಫಿ.." ಇಂಚರ ಹಾಗೆ ಹೇಳಿದರೂ ಅವಳ ಮುಖಭಾವದಲ್ಲೇ ಕಾಫಿ ರುಚಿಯಾಗಿದೆ ಎಂದು ಮನದಟ್ಟುಮಾಡಿಕೊಂಡ ಆನಂದ.ಇಬ್ಬರೂ ಅವನದೇ 'ಆನಂದ ಭವನ' ಹೋಟೆಲಿನ ಮಹಡಿಯ ಮೇಲೆ ನಿಂತಿದ್ದರು. ಮಳೆನಾಡಿನ ಮಳೆ ರಾತ್ರಿ ಹಿಡಿದದ್ದು ಸಂಜೆಯಾದರೂ ಬಿಟ್ಟಿರಲಿಲ್ಲ.ಒಂದೇಸಮನೆ ಧೋ ಎಂದು ಸುರಿಯುತ್ತಿತ್ತು."ಊರು ಬದಲಾಗ್ಲೇ ಇಲ್ಲ ನೋಡು.. ತಾವರೆಗೂಡು ಹೇಗಿದಿಯೋ ಹಾಗೇ ಇದೆ" ಎಂದು ಹೇಳುತ್ತಾ ಕಾಫಿಯ ಕೊನೇ ಗುಟುಕನ್ನು ಹೀರಿ ಆನಂದನೆಡೆಗೆ ತಿರುಗಿದಳು."ನೀನಂತೂ ಬದ್ಲಾಗಿದೀಯಾ ಬಿಡು" ಆನಂದ ಅಸಹಜವಾಗಿ ನಕ್ಕ. "ಮುಂಬೈ ಖದರ್ರೇ ಹಾಗಿದೆ. ಅಲ್ಲಿಗೆ ಹೋದ್ರೆ ಎಲ್ರೂ ಬದಲಾಗ್ತಾರೆ. ನಾನೇನಾದ್ರೂ ಇಲ್ಲೇ ಇದ್ದಿದ್ರೆ.." ರಾಗ ಎಳೆದಳು. "ಏನಾಗೋದು ಇಲ್ಲೇ ಇದ್ದಿದ್ರೆ?" ಅವಳ ಮಾತನ್ನು ಅರ್ಧಕ್ಕೇ ನಿಲ್ಲಿಸಿ ಕೇಳಿದ.ಅಸಹನೆ ಇತ್ತು ಅವನಲ್ಲಿ.ಇಂಚರಳಿಗೆ ಅವನ ತೊಳಲಾಟಗಳ ಅರಿವಿದ್ದರೂ ಅವಳ ಬದುಕಿನ ನಿರ್ಧಾರಗಳ ಮುಂದೆ ಆನಂದನ ಹತಾಶೆ ಗೌಣ ಎನಿಸಿತ್ತು."ಇದೇ ಪಕ್ಕದ ದೇವಸ್ಥಾನದಲ್ಲಿ ಹಾಡು ಹೇಳ್ಕೊಂಡು ಕೂರ್ಬೇಕಿತ್ತು. ನನ್ ಬದುಕಿಗೆ ಅರ್ಥ ಏನಿರೋದು ಹೇಳು. ಈಗ ನಾನು ದುಡೀತಿದೀನಿ. ಆರ್ಥಿಕ ಸ್ವಾತಂತ್ರ್ಯ ಅಗತ್ಯ ಕಣೋ ಆನಂದ." ತಿಳಿ ಹೇಳುವ ಪ್ರಯತ್ನ ಮಾಡಿದಳು. "ಇಲ್ಲಿದ್ರೂ ಆ ಸ್ವಾತಂತ್ರ್ಯ ಸಿಕ್ಕಿರೋದು.." ಹಾರಿಕೆಯ ಉತ್ತರ ನೀಡಿದ. "ನೋಡು ಜಗಳ ಆಡೋದಕ್ಕೆ ಬಂದಿಲ್ಲ, ಐ ಹ್ಯಾವ್ ಲೆಸ್ ಟೈಮ್" ಸ್ಪಷ್ಟವಾಗಿ ಹೇಳಿದಳು."ಮಳೆ ಜೋರಾಯ್ತು ಕೆಳಗ್ ಹೋಗೋಣ ನಡಿ" ಆನಂದನೇ ಮಾತು ಬದಲಿಸಿದ.

"ಮದ್ವೆ ಇರೋದು ಮುಂಬೈಲೇ.." ತನ್ನ ಬ್ಯಾಗಿನಿಂದ ಒಂದು ಲಗ್ನ ಪತ್ರಿಕೆ ತೆಗೆದು ಅವನ ಮುಖಕ್ಕೆ ಹಿಡಿದಳು.ಅವನಿಗೆ ಇಷ್ಟವಿಲ್ಲದಿದ್ದರೂ ಅದನ್ನ ತೆಗೆದುಕೊಂಡ.ಇಂಚರ ವೆಡ್ಸ್ ಅನೀಶ್ ಎಂದು ಬರೆದಿತ್ತು."ಬ್ರೇಕಪ್ ಆಗಿ ಸರಿಯಾಗ್ ಒಂದು ವರ್ಷಕ್ಕೇ ಮದ್ವೆ ಕಾರ್ಡ್ ಕೊಡ್ತಿದೀಯಾ.. ಗ್ರೇಟ್" ಎಂದು ವಿಷಾದದ ನಗೆ ನಕ್ಕ. ಅವನ ಮಾತಿಗೆ ಇಂಚರ ಪ್ರತಿಕ್ರಿಯಿಸಲಿಲ್ಲ.ಇಂಚರ ಆನಂದನ ಸಮೀಪ ಬಂದು ತನ್ನ ಎರಡೂ ಕೈಯಲ್ಲಿ ಅವನ ಗಲ್ಲ ಹಿಡಿದು

ಹೇಳಿದಳು."ಹೀಗೇ ಇರ್ಬೇಡ ಕಣೋ ಆನಂದ.ಹಿಂದೆ ಮಾಡ್ತಿದ್ದ ಶೆಫ್ ಕೆಲ್ಸಕ್ಕೇ ಹೋಗು. ಈ ಹೋಟೆಲ್ ಸೆಂಟಿಮೆಂಟ್ ಅನ್ನ ಮೊದ್ಲು ಬಿಡು, ಉದ್ಧಾರ ಆಗ್ತೀಯಾ. ನಿಂಗಿರೋ ಕುಕಿಂಗ್ ಸ್ಕಿಲ್ಸ್ ಗೆ ದೊಡ್ ಸಿಟಿಗಳಲ್ಲಿರೋ ಸ್ಟಾರ್ ಹೋಟೆಲ್ಸ್ ಅವ್ರು ಕರ್ದು ಕೆಲ್ಸ ಕೊಡ್ತಾರೆ. ಬಿಡು ಇದನ್ನ" ಮಗುವಿಗೆ ತಾಯಿ ತಿಳಿ ಹೇಳುವಂತೆ ಹೇಳಿದಳು. "ಬಂದಿದ್ ಕೆಲ್ಸ ಆಯ್ತಲ್ಲಾ ನಿಂದು? ಬಸ್ಸಿಗೆ ಟೈಮ್ ಆಯ್ತು ಅನ್ಸತ್ತೆ" ಖಾರವಾಗಿ ನುಡಿದ.ಇಂಚರಳ ಕಣ್ಣು ತೇವಗೊಂಡಿತ್ತು. ಜೋರು ಮಳೆಯನ್ನೂ ಲೆಕ್ಕಿಸದೇ ಅಲ್ಲಿಂದ ಕಾಲ್ಕಿತ್ತಳು.ಇಂಚರ ಹೋಗುತ್ತಿದ್ದನ್ನ ಪಕ್ಕದಲ್ಲೇ ಇದ್ದ ಗುಡಿಯ ಅರ್ಚಕರಾದ ರಾಮಾ ಜೋಯಿಸರು ನೋಡಿದರು. ಸೀದಾ ಆನಂದನ ಬಳಿ ಬಂದು,"ಲೋ ಆನಂದ ನಮ್ ಇಂಚರ ಅಲ್ವೇನೋ ಅದು." "ಹ್ಮ್.." ಎನ್ನುವ ಉತ್ತರ ಬಂತು."ಹೇ.. ಹೇಳೋದಲ್ವಾ? ಒಂದು ಹಾಡು ಹಾಡುಸ್ಬೋದಿತ್ತು. ನಮ್ ಗುಡೀಲಿರೋ ದೇವ್ರಿಗೂ ಒಂದಷ್ಟು ಸಮಾಧಾನ ಆಗೋದು ಆ ಹೆಣ್ಣು ಮಗಳು ಹಾಡು ಕೇಳಿ.ಒಂದ್ ವರ್ಷ ಆಯ್ತೇನೋ ಅಲಾ ಅವಳು ಮುಂಬೈಗೆ ಹೋಗಿ" ಕುತೂಹಲದಿಂದ ಕೇಳಿದರು."ಹು.. ಜೋಯ್ಸ್ರೇ ನಿಮ್ ದೇವ್ರಿಗೆ ಹೇಳ್ಬಿಡಿ ಇಂಚರಳ ಹಾಡು ಮರೆತ್ಬಿಡೋಕೆ"ಆನಂದ ಹೋಟೆಲ್ ನ ಕೆಲಸಕ್ಕೆ ಹೊರಟ.

ಆನಂದನ ತಾಯಿ ಶಾಂತಮ್ಮನಿಗೆ ಮಗನ ಮದುವೆಯದ್ದೇ ಚಿಂತೆಯಾಗಿತ್ತು. ಇಂಚರ ಆನಂದ ಇಬ್ಬರದೂ ಇನ್ನೇನು ಮದುವೆ ಆಗುತ್ತದೆ ಎನ್ನುವಷ್ಟರಲ್ಲಿ ಆನಂದನ ತಂದೆಯ ಸಾವಾಗಿತ್ತು. ಬೆಂಗಳೂರಲ್ಲಿ ಲೀಲಾ ಪ್ಯಾಲೇಸ್ ಅಲ್ಲಿ ಶೆಫ್ ಆಗಿದ್ದವನು ಅದನ್ನ ಬಿಟ್ಟು ತನ್ನ ತಂದೆ ನಡೆಸುತ್ತಿದ್ದ ಹೋಟೆಲ್ ಜವಾಬ್ದಾರಿಯನ್ನ ನಿಭಾಯಿಸಲು ನಿರ್ಧರಿಸಿದ್ದ. ಇದು ಶಾಂತಮ್ಮನಿಗೆ ಇಷ್ಟವಿಲ್ಲದಿದ್ದರೂ ಆನಂದ ಹಠ ಬಿಡಲಿಲ್ಲ. ತನ್ನ ಇಬ್ಬರು ತಂಗಿಯರ ಮದುವೆ, ಒಂದು ಸುಂದರ ಮನೆ ಎಲ್ಲವೂ ಆ ಹೋಟೆಲ್ ನ ಆದಾಯದಿಂದ ಸಾಧ್ಯವಾಗಿದ್ದರಿಂದ ಆ ಹೊಟೆಲ್ ಬಗ್ಗೆ ಒಂದು ರೀತಿಯ ಪ್ರೀತಿ ಇತ್ತು ಆನಂದನಿಗೆ.ಅವನ ನಿರ್ಧಾರ ಇಂಚರಳಿಗೂ ಹಿಡಿಸದೇ ಅವಳು ಮುಂಬೈಲೇ ಇನ್ನೊಬ್ಬನನ್ನ ಪ್ರೀತಿಸಿದ್ದಳು. "ನನ್ ಮಾತ್ ಕೇಳೋಲ್ಲ ನೀನು. ಇದೇ ಹಳ್ಳಿಲೇ ಇದ್ರೆ ಯಾವ್ ಹುಡ್ಗಿನೂ ಒಪ್ಪಲ್ಲ ಕಣೋ ನಿನ್ನ.ಈ ಹೋಟ್ಲು ಯಾರಿಗಾದ್ರು ಮಾರಿ ಬೆಂಗ್ಳೂರ್ ಸೇರ್ಬಿಡಾಣ. ಆಗ಼್ಾದ್ರು ನಿಂದೊಂದ್ ಮದ್ವೆ ಅಂತ ಕಾಣ್ಬೋದು ನಾನು".ಆನಂದ ಪ್ರತಿಕ್ರಿಯಿಸಲಿಲ್ಲ. ಶಾಂತಮ್ಮನೇ ಮಾತು ಮುಂದುವರೆಸಿ,"ಆ ಅರಿಶಿನಗೂಡು ಶಂಕ್ರಣ್ಣನ ಮಗಳು ಹತ್ತನೇ ಕ್ಲಾಸ್ ನಪಾಸು. ಅವಳನ್ನಾದ್ರು

ನಿಂಗೆ ತರೋಣ ಅಂದ್ರೆ ನಾನ್ ಹಳ್ಳಿಲಿ ಇರೋ ಹುಡ್ಗನ್ನ ಮದ್ವೆ ಆಗಲ್ಲ ಆಂಟಿ ಸಿಟಿಲಿ ಇದ್ರೆ ಹೇಳಿ ಅಂದ್ಬಿಡೋದಾ?" ಆನಂದ ಅವರಮ್ಮನ ಮಾತಿಗೆ ಜೋರಾಗಿ ನಕ್ಕ. "ಕಿಸಿಬೇಡ, ಈ ಸುತ್ತ ಮುತ್ತ ಇರೋ ಹಳ್ಳಿಲಿ ನಮ್ ಜಾತಿ ಹುಡ್ಗಿ ಅಂತ ಇದ್ದಿದ್ದು ಅವಳೊಬ್ಳೇ..ಅವಳಿಗೂ ನೀನ್ ಬೇಡ." ಬೇಸರ ವ್ಯಕ್ತಪಡಿಸಿದರು. "ಒಳ್ಳೇದೆ ಆಯ್ತು. ನಂಗೂ ಮದ್ವೆ ಆಗೋ ಮನಸ್ಸಿಲ್ಲ. ಇಂಚರಳ ನೆನಪು ಮಾಸೋತಂಕ." ಆನಂದ ಧೃಡವಾಗಿ ಹೇಳಿದ."ಹಾಳಾದೋಳು ಮದ್ವೆ ಆಗಿ ಸುಖವಾಗಿರ್ಲಿ, ನೀನ್ ಅವಳ್ ನೆನೆಪಲ್ಲೇ ಕೊರಗ್ತಾ ಇರು" ಕಣ್ಣೀರು ಹಾಕಿದರು. "ಹಾಗೆಲ್ಲಾ ಕೆಟ್ಟಾಗಿ ಮಾತಾಡ್ಬೇಡ. ನಾವು ಯಾರನ್ನೂ ಬಲವಂತ ಮಾಡೋದಕ್ಕೆ ಆಗಲ್ಲ. ಅವರವರ ದಾರಿ ಅವರಿಗೆ ಮುಖ್ಯ ಆಗತ್ತೆ. ನಾನ್ ಇವಾಗ್ಲೂ ಆರಾಮಿದೀನಿ. ಮುಂದೇನೂ ಆರಾಮಾಗೇ ಇರ್ತೀನಿ. ನೀನು ನಂಗೆ ಕಾಟ ಕೊಡ್ದೆಲೆ ಆರಾಮಾಗಿರು" ಎಂದು ತನ್ನ ಬೈಕ್ ಹತ್ತಿ ಹೋಟೆಲ್ ಕಡೆ ಹೊರಟ. ಶಾಂತಮ್ಮನಿಗೂ ಆನಂದನ ಮಾತು ಸರಿ ಎನ್ನಿಸಿತು. ಆಗೋ ಸಮಯಕ್ಕೆ ಎಲ್ಲವೂ ಸರಿಯಾಗತ್ತೆ ಎಂದು ಸುಮ್ಮನಾದರು.

ಆನಂದ ಎಂದಿನಂತೆ ತನ್ನ ಕೆಲಸದಲ್ಲಿ ಮಗ್ನನಾದ. ಹತ್ತಳ್ಳಿಗೆ ಇದ್ದದ್ದು ಇವನ ಹೋಟೆಲ್ ಒಂದೇ. ಶುಚಿ ಮತ್ತು ರುಚಿಗೆ ಯಾವುದೇ ರೀತಿಯಲ್ಲೂ ಧಕ್ಕೆ ಆಗಬಾರದೆಂದು ತುಂಬಾ ಮುತುವರ್ಜಿ ವಹಿಸುತ್ತಿದ್ದ. ಬೆಳಿಗ್ಗೆ ಏಳು ಗಂಟೆಗೆ ಹೋಟೆಲ್ ಬಾಗಿಲು ತೆರೆದರೆ ಸಂಜೆ ಏಳರ ತನಕ ಬಿಡುವಿಲ್ಲದ ಕೆಲಸ. ಅಂದೂ ಕೂಡ ಸಂಜೆ ಏಳಕ್ಕೆ ಸರಿಯಾಗಿ ಬಾಗಿಲು ಹಾಕುವವನಿದ್ದ. ದೂರದಿಂದ ಯಾರೊ "ಆನಂದಣ್ಣ.." ಎಂದು ಕೂಗಿದ ಸದ್ದಾಯಿತು.ಕತ್ತಲಾಗಿದ್ದರಿಂದ ಮುಖ ಸರಿಯಾಗಿ ಕಾಣಿಸಲಿಲ್ಲ. ಅವನು ಹತ್ತಿರ ಬಂದಾಗಲೇ ಗೊತ್ತಾಗಿದ್ದು ಅವನು ತನ್ನ ಹೋಟೆಲಿನಲ್ಲೇ ಕೆಲಸ ಮಾಡೋ ಹುಡುಗ ಅರವಿಂದನೆಂದು."ಏನೋ ಈಗಷ್ಟೇ ಹೋದೊನು ಮತ್ತೆ ವಾಪಸ್ ಬಂದೆ? ಏನಾದ್ರು ಮರೆತ್ಯಾ?" ಆನಂದ ಕೇಳಿದ. "ಅಯ್ಯೋ ಇಲ್ಲ. ಊರಿನ್ ಕೊನೆಗೆ ರಾಮೇಗೌಡ್ರು ತೋಟದ್ ಪಕ್ಕ ಒಂದು ಕಾರು ಗುಂಡಿಗೆ ಬಿದ್ದಿದೆ.ಯಾವ್ದೋ ಹುಡ್ಗಿ ಓಡುಸ್ಕೊಂಡು ಬಂದಿರೋದು. ಆಯಮ್ಮಂಗೆ ಏನೂ ಆಗಿಲ್ಲ, ಆದ್ರೆ ಕಾರು ಗುಂಡಿಗೆ ಬಿದ್ದು ಎತ್ತಕ್ಕಾಗ್ತಿಲ್ಲ. ಯಾರಾದ್ರು ಜನ ಸಿಗ್ತಾರಾ ನೋಡ್ದೆ, ಈ ಊರಲ್ಲಿ ಏಳ್ ಗಂಟೆ ಆದ್ಮೇಲೆ ಯಾರು ಹೊರಗ್ ಬರ್ತಾರೆ ಹೇಳು? ನೀನೇ ಇರ್ತೀಯಾ ಅಂತ ಓಡ್ಕೊಂಡು ಬಂದೆ" ನಡೆದ ವೃತ್ತಾಂತವನ್ನೆಲ್ಲಾ ಅರವಿಂದ ಒಂದೇ ಉಸಿರಿನಲ್ಲಿ ಹೇಳಿ ಮುಗಿಸಿದ."ಪಾಪ ನಿಂಗೆ ಹುಡ್ಗೀರು ಕಷ್ಟ ಪಡೋದು ನೋಡಕ್ಕಾಗಲ್ಲ ಅಲಾ"

ಆನಂದ ಅರವಿಂದನನ್ನ ಹಾಗೆ ರೇಗಿಸಿದ."ಇವಾಗ ನೀನು ಬರ್ತೀಯೋ.. ಇಲ್ಲೋ.." ಅರವಿಂದ ಕೊನೆಯ ಬಾರಿ ಎಂಬಂತೆ ಕೇಳಿದ."ಸರಿ ನಡೀ.." ಎಂದು ಹೇಳಿ ಅರವಿಂದನನ್ನ ತನ್ನ ಬೈಕಲ್ಲಿ ಕೂರಿಸಿಕೊಂಡು ಕಾರು ಬಿದ್ದ ಜಾಗಕ್ಕೆ ಹೊರಟ.ಹತ್ತು ನಿಮಿಷದಲ್ಲಿ ಆ ಜಾಗ ತಲುಪಿದರು.ಕಾರೊಂದು ಗುಂಡಿಗೆ ಬಿದ್ದದ್ದು ಬಿಟ್ಟರೆ ಬೇರೆ ಯಾರ ಸುಳಿವೂ ಅಲ್ಲಿರಲಿಲ್ಲ."ಎಲ್ಲೋ ಒಬ್ರೂ ಕಾಣ್ತಿಲ್ಲ?" "ಅಣ್ಣ ಇಲ್ಲೇ ಇದ್ರು.." ಆನಂದನ ಮಾತಿಗೆ ಗಾಬರಿಯಿಂದಲೇ ಪ್ರತಿಕ್ರಿಯಿಸಿದ ಅರವಿಂದ."ಏನ್ ನೋಡುದ್ಯೋ.. ಮೊದ್ಲೇ ಮೋಹಿನಿ ಕಾಟ ಜಾಸ್ತಿಯಾಗಿದೆ ಊರಲ್ಲಿ ಅಂತಿದ್ರು ಜನ" ಅರವಿಂದನನ್ನು ರೇಗಿಸಿದ."ಅಯ್ಯೋ ಹೌದಾ..!! ನಡೀ ಹಂಗಾದ್ರೆ ಓಡೋಗಾಣ" ಎಂದು ಅಳಲು ಶುರು ಮಾಡಿದ."ಹೇ ಹೆದ್ರುಬೇಡೋ ಮೋಹಿನಿಗೂ ನಮ್ಮನ್ ಕಂಡ್ರೆ ಆಗಲ್ಲ. ಅವಳ ಲಿಸ್ಟ್ ಅಲ್ಲೂ ನಾವು ರಿಜೆಕ್ಟೆಡ್ ಪೀಸ್ ಗಳು" ಆನಂದ ಜೋರಾಗಿ ನಕ್ಕ.ಅಷ್ಟರಲ್ಲೇ ಯಾರೋ ನಡೆದು ಬರುತ್ತಿದ್ದದ್ದನ್ನ ಇಬ್ಬರೂ ಗಮನಿಸಿದರು. "ಅಣ್ಣ.. ಮೋಹಿನಿ!!" ಎಂದು ಹೇಳಿ ಅರವಿಂದ, ಆನಂದನ ಹಿಂದೆ ಸರಿದ.

ಕೊರಳಿಗೊಂದು ಕ್ಯಾಮೆರಾ.., ಹೆಗಲಿಗೆ ಒಂದು ಬ್ಯಾಗ್ ಸಿಕ್ಕಿಸಿಕೊಂಡ ಹುಡುಗಿ ಅವರ ಸಮೀಪ ಬಂದಳು.ಆನಂದ ಮತ್ತು ಹೆದರಿ ಅವನ ಬೆನ್ನಿಗೆ ಅಂಟಿಕೊಂಡಿದ್ದ ಅರವಿಂದನನ್ನ ನೋಡುತ್ತಾ,"ಥ್ಯಾಂಕ್ ಗಾಡ್!! ಈ ಊರಲ್ಲಿ ಮನುಷ್ಯರೂ ಇದಾರೆ" ಆಶ್ಚರ್ಯ ವ್ಯಕ್ತಪಡಿಸಿದಳು ಹುಡುಗಿ."ಕಾರ್ ನಿಮ್ದಾ?" ಆನಂದ ಕೇಳಿದ. "ಹು ಥ್ಯಾಂಕ್ಸ್ ಫಾರ್ ಕಮಿಂಗ್. ಈ ಹುಡುಗ ವಾಪಸ್ ಹೋದೋನು ಎಷ್ಟೊತ್ತಾದ್ರು ಬರ್ಲಿಲ್ಲ. ವಾತಾವರಣನೂ ಚೆನಾಗಿತ್ತು. ಒಳ್ಳೆ ಬೆಳದಿಂಗಳು. ಮೂನ್ ಪಿಕ್ಸ್ ತೆಗೆಯೋಣ ಅಂತ ಹಾಗೆ ಸ್ವಲ್ಪ ದೂರ ಹೋಗಿದ್ದೆ" ಎಂದಳು. ಹುಡುಗಿಯ ಮುಖದಲ್ಲಿ ಗಾಬರಿ ಇರಲಿಲ್ಲ. ಬದಲಿಗೆ ಖುಷಿ ಇತ್ತು."ಈ ಕತ್ತಲೇಲಿ ಏನ್ ಕಾಣತ್ತೆ?" ಸಹಜವಾಗಿಯೇ ಕೇಳಿದ ಆನಂದ.ಮೂನ್ ಪಿಕ್ಸ್ ಮತ್ತೆ ಕತ್ತಲೇಲೆ ತೆಗಿಯೋದು. ಒಳ್ಳೆ ಲೆನ್ಸ್ ಇರ್ಬೇಕು, ಈ ತನು ಥರಾ ಒಳ್ಳೆ ಟ್ಯಾಲೆಂಟ್ ಇರ್ಬೇಕು" ತನ್ನನ್ನು ತಾನು ಹೊಗಳಿಕೊಂಡಳು. "ಒಳ್ಳೆ ಲೆನ್ಸ್ ಇದ್ರೆ ಯಾವ್ ಗುಗ್ಗುನಾದ್ರೂ ಒಳ್ಳೆ ಫೋಟೋ ತೆಗಿತಾನೆ" ಆನಂದ ಗೊಣಗಿಕೊಂಡ."ಏನೋ ಅಂದಂಗಾಯ್ತು?" ರಾಗ ಎಳೆದಳು. "ಏನಿಲ್ಲಾ ಈ ಕಾರ್ ನ ಇಲ್ಲೇ ಗುಂಡಿಲೇ ಬಿಟ್ಟು ಹೋಗೋದಾ?" ಕೇಳಿದ. "ಅಯ್ಯೋ!! ಹಾಗೆಲ್ಲಾ ಮಾಡ್ಬೇಡ್ರಿ. ಬನ್ನಿ ನಾನು ಹೆಲ್ಪ್ ಮಾಡ್ತೀನಿ"ಎಂದು ಹೇಳಿ ಮುಂದೆ ಸಾಗಿದಳು. "ನೀವು ಟಾರ್ಚ್ ಬಿಡಿ ಸಾಕು" ಆನಂದ ಅವಳನ್ನ ತಡೆದ."ಇವ್ರ್

ಯಾಕೆ ತುಂಬಾ ಹೆದ್ರುಕೊಂಡಿದಾರೆ?"ತನು ಅರವಿಂದನನ್ನ ಗಮನಿಸಿ ಕೇಳಿದಳು."ಅಯ್ಯಾ ಇದಿಕ್ಕೆ ದೆವ್ವ ಮೆಟ್ಕಂಡಿದೆ." ಎಂದು ತನ್ನನ್ನು ಗಟ್ಟಿಯಾಗಿ ಹಿಡಿದಿದ್ದ ಅರವಿಂದನಿಂದ ಬಿಡಿಸಿಕೊಂಡ."ದೆವ್ವನಾ!! ನಂಗೆ ದೆವ್ವ ಅಂದ್ರೆ ಭಯ"ಅಳುಮುಖ ಮಾಡಿದಳು."ಭಯನಾ? ಮತ್ತೆ ಅಷ್ಟ್ ದೂರ ಹೇಗೆ ಒಬ್ರೆ ವಾಕ್ ಹೋಗಿದ್ರಿ?" ರೇಗಿಸಿದ. "ಮನುಷ್ಯರನ್ನ ಕಂಡ್ರೆ ಭಯ ಇಲ್ಲ. ದೆವ್ವ ಅಂದ್ರೆ ಭಯ" ತನು ಸಮಜಾಯಿಷಿ ನೀಡಿದಳು.ಆನಂದ ಅರವಿಂದ ಸೇರಿ ಗುಂಡಿಯಲ್ಲಿ ಬಿದ್ದಿದ್ದ ಕಾರನ್ನು ಹರಸಾಹಸಪಟ್ಟು ಹೊರಗೆ ತೆಗೆದರು."ಹುಷಾರಾಗಿ ಡ್ರೈವ್ ಮಾಡಿ. ಇಲ್ಲಿನ ರಸ್ತೆಗಳು ಸರಿ ಇಲ್ಲ. ಕತ್ತಲೆ ಬೇರೆ" ಆನಂದ ತನುವಿಗೆ ಎಚ್ಚರಿಸಿದ. "ಥ್ಯಾಂಕ್ಸ್ ಆ ಲಾಟ್ ರೀ.. ಆಮ್ ತನುಶ್ರೀ.ಬೆಂಗಳೂರಿಂದ ಬಂದಿದೀನಿ. ಸಿನಿಮಾಟೋಗ್ರಾಫರ್. ಸದ್ಯಕ್ಕೆ ಫ್ರೀ ಲ್ಯಾನ್ಸರ್ ಆಗಿ ವರ್ಕ್ ಮಾಡ್ತಿದೀನಿ.ನಿಮ್ ಹೆಸ್ರು?" ಕೈ ನೀಡಿದಳು. "ಆನಂದ್.. ನಮ್ಮೂರ್ ಕಡೆ ಬಂದಿದ್ದು?" ಕೇಳಿದ. "ಮರಳಿ ಮಣ್ಣಿಗೆ ಅನ್ನೋ ಟ್ರಾವೆಲ್ ಏಜನ್ಸಿಯವರು ಒಂದ್ ಟ್ರಾವೆಲಿಂಗ್ ವೆಬ್ ಸೀರೀಸ್ ಮಾಡ್ತಿದಾರೆ. ನಿಮ್ಮೂರಲ್ಲಿರೋ ಒಳ್ಳೆ ಪ್ಲೇಸಸ್ ನ ಕ್ಯಾಪ್ಚರ್ ಮಾಡಿ, ಒಂದ್ ಡಾಕ್ಯುಮೆಂಟ್ರಿ ಮಾಡಿ, ಆ ಏಜನ್ಸಿಗೆ ಕೊಡೋದು ನನ್ ಡ್ಯೂಟಿ. ಅದಿಕ್ಕೆ ಬಂದಿದೀನಿ." ಉತ್ತರಿಸಿದಳು. "ಎಲ್ಲಿ ಉಳ್ಕೊಂಡಿದೀರಿ?" ಮರುಪ್ರಶ್ನೆ ಕೇಳಿದ. "ಐ. ಬಿ ಬುಕ್ ಆಗಿದೆ." ಎಂದಳು. "ಇಲ್ಲಿಂದ ಅರ್ಧ ಕಿಲೋಮೀಟರ್ ದೂರ ಇದೆ ಅದು. ಬೇಗ ತಲುಪಿ. ಮನುಷ್ಯರಿಲ್ಲ ನಿಜ,ಆದ್ರೆ ಕಾಡು ಪ್ರಾಣಿಗಳು ತುಂಬಾ ಇದೆ ಇಲ್ಲಿ" ಎಂದು ಹೆದರಿಸಿದ. ಅವಳೇನು ಹೆದರಿದಂತೆ ಕಾಣಲಿಲ್ಲ.

"ಅರೇ!! ನಿಮ್ ಹೋಟೆಲ್ ಆ ಇದು?" ತನು ತಿಂಡಿ ತಿಂದ ಬಿಲ್ಲನ್ನ ಆನಂದನಿಗೆ ಕೊಡುವಾಗ ಕೇಳಿದಳು. "ಓ ತನು ಮೇಡಂ. ಯಾಕ್ರೀ ಐಬಿಲಿ ಊಟ ಹಿಡಿಸ್ಲಿಲ್ವಾ? ಪರಿಸ್ಥಿತಿ ಅರಿತವನಂತೆ ಕೇಳಿದ. "ಮನುಷ್ಯರು ಅನ್ಕೊಂಡೋರು ತಿನ್ನೋಕಾಗತ್ತೇನ್ರೀ ಅದನ್ನ?" ಮುಖದಲ್ಲಿ ಸಿಟ್ಟಿತ್ತು. "ಐ ಬಿ ಪಕ್ಕದಲ್ಲೇ ಹೋಟೆಲ್ ಇರೋದು ನೋಡ್ದೆ. ಟ್ರೈ ಮಾಡೋಣ ಅನ್ಸ್ತು. ಬಂದೆ"ಎಂದಳು."ನಮ್ ಟಿಫನ್ ಮನುಷ್ಯರು ತಿನ್ನೋ ಥರಾ ಇತ್ತಾ?" ಸುಮ್ಮನೆ ಕೇಳಿದ. "ತುಂಬಾ ಚೆನಾಗಿತ್ತು. ಒಳ್ಳೆ ತಿಂಡಿ ಆದ್ರೆ ಮನಸ್ಸಿಗೂ ನೆಮ್ಮದಿ. ಅವತ್ತು ಮಾಡೋ ಕೆಲಸದಲ್ಲೂ ಇಂಟ್ರೆಸ್ಟ್ ಇರತ್ತೆ. ಇಲ್ಲಿರೋತಂಕ ಊಟ ತಿಂಡಿ ಇಲ್ಲೇ ಫಿಕ್ಸ್." ಎಂದಳು "ಸರಿ.." ಎಂದು ನಕ್ಕ.ಬಿಲ್ ಪಾವತಿಮಾಡಿ ಹೊರಹೋಗುತ್ತಿದ್ದವಳಿಗೆ ಆನಂದ ತಡೆದು, "ಟೀ ಆದ್ರೂ ಸರಿ ಮಾಡ್ತಾರಲ್ವಾ ಐ

ಬಿ ಲಿ?"ಕಾಳಜಿ ಇತ್ತು ಅವನ ಮಾತುಗಳು. "ನಾನ್ ಕುಡಿಯೋದು ಕಾಫಿ. ಅಲ್ಲಿ ಮಾಡಲ್ಲ ಅಂದ್ರು. ಸೋ ನಾನೇ ಮಾಡ್ಕೋತೀನಿ ಬಿಡಿ." ಹಾರಿಕೆಯ ಉತ್ತರ ನೀಡಿದಳು. "ಬೇಕಾದ್ರೆ ನಾನ್ ಕಳಸ್ತೀನಿ ಕಾಫಿ ನಾ"ಆನಂದ ಕೇಳಿದ. "ಥ್ಯಾಂಕ್ಸ್ ರೀ.. ನಂಗೆ ಮೂರು ಗಂಟೆಗೊಮ್ಮೆ ಕಾಫಿ ಕುಡಿಯೋ ಚಟ ಇದೆ." "ನೋ ಪ್ರಾಬ್ಲಮ್" ಎಂದ. "ಕಾಫಿ ಸ್ವಲ್ಪ ಸ್ಟ್ರಾಂಗ್ ಮಾಡಿ. ಇವತ್ ಮಾಡಿದ್ದು ಅಷ್ಟು ಸ್ಟ್ರಾಂಗ್ ಇರ್ಲಿಲ್ಲ." ಮುಜುಗೊರಗೊಂಡೇ ಹೇಳಿದಳು. ಆನಂದ ನಕ್ಕು, "ಸರಿ ಮೇಡಂ" ಎಂದ. ಸ್ವಲ್ಪ ದೂರ ಹೋದವಳು "ನಿಮ್ ಬಿಸಿನೆಸ್ ಕಾರ್ಡ್ ಇದ್ರೆ ಕೊಡಿ" ಎಂದು ಕೇಳಿದಳು. ಆನಂದ ತನ್ನ ಪರ್ಸಿಂದ ಒಂದು ಕಾರ್ಡ್ ತೆಗೆದುಕೊಟ್ಟ.

"ಆ ಮೋಹಿನಿಗೆ ಇನ್ಮೇಲೆ ಕಾಫಿ ಕಳ್ಸದು ಬೇಡ್ವಂತೆ. ತಗೋ ಎರಡು ದಿನದ್ ಕಾಫಿ ದುಡ್ಡುನ್ ಕೊಟ್ಟಿದಾಳೆ.ಬೇಕಾದ್ರೆ ಆಯಮ್ಮನೇ ಬಂದು ಕುಡೀತಾರಂತೆ" ಅರವಿಂದ ಆನಂದನ ಕೈಗೆ ದುಡ್ಡು ನೀಡಿ ಅಡಿಗೆಮನೆಯ ಕಡೆ ಹೊರಟ.ಪರಿಸ್ಥಿತಿ ಅರಿತವನಂತೆ "ನೀನು ಮಾಡೋ ಕಾಫಿ ಆ ದೇವ್ರಿಗೇ ಪ್ರೀತಿ, ಅದಿಕ್ಕೆ ಬೇಡ ಅಂದಿದಾರೆ ಅವ್ರು. ಹೋಗಿ ಹೋಗಿ ನಿನಿಗ್ ಮಾಡು ಅಂದ್ನಲಾ.." ಗದರಿದ. "ಸರಿ ನೀನೇ ಮಾಡಿ ತಗೊಂಡ್ ಹೋಗಿ ಕೊಡು" ಎಂದು ಸಿಟ್ಟಲ್ಲಿ ಹೇಳಿದ. ಆನಂದ ನಕ್ಕು "ಹಾಲ್ ಕಾಯ್ಸು ಬಂದೆ. ಕಾಫಿ ಮಾಡೋದು ಒಂದು ಕಲೆ" ಎಂದ.

ತನು ಐ. ಬಿಯಲ್ಲಿ ಆ ದಿನ ತೆಗೆದ ಚಿತ್ರಗಳು ಮತ್ತು ದೃಶ್ಯಗಳನ್ನ ಎಡಿಟ್ ಮಾಡುತ್ತಾ ಕುಳಿತಿದ್ದಳು.ಅವಳ ರೂಮಿನ ಬೆಲ್ ಹೊಡೆದುಕೊಂಡಿತು.ಬಾಗಿಲು ತೆರೆದಾಗ ಆನಂದ ಒಂದು ಸಣ್ಣ ಫ್ಲಾಸ್ಕ್ ಹಿಡಿದು ನಿಂತಿದ್ದ. "ಕಾಫಿ ಬೇಡ ಅಂದ್ರಂತೆ" ಕೇಳಿದ. "ಇಲ್ಲ.. ನಾನೇ ಮಾಡ್ಕೊತೀನಿ ಬಿಡಿ." ಸಂಕೋಚದಿಂದ ಹೇಳಿದಳು. "ಕ್ಷಮ್ಸಿ ಇಲ್ಲಿ ಕಾಫಿಗಿಂತ ಟೀ ನೇ ಜಾಸ್ತಿ ಕುಡಿಯೋದು ಎಲ್ರೂ.ಹಾಗಾಗಿ ನಮ್ ಹುಡುಗ್ರಿಗೆ ಕಾಫಿ ಅಷ್ಟಾಗಿ ಮಾಡ್ದೋದಕ್ಕೆ ಬರೋಲ್ಲ. ನಾನ್ ಮಾಡಿರೋ ಕಾಫಿ ಟೇಸ್ಟ್ ನೋಡಿ. ಇದೂ ಹಿಡಿಸ್ಲಿಲ್ಲ ಅಂದ್ರೆ ನೀವೇ ಮಾಡ್ಕೊಳಿ. ನಾನ್ ಬಲವಂತ ಮಾಡಲ್ಲ." ಎಂದ. "ಅದ್ಯಾಕೆ ಅಷ್ಟೊಂದ್ ಕಾಳಜಿ.?" ಅನುಮಾನಗೊಂಡು ಕೇಳಿದಳು. "ನಮ್ ಊರನ್ನ ಚೆಂದ ಮಾಡಿ ತೋರ್ಸೋ ಪ್ರಯತ್ನ ಮಾಡ್ತಿದೀರಿ.ಇದೇ ಊರೋನಾಗಿ ಅಷ್ಟೂ ಮಾಡ್ದೇ ಇದ್ರೆ ಹೇಗೆ?ಅಲ್ಲಿ ಸರಿಯಾಗಿ ಒಂದು ಕಾಫಿನೂ ಸಿಗ್ಲಿಲ್ಲ ಅಂತ ನೀವು ಬೇರೆಯವ್ರಿಗೆ ಅಂದ್ರೆ ನಾನ್ ಹೋಟ್ಲು ಇಟ್ಟಿದ್ದು ವೇಸ್ಟ್. ಈ ಊರು ಚೆನಾಗಿದೆ ಅಂತ ಬಂದೋರಲ್ಲಿ ನೀವು ಎರಡನೆಯವರು. ನಾನು ಮೊದಲ್ನೇಯವನು."ಆ ಊರಿನ

ಬಗ್ಗೆ ಪ್ರೀತಿ ಇತ್ತು ಅವನ ಮಾತುಗಳಲ್ಲಿ.ಆನಂದ ಕಾಫಿ ಫ್ಲಾಸ್ಕ್ ತನುವಿನ ಕೈಗೆ ನೀಡಿ ಅವಳ ಪ್ರತಿಕ್ರಿಯೆಗೂ ಕಾಯದೇ ಹೊರಟ.ಫ್ಲಾಸ್ಕ್ ತೆಗೆದಾಗ ಹೊರಹೊಮ್ಮಿದ ಕಾಫಿಯ ಘಮಕ್ಕೇ ತನುಳ ಅರ್ಧ ತಲೆಬಿಸಿ ಕಮ್ಮಿಯಾಗಿತ್ತು."ಇಂಚರ ಅಕ್ಕಂಗೆ ಮಾತ್ರ ಅಲ್ವಾ ನೀನು ಕಾಫಿ ಮಾಡಿ ಕೊಡ್ತಿದ್ದೆ? ಹೊಟೆಲ್ ಬಳಿ ಬಂದಾಗ ಅರವಿಂದ ಆನಂದನನ್ನ ಕಿಚಾಯಿಸಿದ."ಸುಮ್ನೆ ಮನೆಗ್ ನಡೀ" ಎಂದು ಅವನನ್ನು ಗದರಿದ.

"ನ್ಯಾಷನಲ್ ರಿಸರ್ವ್ ಫಾರೆಸ್ಟ್ ಏರಿಯಾದಲ್ಲಿ ಪರ್ಮಿಶನ್ ಇಲ್ಲದೇ ವೀಡಿಯೋ ಮಾಡೋದು ತಪ್ಪು ಅಂತ ಗೊತ್ತಿಲ್ವೇನ್ರೀ ನಿಮ್ಗೆ?" ಅಲ್ಲಿನ ಮೇಲಧಿಕಾರಿ ತನುಳನ್ನ ವಿಚಾರಿಸುತ್ತಿದ್ದರು.ಅವರ ಮುಂದೆ ಅವಳ ಡ್ರೋನ್ ಇತ್ತು.ಇಡೀ ಅರಣ್ಯ ಪ್ರದೇಶವನ್ನ ಕವರ್ ಮಾಡಲು ತನು ಡ್ರೋನ್ ಬಳಸಿದ್ದಳು.ಅದರ ಶಬ್ಧದಿಂದ ಗಾಬರಿಗೊಂಡ ಅಲ್ಲಿನ ಫಾರೆಸ್ಟ್ ಗಾರ್ಡ್ಸ್ ಅದನ್ನ ಹಿಡಿದು ಮೇಲಧಿಕಾರಿಗೆ ಒಪ್ಪಿಸಿದ್ದರು.ತನು ಅವರ ಎದುರು ಅಳು ಮುಖ ಮಾಡಿ ಕುಳಿತಿದ್ದಳು.ಯವುದಕ್ಕೂ ಜಪ್ಪಯ್ಯ ಅನ್ನದೇ ಮೇಲಧಿಕಾರಿ ಅವಳನ್ನು ವಿಚಾರಿಸುತ್ತಿದ್ದರು."ಸಾರ್ ನನ್ ಸೇವಿಂಗ್ಸ್ ಅಲ್ಲಿ ತಗೊಂಡಿದ್ ಡ್ರೋನ್ ಅದು.ಬೇಕಾದ್ರೆ ಅದ್ರಲ್ಲಿ ತೆಗೆದಿರೋ ವೀಡಿಯೋನ ನಿಮ್ಮ ಕಣ್ಣೆದುರಿಗೇ ಡಿಲೀಟ್ ಮಾಡ್ತೀನಿ. ಆ ಡ್ರೋನ್ ಮಾತ್ರ ವಾಪಸ್ ಕೊಡಿ ಪ್ಲೀಸ್" ಪರಿ ಪರಿಯಾಗಿ ಬೇಡುತ್ತಿದ್ದಳು.ಹಾಗೆಲ್ಲಾ ಕೊಡೋದಕ್ಕೆ ಆಗಲ್ಲಾ ರೀ.. ಇದನ್ನ ಈ ಏರಿಯಾ ಡಿ.ಸಿಗೆ ಹ್ಯಾಂಡ್ ಓವರ್ ಮಾಡ್ತೀವಿ. ನೀವು ಅವ್ರ ಹತ್ರನೇ ತಗೋಳಿ ಬೇಕಾದ್ರೆ" ಇಷ್ಟನ್ನೂ ಹೇಳಿ ಆ ಮೇಲಧಿಕಾರಿ ಬೇರೆ ಕೆಲಸದಲ್ಲಿ ಮಗ್ನರಾದರು.ತನುವಿಗೇ ಧಿಕ್ಕೇ ತೋಚದಂತಾಯಿತು.ತನ್ನ ಬ್ಯಾಗ್ ಅನ್ನು ಒಮ್ಮೆ ತಡಕಾಡಿದಾಗ ಆನಂದನ ಬಿಸಿನೆಸ್ ಕಾರ್ಡ್ ಸಿಕ್ಕಿತು. ಗುಟುಕು ಜೀವ ಬಂದಂತಾಗಿತ್ತು ಅವಳಿಗೆ.

ಅರ್ಧ ಗಂಟೆಯಲ್ಲಿ ಆನಂದ ತನು ಇದ್ದಲ್ಲಿಗೆ ಬಂದ. "ರೀ ಮೇಡಂ ಇಲ್ಲೆಲ್ಲಾ ಶೂಟಿಂಗ್ ಮಾಡೋದಾದ್ರೆ ಪರ್ಮಿಶನ್ ತಗೋಬೇಕಂತ ಗೊತ್ತಿಲ್ವೇನ್ರಿ?" ಆನಂದನೂ ಆತಂಕದಲ್ಲೇ ಕೇಳಿದ. "ಆನಂದ್ ಈಗಾಗ್ಲೇ ಆ ಸರ್ ಲೆಕ್ಚರ್ ಕೊಟ್ಟಿದಾರೆ.ನೀವೂ ಮತ್ತೆ ಶುರು ಮಾಡ್ಬೇಡಿ" ಎಂದು ಗೋಗರೆದಳು."ಒಂದ್ ನಿಮಿಷ ಇಲ್ಲೇ ಕೂತಿರಿ ಬಂದೆ" ಎಂದು ಮೇಲಧಿಕಾರಿಯ ಚೇಂಬರ್ ಒಳಗೆ ಹೋದ. ಕೊಂಚ ಹೊತ್ತಾದಮೇಲೆ ತನುಳನ್ನ ಕರೆದರು."ನೋಡಿ ನೀವು ನಮ್ ಆನಂದ್ ಕಡೆಯವರು ಅಂತ ಕೊನೇ ಬಾರಿ ವಾರ್ನಿಂಗ್ ಕೊಟ್ಟು ಈ ಡ್ರೋನ್ ವಾಪಸ್ ಕೊಡ್ತಿದೀನಿ.ಆದ್ರೆ ಅದ್ರಲ್ಲಿರೋ

ವೀಡಿಯೋ ಪೂರ್ತಿ ಡಿಲೀಟ್ ಮಾಡಿ" ಮೇಲಧಿಕಾರಿ ತನುಳಿಗೆ ತಾಕೀತು ಮಾಡಿದರು.ತನು ಕೈಗೆ ಡ್ರೋನ್ ಸಿಕ್ಕರೂ ಅವಳು ದಿನಪೂರ್ತಿ ಕಷ್ಟಪಟ್ಟು ಸೆರೆಹಿಡಿದಿದ್ದ ದೃಶ್ಯಗಳೆಲ್ಲ ನಾಶವಾಗಿದ್ದು ಅವಳಲ್ಲಿ ಎಲ್ಲಿಲ್ಲದ ನೋವು ತರಿಸಿತ್ತು. ಆನಂದನಿಗೆ ಅವಳ ಸ್ಥಿತಿ ಅರಿವಾಗಿ ಹೆಚ್ಚಿಗೆ ಮಾತಿಗೆಳೆಯಲಿಲ್ಲ. ತನುವಿನ ಕಾರನ್ನೂ ಇವನೇ ಡ್ರೈವ್ ಮಾಡಿಕೊಂಡು ಬಂದ.ಕಾರು ಹೋಟೆಲ್ ತಲುಪಿತು. ರಾತ್ರಿ ಎಂಟಾಗಿದ್ದರಿಂದ ಹೊಟೆಲ್ ಬೀಗ ಹಾಕಿತ್ತು. ಆನಂದ ಬೀಗ ತೆಗೆದು ತನುವಿಗೆ ಹೊಟೆಲ್ ಒಳಗೆ ಕರೆದು ಕೂರಿಸಿದ. ಅರ್ಧ ಗಂಟೆಯಲ್ಲಿ ಒಂದಷ್ಟು ತಿಂಡಿ ಮತ್ತು ಬಿಸಿ ಬಿಸಿ ಕಾಫಿಯೊಂದಿಗೆ ಆನಂದ ತನುವಿನ ಮುಂದೆ ಬಂದು ನಿಂತಿದ್ದ. ತನುವಿನ ಬಾಡಿ ಹೋಗಿದ್ದ ಮುಖ ಕೊಂಚ ಅರಳಿದಂತೆ ಕಂಡಿತು.ಕಾಫಿ ಹೀರುತ್ತಾ, ಮಾತು ಶುರು ಮಾಡಿದಳು. “ಎಷ್ಟ್ ಕಷ್ಟ ಪಟ್ಟು ಶೂಟಿಂಗ್ ಮಾಡಿದ್ದೇ ಗೊತ್ತಾ. ವೀಡಿಯೋನು ಸೂಪರ್ ಆಗಿ ಬಂದಿತ್ತು. ಅಂತ ಬ್ಯೂಟಿಫುಲ್ ಪ್ಲೇಸ್ ಮತ್ತೆ ಎಲ್ಲಿ ಸಿಗತ್ತೆ ಹೇಳಿ? ಎಲ್ಲಾ ಹಾಳಾಗೋಯ್ತು.” ತಡೆದಿಟ್ಟಿದ್ದ ಕಣ್ಣೀರು ಕಟ್ಟೆ ಒಡೆಯಿತು. “ರೀ ಇಷ್ಟ್ ಸಣ್ ವಿಷಯಕ್ಕೆಲ್ಲಾ ಅಳ್ತಾರಾ? ನೀವ್ ಹು ಅನ್ನಿ ನಾಳೆ ನಿಮ್ಗೆ ಇದಿಕಿಂತ ಒಳ್ಳೆ ಜಾಗ ತೋರುಸ್ತೀನಿ. ಎಷ್ಟ್ ಬೇಕಾದ್ರು ಶೂಟಿಂಗ್ ಮಾಡಿ ನಿಮ್ಮನ್ನ ಯಾರೂ ಕೇಳಲ್ಲ.” ಸಮಾಧಾನ ಮಾಡಿದ.“ನಿಜವಾಗ್ಲೂ..” ಹುಬ್ಬೇರಿಸಿದಳು. “ನಿಜವಾಗ್ಲೂ.. ಕಣ್ಣೊರೆಸ್ಕೊಂಡು ತಿಂಡಿ ಕಾಫಿ ಮುಗ್ಸಿ” ಎಂದ. “ಕಾಫಿ ಮಾಡೋದು ಎಲ್ ಕಲ್ತಿದ್ದು?” ತನು ಆನಂದನನ್ನ ಪ್ರಶ್ನಿಸಿದಳು.“ಹೀಗೇ ಮಾಡ್ತಾ ಮಾಡ್ತಾ ಬಂತು” ಎಂದ. “ನಿಮಿಗ್ಯಾರು ಗರ್ಲ್ ಫ್ರೆಂಡ್ಸ್ ಇಲ್ವಾ?” ಸುಮ್ಮನೆ ಕೇಳಿದಳು. “ಇದ್ಲು.. ಬೇರೆ ಮದ್ವೆ ಆಯ್ತು ಅವಳ್ದು” ಅವನ ಧ್ವನಿ ಮೆತ್ತಗಾಯಿತು. “ನಿಮ್ಮನ್ನ ರಿಜೆಕ್ಟ್ ಮಾಡಿದ್ಲಾ?! ಗುಗ್ಗು ಅವಳು.” ಆಶ್ಚರ್ಯವಿತ್ತು ಅವಳ ಮಾತುಗಳಲ್ಲಿ.

ಮಾರನೆಯ ದಿನ ತಾವರೆಗೂಡಿನ ಅರಣ್ಯ ಪ್ರದೇಶಗಳಿಗೆ ಇಬ್ಬರೂ ಹೊರಟರು. ತನು ನಿಬ್ಬೆರಗಾಗುವಂತ ಸ್ಥಳಗಳಿಗೆ ಆನಂದ ಕರೆದುಕೊಂಡು ಹೋಗಿದ್ದ. ದಟ್ಟವಾದ ಕಾಡು, ಕಾಡಿನ ಮಧ್ಯ ಹರಿಯುತ್ತಿದ್ದ ಸಣ್ಣ ತೊರೆಗಳು, ಅಲ್ಲಲ್ಲೇ ಸಿಗುತ್ತಿದ್ದ ಶುದ್ಧ ನೀರಿನ ಜಲಪಾತಗಳು. ಆಗಾಗ ಸುರಿದು ಸುಮ್ಮನಾಗುತ್ತಿದ್ದ ಮಳೆ. ತನು ಪ್ರತಿಯೊಂದನ್ನೂ ತನ್ನ ಕ್ಯಾಮೆರಾ ಕಣ್ಣುಗಳಿಂದ ಸೆರೆ ಹಿಡಿಯುವುದನ್ನ ಮಾತ್ರ ಮರೆಯಲಿಲ್ಲ. ಬೆಟ್ಟದ ಸಾಲುಗಳಿಗೆ ಹೊದಿಕೆ ಹೊದಿಸಿದ ಹಾಗೆ ಮೋಡಗಳ ಚಲನೆಯನ್ನ ನೋಡಿ ಮೂಕವಿಸ್ಮಿತಳಾಗಿದ್ದಳು. ಆನಂದನಿಗೆ ಇದ್ಯಾವುದೂ ಹೊಸತಲ್ಲದಿದ್ದರೂ ಅವನೂ ಪ್ರಕೃತಿಯ ಸೊಬಗನ್ನ

ಆಸ್ವಾದಿಸಿದ.ಒಂದು ವಾರದಲ್ಲಿ ಇನ್ನೂ ಒಂದಷ್ಟು ಸ್ಥಳಗಳಿಗೆ ಭೇಟಿ ನೀಡಿ ಸಾಕಷ್ಟು ಚಿತ್ರಗಳನ್ನ, ದೃಶ್ಯಾವಳಿಗಳನ್ನ ಕ್ರೋಢೀಕರಿಸಿದ್ದಳು. ಎಲ್ಲವನ್ನೂ ಸೇರಿಸಿ ಒಂದು ಡಾಕ್ಯುಮೆಂಟರಿ ಮಾಡುವಷ್ಟರಲ್ಲಿ ತನುಗೆ ಹದಿನೈದು ದಿನ ಹಿಡಿಯಿತು.ಅವಳ ಪ್ರತಿ ಕೆಲಸಕ್ಕೂ ಆನಂದ ಬೆನ್ನೆಲುಬಾಗಿ ನಿಂತ. ಎಲ್ಲವನ್ನೂ ಮುಗಿಸಿ ಹೊರಡಲು ಸಿದ್ಧಳಾದಳು.

"ಥ್ಯಾಂಕ್ಸ್ ಫಾರ್ ಎವೆರಿಥಿಂಗ್. ನೀವಿಲ್ದೇ ಈ ಡಾಕ್ಯುಮೆಂಟರಿ ಇಷ್ಟ್ ಚೆನಾಗಿ ಬರ್ತಿರಲಿಲ್ಲ. ನೀವ್ ಮಾಡಿರೋ ಹೆಲ್ಪ್ ಗೆ ಬೆಲೆ ಕಟ್ಟೋಕೆ ಸಾಧ್ಯನೇ ಇಲ್ಲ. ಅದಿಕ್ಕೆ ಡಾಕ್ಯುಮೇಂಟರೀಲಿ ಕ್ರೆಡಿಟ್ಸ್ ಕೊಟ್ಟಿದೀನಿ. ಸಾರಿ ನಿಮ್ಮಿಂದ ಇಷ್ಟೊಂದ್ ಸಹಾಯ ತಗೋಂಡು ನಂಗೆ ಇನ್ ರಿಟರ್ನ್ ಏನೂ ಮಾಡೋಕ್ ಆಗ್ತಿಲ್ಲ" ಅಳುತ್ತಿದ್ದಳು. "ರೀ ಇದಿಕ್ಕೆಲ್ಲಾ ಏನಕ್ ಅಳ್ತೀರಿ? ಬೈಕ್ ಅಲ್ಲಿ ಹೋದಾಗ ನೀವೇ ಪೆಟ್ರೋಲ್ ಹಾಕ್ಸಿದೀರಾ. ಪ್ರತಿ ಊಟ ತಿಂಡೀದೂ ಬಿಲ್ ಸೆಟ್ಲ್ ಮಾಡಿದೀರಾ.ಎಲ್ಲದಕ್ಕೂ ದುಡ್ ತಗೊಂಡು ಸಹಾಯ ಮಾಡಿದೀನಿ ಅಂತ ಹೇಗ್ ಹೇಳ್ಲಿ ನಾನು?" ಬೇಸರದಿಂದಲೇ ನುಡಿದ. "ಆಮ್ ಗೋನ ಮಿಸ್ ಯು.." ಎಂದು ಆನಂದನನ್ನ ಗಟ್ಟಿಯಾಗಿ ತಬ್ಬಿಕೊಂಡಳು.ಆನಂದನಿಗೂ ಮಾತು ಹೊರಡಲಿಲ್ಲ. ಒಂದೆರೆಡು ನಿಮಿಷದ ನಂತರ, "ಸರಿ ಹೊರಡ್ತೀನಿ..ಏನ್ ಮರೆತ್ರೂ ನಿಮ್ ಕಾಫಿ ಮರೆಯೋಲ್ಲ ನಾನು" ಕಣ್ಣೊರೆಸಿಕೊಂಡು ಹೇಳಿದಳು. ತನ್ನೆಲ್ಲಾ ಸಲಕರಣೆಗಳನ್ನೂ ಕಾರಿನ ಡಿಕ್ಕಿಗೆ ಹಾಕಿ ಕಾರನ್ನ ಸ್ಟಾರ್ಟ್ ಮಾಡಿದಳು. ಆನಂದ ಕಂಬದಂತೆ ನಿಂತಿದ್ದವನೂ ಸೀದಾ ಕಾರ್ ಬಳಿ ಓಡಿದ. ಏದುಸಿರು ಬಿಡುತ್ತಾ ಕೇಳಿದ "ಇಲ್ಲೇ ಇರೋಕಾಗಲ್ವಾ?" ಆನಂದನಿಂದ ಈ ಮಾತು ನಿರೀಕ್ಷಿಸದಿದ್ದರೂ ತನುಗೆ ಆಶ್ಚರ್ಯವೇನೂ ಆಗಲಿಲ್ಲ. "ನಾನೆಲ್ಲೂ ಇರೋದಕ್ಕಾಗಲ್ಲ ಆನಂದ್. ನನಿಗೇ ಅಂತ ಒಂದ್ ನೆಲೆ ಇಲ್ಲ. ಇದಾದಮೇಲೆ ಇನ್ನೊಂದ್ ಊರು. ಅದಾಗ್ತಿದ್ದ ಹಾಗೆ ಮತ್ತೊಂದ್ ಊರು. ಇದೇ ನನ್ ಜೀವನ. ನಾನೆಲ್ಲೂ ನಿಲ್ಲೋಳಲ್ಲ." ವಿಷಾದದ ನಗೆ ನಕ್ಕಳು. ಇಬ್ಬರಲ್ಲೂ ಮೌನವಿತ್ತು. ಆನಂದ ಮತ್ತೊಮ್ಮೆ ಅವಳಿಗೆ ಬೀಳ್ಕೊಟ್ಟು ಅಲ್ಲಿಂದ ಹೊರಟ. ತನು ಕೂಡ ಮುಂದೆ ಸಾಗಿದಳು. ಸಾವಿರ ಊರುಗಳನ್ನ ನೋಡಿದ್ದರೂ, ಸಾವಿರ ವಿದಾಯಗಳನ್ನ ಕಂಡಿದ್ದರೂ ಈ ವಿದಾಯ ಅವಳ ಮನಸ್ಸನ್ನ ಭಾರವಾಗಿಸಿತ್ತು. ತನು ಹೋದ ಅರ್ಧ ಗಂಟೆಗೆ ಆನಂದನಿಗೆ ಅವಳಿಂದ ವಾಟ್ಸಾಪ್ ಮೆಸೇಜ್ ಬಂದಿತ್ತು. "ನಿಮ್ದು ಒಂದ್ ಪಿಕ್ ಕೂಡ ಚೆನಾಗಿಲ್ಲ. ಅದಿಕೆ ನಿಮ್ ಗರ್ಲ್ ಫ್ರೆಂಡ್ ಬಿಟ್ ಹೋದ್ಲು ಅನ್ಸತ್ತೆ. ನಾನ್ ತೆಗ್ದಿರೋ ಪಿಕ್ಸ್ ನ ಹಾಕಿ ವಾಟ್ಸಾಪ್ ಫೇಸ್ಬುಕ್

ಅಲ್ಲಿ. ಹುಡ್ಗೀರು ಕ್ಯೂ ನಿಲ್ತಾರೆ ನಿಮ್ ಮುಂದೆ." ಆನಂದನಿಗೆ ಗೊತ್ತಿರದೇ ಅವನ ಫೋಟೋಗಳನ್ನ ಅಧ್ಬುತವಾಗಿ ಕ್ಲಿಕ್ಕಿಸಿದ್ದಳು. ಆ ಫೋಟೊಗಳನ್ನ ನೋಡಿ ಅವಳ ಕೈಚಳಕಕ್ಕೆ ಬೆರಗಾದ.

ಇಪ್ಪತ್ತು ದಿನ ಕಳೆದಿರಬಹುದು. ಎಂದಿನಂತೆ ರಾತ್ರಿ ಏಳಕ್ಕೆ ಆನಂದ ಹೋಟೆಲ್ ಬೀಗ ಹಾಕುತ್ತಿದ್ದ. ಪಕ್ಕದ ದೇವಸ್ಥಾನದಿಂದ "ಪಿಳ್ಳಂಗೋವಿಯ ಮುದ್ದು ಕೃಷ್ಣನ.." ಎಂದು ತಲ್ಲೀನತೆಯಿಂದ ಯಾರೋ ಹಾಡು ಹೇಳುತ್ತಿದ್ದದ್ದು ಕೇಳಿಸಿತು. ಅದು ಇಂಚರ ಹಾಡುತ್ತಿದ್ದ ಹಾಡು. ಎರಡು ವರ್ಷದಲ್ಲಿ ಅಂತ ಮಾಧುರ್ಯವಿರುವ ಕಂಠಸಿರಿ ಆ ಗುಡಿಯ ದೇವರಿಗೆ ಕೇಳಿಸಿಯೇ ಇರಲಿಲ್ಲ. ಸಂಪೂರ್ಣ ಹಾಡನ್ನು ಆನಂದ ಹೋಟೆಲ್ ಹೊರಗೇ ನಿಂತು ಕೇಳಿಸಿಕೊಂಡ. ಅವನ ಕಣ್ಣುಗಳಲ್ಲಿ ನೀರು ತುಂಬಿತ್ತು. ಮನಸ್ಸಿಗೆ ಆ ಹಾಡು ಹೇಳುತ್ತಿದ್ದವರು ಯಾರೆಂದು ಸ್ಪಷ್ಟವಾಗಿತ್ತು. ಸೀದಾ ದೇವರ ಗುಡಿಗೆ ಓಡಿದ. ರಾಮ್ ಭಟ್ಟರು ಗುಡಿಯ ಬಾಗಿಲ ಮುಂದೆ ನಿಂತಿದ್ದರು."ಇನ್ನೊಬ್ಬು ಇಂಚರ ಸಿಕ್ಕಿದ್ಲು ನಮ್ ದೇವ್ರಿಗೆ." ಸಂಭ್ರಮವಿತ್ತು ಅವರ ಕಣ್ಣುಗಳಲ್ಲಿ.ಆನಂದ ಸೀದಾ ಅವಳ ಪಕ್ಕದಲ್ಲಿ ಕುಳಿತುಕೊಂಡ. ನೀಳ ಜಡೆ, ಅದಿಕ್ಕೆ ಒಪ್ಪುವಂತೆ ಲಕ್ಷಣವಾಗಿ ಸೀರೆ ಉಟ್ಟಿದ್ದ ತನು ದೇವರಿಗೆ ಕೈ ಮುಗಿದಳು."ವಾಪಸ್ ಬಂದ್ಬಿಟ್ರೀ..?" ಗತ್ತಲ್ಲಿ ಕೇಳಿದ ಆನಂದ. ತನು ಮುಗುಳ್ನಕ್ಕು, "ಎಲ್ಲಾ ನಿಮ್ ಫಿಲ್ಟರ್ ಕಾಫಿ ಮಹಿಮೆ" ಎಂದಳು.

ಅಸ್ಮಿತೆ

ಎಲೆಕ್ಟ್ರಾನಿಕ್ ಸಿಟಿಯಲ್ಲಿರುವ ಪ್ರತಿಷ್ಠಿತ ಹೆಚ್. ಪಿ ಕಂಪನಿಯ ಸಂದರ್ಶನ. ನಮ್ಮೆಲ್ಲರ ಡಾಕ್ಯುಮೆಂಟ್ಸ್ ಗಳನ್ನ ಪರಿಶೀಲಿಸಿದ ನಂತರ, ಇಂಟರ್ವ್ಯೂ ನ ಮೊದಲ ಸುತ್ತಾದ ಆಪ್ಟಿಟ್ಯೂಡ್ ಪರೀಕ್ಷೆ ಶುರುವಾಯಿತು. ೪೫ ನಿಮಿಷದ ಪರೀಕ್ಷೆ. ಬರೆದು ಈಚೆ ಬಂದೆ.ನನ್ನೊಟ್ಟಿಗೇ ಇನ್ನೂ ೩೦೦ ಅಭ್ಯರ್ಥಿಗಳು ಈಚೆ ಬಂದು ಕುಳಿತರು. ಬಿಲ್ಡಿಂಗ್ ಸಂಪೂರ್ಣವಾಗಿ ಎ.ಸಿ. ಮಯವಾಗಿದ್ದರೂ, ನಾನು ಸಣ್ಣಗೆ ಬೆವರುತ್ತಿದ್ದೆ.೨೫ ವರ್ಷ ವಯಸ್ಸು ನನಗೆ, ಇಂಜಿನಿಯರಿಂಗ್ ಮುಗುದು ೩ ವರ್ಷವಾದರೂ ಕೆಲಸವಿರಲಿಲ್ಲ. ಈ ಕೆಲಸವನ್ನು ಶತಾಯಗತಾಯ ಗಿಟ್ಟಿಸಿಕೊಳ್ಳಲೇಬೇಕಾದ ಅನಿವಾರ್ಯತೆ. ಮನೆಯವರ ಒತ್ತಡವೇನೂ ಇರಲಿಲ್ಲ. ಇವತ್ತಿಲ್ಲ ನಾಳೆ ಕೆಲಸ ಸಿಕ್ಕೇ ಸಿಕ್ಕುತ್ತೆ ಅನ್ನುವ ಭಾವ ಅವರದ್ದು. ಆದರೆ, ಅದೇ ಭಾವ ರಮ್ಯಾಳಿಗೆ ಇರಲಿಲ್ಲ. ಅವಳ ಮನೆಯವರಿಗೂ ಇರಲಿಲ್ಲ.ನಮ್ಮಿಬ್ಬರದ್ದೂ ಕಾಲೇಜು ದಿನಗಳಿಂದ ಇರುವ ಪ್ರೀತಿ. ಇಬ್ಬರ ಮನೆಯವರಿಗೂ ನಮ್ಮ ಪ್ರೀತಿಯ ಬಗ್ಗೆ ಗೊತ್ತಿಲ್ಲ. ಅವಳಿಗೂ ೨೪. ಮನೆಯಲ್ಲಿ ಗಂಡು ನೋಡುವ ಕಾರ್ಯಕ್ರಮಕ್ಕೆ ಚಾಲನೆ ದೊರೆತಿದೆ.ನಮ್ಮ ಪ್ರೀತಿಯನ್ನ ಅವಳ ಮನೆಯವರೆದುರು ವ್ಯಕ್ತಪಡಿಸುವ ಮುನ್ನ, ನನ್ನದೂ ಅಂತ ಒಂದು ಕೆಲಸವಿದ್ದರೆ ಅವಳಿಗೆ ಭಯವಿರೋಲ್ಲ. ಈ ಇಂಟರ್ವ್ಯೂ ಪಾಸ್ ಮಾಡಲೇಬೇಕೆಂದು ಧೃಡವಾಗಿ ನಿಶ್ಚಯಿಸಿದ್ದೆ. ಅಷ್ಟರಲ್ಲಿಯೇ ರಮ್ಯಳ ಮೆಸೇಜ್ ಬಂದಿತ್ತು. "ಚೆನಾಗಿ ಮಾಡೋ ಗೂಬೆ. ಆಲ್ ದಿ ಬೆಸ್ಟ್". ಖುಷಿಯಾಯಿತು ಅವಳ ಮೆಸೇಜ್ ಓದಿ. ಆಪ್ಟಿಟ್ಯೂಡ್ ಪರೀಕ್ಷೆಯ ಫಲಿತಾಂಶವನ್ನ ನೋಟಿಸ್ ಬೋರ್ಡ್ ಮೇಲೆ ಹಾಕಿದರು. ಒಟ್ಟು ೧೦೦ ಜನರನ್ನು ಮುಂದಿನ ಸುತ್ತಿಗೆ ಆಯ್ಕೆ ಮಾಡಿದ್ದರು.ಅನಿಲ್ ಅನ್ನುವ ಹೆಸರು ಕೆಳಗಡೆಯಿಂದ ೧೦ನೇಯದ್ದಾಗಿತ್ತು. ಮನಸ್ಸಿಗೆ ಕೊಂಚ ನೆಮ್ಮದಿ ಸಿಕ್ಕಂತಾಯಿತು.

ಟೆಕ್ನಿಕಲ್ ರೌಂಡ್ ಗೆ ಆಯ್ಕೆ ಆಗಿದ್ದೆ. ಗೊತ್ತಿದ್ದ ಪ್ರಶ್ನೆಗಳೇ ಇದ್ದದ್ದರಿಂದ ಉತ್ತರಿಸುವುದು ಕಷ್ಟವೆನಿಸಲಿಲ್ಲ. ನನ್ನಲ್ಲೇ ಒಂದು ರೀತಿಯ ಆತ್ಮವಿಶ್ವಾಸ ಮೂಡಿತ್ತು. ಅಲ್ಲೇ ನಮ್ಮ ಉತ್ತರ ಪತ್ರಿಕೆಗಳನ್ನ ಪರಿಶೀಲಿಸಲು ಶುರು ಮಾಡಿದರು. ಮತ್ತೇ ರಮ್ಯಾಳದ್ದೇ ನೆನಪು. ಪ್ರತಿ ಇಂಟರ್ವ್ಯೂ ಇದ್ದಾಗಲೂ

ಹಿಂದಿನ ದಿನವೇ ಕರೆ ಮಾಡಿ ಧೈರ್ಯ ತುಂಬುತ್ತಿದ್ದವಳು, ಈ ಬಾರಿ ಕೇವಲ ಮೆಸೇಜ್ ಮಾಡಿ ಸುಮ್ಮನಾಗಿದ್ದಳು. ನಾನು ಇಂಟರ್ವ್ಯೂ ಬಗ್ಗೆ ಹೆಚ್ಚಾಗಿ ಗಮನ ಹರಿಸಿದ್ದರಿಂದ ಅದು ಪ್ರಶ್ನೆಯಾಗಿ ಕಾಡಲಿಲ್ಲ. " ಅನಿ, ನಿಂಗೆ ಒಂದ್ ಕೆಲ್ಸಾ ಅಂತ ಇದ್ರೆ ನಂಗೂ ನಮ್ಮ ವಿಷಯವನ್ನ ಪ್ರಸ್ತಾಪಿಸೋ ಧೈರ್ಯ ಬರುತ್ತೆ ಅಲ್ವಾ? ಅಪ್ಪಂಗೆ ೬ ತಿಂಗಳಲ್ಲಿ ರಿಟೈರ್ಮೆಂಟ್. ಮದುವೆ ಮಾಡೋ ತವಕ. ಎರಡು ಗಂಡು ಬಂದು ಹೋಗಿದೆ. ಯಾವುದೋ ಕಾರಣ ಹೇಳಿ ದಬ್ಬಿದ್ದಾಯಿತು. ಪ್ರತಿ ಸಲವೂ ಹಾಗೇ ಮಾಡೋಕ್ಕಾಗಲ್ಲ ಅಲ್ವಾ?" ರಮ್ಯಳಿಗೆ ಭಯವಾಗಿತ್ತು. ಅವಳು ಹೇಳಿದ ಮಾತುಗಳು ನನಗೂ ಭಯ ಹುಟ್ಟಿಸಿತ್ತು. ಹಾಗಾಗಿ ಶತಾಯಗತಾಯ ಈ ಕಂಪನಿಯಲ್ಲಿ ಕೆಲಸ ಗಿಟ್ಟಿಸುವ ಧೃಢ ನಿರ್ಧಾರ ಮಾಡಿದೆ. ಟೆಕ್ನಿಕಲ್ ರೌಂಡ್ ದಾಟಿಯಾಗಿತ್ತು. ಭಾವದಲ್ಲಿ ರಮ್ಯಾ ಹತ್ತಿರವಾದಂತೆ ಭಾಸವಾಗುತಿತ್ತು.

ಮುಂದಿನ ಸುತ್ತು ಮ್ಯಾನೇಜರಿಯಲ್ ರೌಂಡ್. ಮ್ಯಾನೇಜಿಂಗ್ ಸ್ಕಿಲ್ಸ್ ಬಗ್ಗೆ ಕೆಲವು ಪ್ರಶ್ನೆಗಳನ್ನ ಕೇಳಿ ಮುಂದಿನ ಹೆಚ್.ಆರ್ ರೌಂಡ್ ಗೆ ಕಳುಹಿಸಿದರು. "ಎಷ್ಟು ಸಂಬಳದ ನಿರೀಕ್ಷೆಯಲ್ಲಿದೀರಾ?" ಮೊದಲ ಪ್ರಶ್ನೆ. "ನಮ್ಮ ಕಂಪನಿಗೆ ಬರಲು ಮುಖ್ಯ ಕಾರಣ?" ಎರಡನೆಯದು. ಈ ಎರಡಕ್ಕೂ ಸೂಕ್ತವಾದ ಉತ್ತರ ನೀಡಿದ್ದಾಯಿತು." ವಿಷಯ ತಿಳಿಸುತ್ತೇವೆ"ಎಂದು ಯು ಇನ್ ಕಪಲ್ ಆಫ್ ಡೇಸ್, ಹ್ಯಾವ್ ಎ ನೈಸ್ ಡೇ"ನಗುಮೊಗದಿಂದ ಆ ಕಂಮನಿಯ ಹೆಚ್.ಆರ್ ಆಗಿದ್ದ ಪ್ರಣತಿ ಬೀಳ್ಕೊಟ್ಟಳು. ಕೆಲಸ ಸಿಗಬಹುದು ಎನ್ನುವ ಸಣ್ಣ ಆಸೆ ಚಿಗುರಿತ್ತು. ಕಂಪನಿ ಕ್ಯಾಂಪಸ್ ಹೊರಗೆ ಬಂದು ರಮ್ಯಳಿಗೆ ಫೋನ್ ಮಾಡಿದೆ. ಕಾಲ್ ಕಟ್ ಮಾಡಿದಳು." ಏನಾಗಿದೆ ಇವ್ಳಿಗೆ? ಯಾಕೆ ಸರಿಯಾಗಿ ಪ್ರತಿಕ್ರಿಯಿಸ್ತಾ ಇಲ್ಲ?" ನನ್ನೊಳಗೇ ಗೊಂದಲ.ತಕ್ಷಣ ಮೆಸೇಜ್ ಬಂದಿತ್ತು. " ಬಿಝಿ ಇದೀನಿ ಕಣೋ, ಆಮೇಲೆ ನಾನೇ ಕಾಲ್ ಮಡ್ತೀನಿ"

ಮನೆಗೆ ಹೋಗುಲು ಬಸ್ ಗಾಗಿ ಕಾಯುತ್ತಿದ್ದೆ. ಬಸ್ ಸ್ಟಾಪ್ ಎದುರು ಒಂದು ಸ್ಕೂಟಿ ಬಂದು ನಿಂತಿತು. ಹೆಲ್ಮೆಟ್ ಧರಿಸದ್ದರಿಂದ ಅದರಲ್ಲಿದ್ದ ಹುಡುಗಿಯ ಮುಖ ಸ್ಪಷ್ಟವಾಗಿ ಕಾಣಲಿಲ್ಲ. ಅವಳೇ ಹೆಲ್ಮೆಟ್ ತೆಗೆದು , "ಅನೀ... ಮನೆಗಾ?" ಎಂದಳು. ನಮ್ಮ ಮನೆಯ ಹತ್ತಿರವಿರುವ, ಚಿಕ್ಕಂದಿನಿಂದಲೂ ಪರಿಚಯವಿರುವ, ಇಡೀ ಕಾಲೋನಿಯ ಡಾನ್.. ಅರ್ಪಿತ ಟೀಚರ್, ಸ್ಕೂಟಿಯಲ್ಲಿದ್ದಳು" ಹು ಕಣೇ, ಅರ್ಧಗಂಟೆಯಿಂದ ಒಂದ್ ಬಸ್ ಇಲ್ಲ ಕರ್ಮಕ್ಕೆ." "ಬಾ ನಾನು ಮನೆಗೆ ಹೊರಟೆ" ಹೋಗಿ ಅವಳ ಸ್ಕೂಟಿಯಲ್ಲಿ ಕುಳಿತೆ.

"ಇನ್ನೊಂದ್ ಹೆಲ್ಮೆಟ್ ಇಲ್ಲ. ಪೋಲಿಸ್ ಹಿಡಿದ್ರೆ ನೀನೆ ಫೈನ್ ಕಟ್ಬೇಕು." ವಿಚಾರವನ್ನ ಸ್ಪಷ್ಟಪಡಿಸಿ ಗಾಡಿ ಚಲಾಯಿಸಿದಳು.

"ಇಲ್ಲೇನ್ ಮಾಡ್ತಾ ಇದ್ದೆ?" ಮಾತು ಮುಂದುವರೆಸಿದಳು.

"ಇಂಟರ್ವ್ಯೂ ಇತ್ತು"

"ಹೇಗಾಯ್ತು?"

"ಪರವಾಗಿಲ್ಲ ಕಣೆ, ನಿಂದು ಸ್ಕೂಲ್ ಮುಗೀತಾ?"

"ಹು ಮಾರಾಯ.. ಈಗಿನ ಕಾಲದ ಮಕ್ಕಳ ಜೊತೆ ಏಗೊದು ತುಂಬಾ ಕಷ್ಟ. ಸಾಕ್ ಸಾಕ್ ಮಾಡ್ತಾರೆ."

"ಹ್ಹಹ್ಹ.. ನೀನು ಯಾವ ಆಂಗಲ್ ಇಂದಾನೂ ಟೀಚರ್ ಥರಾ ಕಾಣಲ್ಲ. ಅದಿಕ್ಕೆ ಗೋಳು ಹೋಯ್ಕೊಳ್ತಾರೆ." ಕಾಲೆಳೆಯುವ ಪ್ರಯತ್ನ ಮಾಡಿದೆ.

"ಇದು ಕಾಂಪ್ಲಿಮೆಂಟ್ ತಾನೇ??" ಕುತೂಹಲದಿಂದ ಕೇಳಿದಳು.

"ಅಲ್ಲ ಅಂದ್ರೆ ಗಾಡಿ ಇಂದ ಇಳಿಸಿಬಿಡ್ತೀಯಾ?"

"ಎಗ್ಸಾಟ್ಲಿ" ಎನ್ನುವ ಉತ್ತರ ಬಂತು.

"ಮಕ್ಕಳಿಗೆ ಕಲಿಸೋದು, ಪ್ರೀತಿಯಿಂದ ಗದರೋದು, ಅವರ ಜೊತೆ ನೀನೂ ಮಗುವಾಗೋದು. ಯು ಆರ್ ಎಂಜಾಯಿಂಗ್ ಇಟ್ ಅಲ್ವಾ?"

"ಹೌದು, ಖುಷಿ ಇಲ್ಲದೇ ಇರೋ ಕೆಲ್ಸನ ಯಾರಾದ್ರು ಮಾಡ್ತಾರಾ?"

"ಹುಡುಗಿಯರಿಗೆ ಈ ಮಾತು ಸುಲಭ. ಗಂಡ್ ಮಕ್ಕಳಿಗೆ ಅಲ್ಲ. ನಾವೂ ಎಲ್ಲರ ಖುಶಿಯನ್ನ ಗಮನಿಸೋದು ಅಗತ್ಯ." ಬೇಸರದಿಂದಲೇ ಪ್ರತಿಕ್ರಿಯಿಸಿದೆ.

"ಯಾಕೆ, ನಿಂಗೆ ಈ ಕೆಲ್ಸ ಖುಶಿ ಇಲ್ವಾ?ಮನೆಯವರ ಒತ್ತಾಯಕ್ಕೆ ಇಂಟರ್ವೂ ಗೆ ಬಂದ್ಯ?" ಸಿಗ್ನಲ್ ಬಿದ್ದ ಕಾರಣ ಗಾಡಿ ನಿಲ್ಲಿಸಿದಳು. ಮಾತಿಗೂ ಕೊಂಚ ಅವಕಾಶವಾಯಿತು.

"ಮನೆಯವರ ಒತ್ತಾಯ ಏನು ಇರಲಿಲ್ಲ." ರಾಗ ಎಳೆದೆ.

"ಮತ್ತೆ..?" ಏನೋ ತೋಚಿದವಳಂತೆ, "ಹೇ.. ನೀನು.. ಎಮ್ .ಟೆಕ್ ಮಾಡಿ ಲೆಕ್ಚರರ್ ಆಗೋನಿದ್ದೆ ಅಲ್ವಾ? ಅದನ್ನ ಬಿಟ್ಟು ಕೆಲಸ ಯಾಕೆ ಹುಡುಕ್ತಾ ಇದೀಯಾ?"

"ಅದೊಂದು ದೊಡ್ಡ ಕಥೆ ಬಿಡು"ಹಾರಿಕೆಯ ಉತ್ತರ ನೀಡಿದೆ.

"ಏನು..?"

"ನಿಂಗೆ ಗೊತ್ತಿಲ್ದೇ ಇರೋದಾ?" ಮರು ಪ್ರಶ್ನಿಸಿದೆ.

"ಹೋ ಗೊತ್ತಾಯ್ತು.. ರಮ್ಯಾ ನಾ.." ತಿರುಗಿ ಕೇಳಿದಳು

ಮುಖದಲ್ಲಿ ಸಣ್ಣ ನಗು ನನಗೆ ಗೊತ್ತಿಲ್ಲದೇ ತೇಲಿತು.

ಹಸಿರು ದೀಪ ಬಿದ್ದದ್ದರಿಂದ ಮುಂದೆ ತಿರುಗಿ ಗಾಡಿ ಚಲಾಯಿಸಿದಳು.ಮಾತು ಮುಂದುವರೆಸುತ್ತಾ.." ಎಮ್. ಟೆಕ್ ಮಾಡಿ , ಲೆಕ್ಚರರ್ ಜಾಬ್ ಗೆ ಹುಡುಕ್ಬೇಕು. ಅಷ್ಟು ಸುಲಭವಾಗಿ ಸಿಗಲ್ಲ. ಒಮ್ಮೆ ಸಿಕ್ರೂ ಕಮ್ಮಿ ಸಂಬಳ. ಆ ಸಂಬಳದಲ್ಲಿ ರಮ್ಯಳ ಬದುಕು ಕಷ್ಟ.ಅವಳಿಗೆ ಹೊರದೇಶದಲ್ಲಿ ವಾಸ ಮಾಡೋ ಹುಚ್ಚು ಬೇರೆ ಇದೆ. ನೀನು ಲೆಕ್ಚರರ್ ಆದ್ರೆ ಇದ್ಯಾವುದಕ್ಕು ಅವಕಾಶ ಇಲ್ಲ. ಹಾಗಾಗಿ ನೀನು ಅವಳನ್ನ ದಕ್ಕಿಸಿಕೊಳ್ಳೊದಕ್ಕೆ ೩ ವರ್ಷದಿಂದ ಕೆಲಸಕ್ಕೆ ಅಲಿತಾ ಇದೀಯ. ಸರೀನಾ?" ಒಂದೇ ಉಸಿರಿನಲ್ಲಿ ನನ್ನ ಜೀವನದ ಅರ್ಧ ಪುಸ್ತಕವನ್ನ ತೆರೆದಿಟ್ಟಳು. "ಇದ್ರಲ್ಲಿ ತಪ್ಪೇನಿದೆ? ಅವಳು ಖುಷಿಯಾಗಿದ್ರೆ ತಾನೆ ನಾನು ಖುಷಿಯಾಗಿರೋದು? ಗಂಡು ನೊಡ್ತಿದಾರೆ ಅವಳಿಗೆ. ಹಾಗಾಗಿ ಈ ಕೆಲಸ ನನಗೆ ಅನಿವಾರ್ಯ." "ಹ್ಮ.. ಸರಿ ಆಲ್ ದಿ ಬೆಸ್ಟ್. ಏನೂ ತಲೆ ಕೆಡಿಸ್ಕೋಬೇಡ, ರಮ್ಯಾಗೆ ಖುಷಿಯಾಗೋ ವಿಚಾರವೇ ನಡೆಯತ್ತೆ." ಅವಳು ಮಾತು ನಿಲ್ಲಿಸಿದಳು. "ಅಷ್ಟೇನಾ..?" ಕುತೂಹಲ ತಡೆಯಲಾರದೆ ಕೇಳಿದೆ." ಅಷ್ಟೇ..." ಹಾರಿಕೆಯ ಉತ್ತರ ನೀಡಿ ಸುಮ್ಮನಾದಳು. "ಮನಸಲ್ಲಿ ಏನೋ ಇದೆ ಅಂತ ಗೊತ್ತು... ಹೇಳು" ಸಣ್ಣದಾಗಿ ದಬಾಯಿಸಿದೆ. ಕ್ಷಣ ಹೊತ್ತು ಸುಮ್ಮನ್ನಿದ್ದು.."ನಿಂಗೆ ಸುಖ ಇರತ್ತಾ?" ಎಂದಳು. "ಇಲ್ಲಿಗಿಂತ ಅಲ್ಲಿ ಅನುಕೂಲ ಜಾಸ್ತಿ ಅಲ್ವ.. ಇರತ್ತೆ." ಉತ್ತರಿಸಿದೆ. "ಅನುಕೂಲದ ಮನೆ ಹಾಳಾಯ್ತು.. ಮಣ್ಣು ಸೆಳೆಯೊಲ್ವೇನೋ.. ನಮ್ಮ ಬದುಕು.. ನಮ್ಮ ವಾತಾವರಣ ಅಪ್ಪ ಅಮ್ಮ ಎಲ್ಲವನ್ನೂ ಬಿಟ್ಟು ಹೋಗ್ತೀಯಾ?" ಬಿಟ್ಟು ಹೋಗೋದಕ್ಕೂ ಯೋಗ ಇರ್ಬೇಕು ಮೇಡಮ್. ಮೊದಲು ಕೆಲಸ ಸಿಗ್ಬೇಕು. ಚೆನಾಗಿ ಕೆಲ್ಸ ಮಾಡಿ ಒಳ್ಳೆಯ ರೆಕಾರ್ಡ್ ಮೇಂಟೇನ್ ಮಾಡ್ಬೇಕು. ಹೈಯರ್ ಆಫೀಸರ್ಸ್ ಜೊತೆ ಚೆನಾಗಿರ್ಬೇಕು. ಇಷ್ಟೆಲ್ಲಾ ಆದಮೇಲೆ ಅವಕಾಶ ಸಿಗಬೇಕು. ಸಿಕ್ಮೇಲೆ ಸರಿಯಾಗಿ ಉಪಯೋಗ ಮಾಡ್ಕೊಂಡು ದುಡ್ ಮಾಡಿ ವಾಪಸ್ಸು ಮರಳಿ ಮಣ್ಣಿಗೆ ಬರ್ಬೇಕು." ನನ್ನ ಕನಸುಗಳ ಅನಾವರಣ ನಡೀತಿತ್ತು. "ಆದ್ರು ನೀನು ಮುಂಚೆ ಹೀಗ್ ಇರಲಿಲ್ಲ

ಬಿಡು. ನೀನು ಇವಾಗ ಹೇಳಿದ್ದು ಸಂಪೂರ್ಣ ರಮ್ಯಾಳ ಮಾತು ಅಂತ ಸಣ್ ಮಗುಗೂ ಗೊತ್ತಾಗತ್ತೆ. ಬದಲಾಗಿದೀಯಾ" "ಬದಲಾವಣೆ ಜಗದ ನಿಯಮ" ಸಮಜಾಯಿಷಿ ನೀಡಿದೆ. "ಈ ಡೈಲಾಗ್ ಕೂಡ ರಮ್ಯಾದ್ದೆ ತಾನೇ" ಜೊರಾಗಿ ನಕ್ಕು ಸುಮ್ಮನಾದಳು."ಹೌದು.. ಏನಿವಾಗ?" ಹುಸಿಕೋಪದಿಂದ ಅವಳನ್ನ ಪ್ರಶ್ನಿಸಿದೆ."ಆಯ್ತು ಮಾರಾಯ, ಏನಾದ್ರು ಮಾಡ್ಕೊಳಿ ನಂಗೇನು? ಮನೆ ಬಂತು ಇಳ್ಕೋ.." ಅವಳ ಗಾಡಿಯಿಂದ ಇಳಿದೆ. ಹೊರಡುವ ಮುಂಚೆ ಮತ್ತೊಂದು ವಿಚಾರ ಹೇಳಿದಳು."ಪ್ರೀತಿ ಅಂದ್ರೆ ಒಬ್ಬರನ್ನೊಬ್ಬರು ಅರ್ಥ ಮಾಡ್ಕೊಳೋದು ಅಲ್ವಾ?" ಅವಳ ಮಾತಿಗೆ, " ಅದಿಕ್ಕೆ ತಾನೆ ಅವಳ ಆಸೆಯನ್ನ ಅರ್ಥ ಮಾಡ್ಕೊಂಡು, ನನ್ನ ಬದುಕಿನ ದಾರಿಯನ್ನ ಬದಲಾಯಿಸಿಕೊಂಡಿರೋದು" ನನ್ನ ಮಾತಿಗೆ ಕೈಮುಗಿದು ಮನೆಯ ದಾರಿ ಹಿಡಿದಳು.

ಒಂದು ವಾರದ ನಂತರ ಹೆಚ್. ಪಿ. ಕಂಪನಿಯಿಂದ ಇ- ಮೇಲ್ ಬಂದಿತ್ತು. ಆಫರ್ ಲೆಟರ್ ಕಳುಹಿಸಿದ್ದರು.ಖುಷಿಗೆ ಮಿತಿ ಇರಲಿಲ್ಲ. ಅಪ್ಪ ಅಮ್ಮನಿಗೂ ಸಂತಸ. ತಿಳಿಸಬೇಕಾದ್ದವರಿಗೆಲ್ಲಾ ತಿಳಿಸಿದ್ದಾಯಿತು.ರಮ್ಯಳಿಗೆ ಹೇಳುವಷ್ಟರಲ್ಲಿ ಅವಳಿಂದನೇ ಕಾಲ್ ಬಂದಿತ್ತು."ಹೇ.. ಸಿಗೋಣ್ವ ಇವತ್ತು. ಸ್ವಲ್ಪ ಮಾತಾಡೋದಿತ್ತು."ಹ್ಮ .. ಮೇಡಮ್ ಇವತ್ತು ಫ್ರೀ ಆದ್ರಾ?ಎಲ್ಲಿ ಒಂದು ವಾರದಿಂದ ಕಾಲ್ ಇಲ್ಲ, ಮೆಸೇಜ್ ಗೆ ಸರಿಯಾಗಿ ರಿಪ್ಲೈ ಇಲ್ಲ" ಅಸಮಾನದಿಂದಲೇ ಕೇಳಿದೆ. "ಸಿಟ್ ಆಗ್ಬೇಡ, ಸಿಗ್ತೀಯಲ್ವಾ ಮಾತಾಡೋಣ" ಕಾಲ್ ಕಟ್ ಮಾಡಿದಳು.ಕೆಲಸ ಸಿಕ್ಕ ವಿಷಯ ಅವಳೆದುರೇ ಪ್ರಸ್ತಾಪಿಸಲು ನಿರ್ಧರಿಸಿದೆ. ಅವಳಿಗೆ ಅಂತ ಪಾಕೆಟ್ ಮನಿಯಿಂದ, ಅವಳು ಇಷ್ಟ ಪಡುವ ಒಂದು ಸೆಂಟ್ ಬಾಟಲನ್ನ ಉಡುಗೊರೆಯಾಗಿ ಖರೀದಿಸಿದೆ.

ನೀಳ ಜಡೆ, ಅದಕ್ಕೆ ಒಪ್ಪುವಂಥ ಮುದ್ದಾದ ಮುಖ. ಒಮ್ಮೆ ನೋಡಿದರೆ ಯಾರಿಗಾದರೂ ಇಷ್ಟವಾಗುವ ಅವಳ ಬಟ್ಟಲು ಕಣ್ಣುಗಳು.ಕಾಲೇಜಿನಲ್ಲಿ ಅವಳ ಹಿಂದೆ ಬಿದ್ದವರಿಗೆ ಲೆಕ್ಕವಿಲ್ಲ. ಆದರೂ ಅವಳು ಒಲಿದದ್ದು ನನಗೆ.ಅದಕ್ಕೇ ಇರಬೇಕು ಅವಳನ್ನ ಕಳೆದುಕೊಳ್ಳುವ ಭಯ, ಸದಾ ನನ್ನ ಕಾಡುತ್ತಿತ್ತು.ಪಾರ್ಕ್ ನಲ್ಲಿ ಅವಳನ್ನೇ ಕಾಯುತ್ತಿದ್ದೆ. ಕಡೆಗೂ ಮನದರಸಿ ಬಂದಳು.ಒಮ್ಮೆ ಅವಳನ್ನ ಗಟ್ಟಿಯಾಗಿ ತಬ್ಬಿ ಕೆಲ್ಸ ಸಿಕ್ತು ಕಣೇ ಎಂದು ಹೇಳುವ ಹಂಬಲ. ಸಾರ್ವಜನಿಕ ಸ್ಥಳವಾದ್ದರಿಂದ ಭಾವನೆಯನ್ನ ಹಿಡಿತದಲ್ಲಿರಿಸಿದೆ.ಬಂದು ಪಕ್ಕದಲ್ಲಿ ಕುಳಿತಳು. "ಕೆಲ್ಸ ಸಿಕ್ತು ಕಣೇ.." ಹಾಗೇ ಹೇಳುತ್ತ ಅವಳ ಹೆಗಲ ಮೇಲೆ ಕೈ ಇರಿಸಿದೆ. ಅಸಮಾಧಾನಗೊಂಡಳು. ಕಾರಣ ತಿಳಿಯಲಿಲ್ಲ. ಇದೇನು ಅವಳಿಗೆ ಹೊಸದಲ್ಲ.

ಇಬ್ಬರಲ್ಲೂ ಆ ಮಟ್ಟಿಗಿನ ಸಲುಗೆ ಮೊದಲಿನಿಂದಲೂ ಇತ್ತು. ನಾನು ಅವಳ ಹೆಗಲಿನಿಂದ ಕೈ ಯನ್ನೇನು ವಾಪಸ್ಸು ತೆಗೆಯಲಿಲ್ಲ. ಅವಳೂ ಪ್ರತಿಭಟಿಸಲಿಲ್ಲ. ಕೆಲಸ ಸಿಕ್ಕಿದ ಸುದ್ದಿ ಕಿವಿಗೆ ಬಿದ್ದಾಗ "ಒಹ್ ಸುಪರ್ ಕಣೋ.. ಅಂತೂ ನೀನ್ ಅನ್ಕೊಂಡಿದ್ದನ್ನ ಸಾಧಿಸ್ಬಲ್ಲ ಅದೇ ಖುಷಿ ನಂಗೆ."ಅಷ್ಟನ್ನೇ ಹೇಳಿ ಸುಮ್ಮನಾದಳು. "ಬರೀ ನಾನಲ್ಲ.. ನಾವಿಬ್ಬರೂ ಅನ್ಕೊಂಡಿದ್ದು" ಅವಳ ಮಾತನ್ನ ಸರಿಪಡಿಸಿದೆ.ಸ್ವಲ್ಪ ಹೊತ್ತು ಇಬ್ಬರಲ್ಲೂ ಮಾತಿರಲಿಲ್ಲ. ರಮ್ಯಾ ಈ ರೀತಿ ಎಂದೂ ವರ್ತಿಸಿರಲಿಲ್ಲ. ನಾನು ಜಾಸ್ತಿ ಕೆದಕುವುದು ಬೇಡ ಎಂದು ಸುಮ್ಮನಿದ್ದೆ." ಮನೇಲಿ ಗಂಡು ನೋಡಿದಾರೆ." ನನ್ನತ್ತ ತಿರುಗಿ ನೋಡಿದಳು. ನಾನು ಯಾವ ಪ್ರತಿಕ್ರಿಯಯನ್ನೂ ನೀಡಲಿಲ್ಲ. ಅವಳ ಮಾತು ಮುಂದುವರೆಯಿತು. "ಸಿದ್ದಾರ್ಥ್ ಅಂತ ಹುಡುಗನ ಹೆಸರು. ಅಕ್ಕ ಭಾವ ನೋಡಿದ್ದು. ಭಾವನ ಕೊಲೀಗ್ ಅಂತೆ ನ್ಯೂ ಜರ್ಸಿಯಲ್ಲಿ.ಮನೇಲಿ ತುಂಬಾ ಒತ್ತಾಯ ಮಾಡ್ತಾ ಇದಾರೆ, ಒಪ್ಕೋ ಅಂತ." ಅವಳ ಕಣ್ಣಲ್ಲಿ ಅಳುಕಿತ್ತು."ನೋಡು ಮನೆಯವರ ಹತ್ತಿರ ಈ ವಿಷಯಕ್ಕೆ ಜಗಳ ಮಾಡ್ಬೇಡ, ನಿಮ್ ಮನೆಗೆ ಇವತ್ತು ನಾನೂ ಬರ್ತೀನಿ. ನಮ್ಮಿಬ್ಬರ ವಿಷಯವನ್ನೂ ಪ್ರಸ್ತಾಪ ಮಾಡೋಣ. ನಮ್ಮ ಮನೇಲಂತೂ ಅನುಮಾನ ಇಲ್ಲ. ನಿನ್ನಂಥ ಮುದ್ದಾದ ಹುಡ್ಗೀನ ಎದುರು ನಿಲ್ಸಿದ್ರೆ ಖಂಡಿತವಾಗಿಯೂ ಬೇಡ ಅನ್ನಲ್ಲ" ಹಾಗೇ ಅವಳ ಕೆನ್ನೆಯನ್ನ ಮೃದುವಾಗಿ ಹಿಂಡಿದೆ. ಅವಳು ಸಿಟ್ಟಲ್ಲಿ ದೂರ ಸರಿದು,"ಅನಿ, ನಾನು ಹೇಳ್ತಾ ಇರೋದು ನಿಂಗೆ ಅರ್ಥ ಆಗ್ತಿಲ್ಲ." "ಇದ್ರಲ್ಲಿ ಅರ್ಥ ಆಗೋದು ಏನೇ ಬಂತು. ನಿಮ್ಮ ತಂದೆ ತಾಯಿಗೆ ನಮ್ಮಿಬ್ಬರ ಬಗ್ಗೆ ಗೊತ್ತಿಲ್ಲ.ಅದಿಕ್ಕೆ ಪ್ರಸ್ತಾಪ ಮಾಡಿದಾರೆ. ನನಗೂ ಕೆಲಸ ಇಲ್ಲದ್ದರಿಂದ ಮನೇಲಿ ಹೇಳೋ ಧೈರ್ಯ ಇರಲಿಲ್ಲ. ಈಗ ಕೆಲಸ ಇದೆ. ನಂಗಂತೂ ಯಾವ ಭಯವೂ ಇಲ್ಲ. ಧೈರ್ಯವಾಗಿ ಹೇಳ್ತೀನಿ ...." ಮಾತಿಗೆ ಸ್ವಲ್ಪ ವಿರಾಮ ಕೊಟ್ಟು ಅವಳ ಕಣ್ಣುಗಳನ್ನ ದಿಟ್ಟಿಸುತ್ತಾ ಹೇಳಿದೆ "ರಮ್ಯಾ ಯಾವತ್ತಿದ್ರು ನನ್ ಹುಡುಗಿ, ಯಾವನಿಗೂ ಅಷ್ಟು ಸುಲಭವಾಗಿ ಬಿಟ್ಟು ಕೊಡಲ್ಲ ಅಂತ. ಹೇಗಿದ್ರು ನೀನೇನ್ ಆ ಫಾರಿನ್ ಗೆ ಹುಟ್ಟೋನನ್ನ ಒಪ್ಕೊಳಲ್ಲ. ಇನ್ನು ೫ ವರ್ಷದಲ್ಲಿ ನನಗೂ ಆ ಅವಕಾಶ ಬರತ್ತೆ. ಇಬ್ರೂ ಇಡೀ ಜಗತ್ತು ಸುತ್ತೋಣ ಏನಂತೀಯಾ??" ಕನಸುಗಳನ್ನ ಅವಳೆದುರು ಬೀಚ್ಚಿಡುತ್ತಿದ್ದೆ. ಮತ್ತೆ ಮೌನ ಆವರಿಸಿತು. ಎರಡು ನಿಮಿಷದ ಬಳಿಕ ಅವಳಿಂದ, " ಒಪ್ಕೊಂಡೆ " ಅನ್ನುವ ಮಾತು ಆಚೆ ಬಂದಿತ್ತು."ನಮ್ ಹತ್ರನೇ ಕಾಮಿಡಿ ನಾ..?" ಅವಳ ಮಾತು ಸುಳ್ಳು ಎನ್ನುವ ಆತ್ಮವಿಶ್ವಾಸದಲ್ಲಿ ಕೇಳಿದೆ."ಸಿದ್ದಾರ್ಥ್ ನೋಡೋದಕ್ಕೆ

ಚೆನಾಗಿದಾರೆ. ೬ ಅಡಿ ಎತ್ತರ, ಅಜಾನುಬಾಹು, ಯಾವ ಫಿಲಂ ಸ್ಟಾರ್ ಗು ಕಮ್ಮಿ ಇಲ್ಲ ಅವರ ಅಪಿಯರೆನ್ಸ್. ವೆಲ್ ಸೆಟಲ್ಡ್. ನ್ಯೂಜೆರ್ಸಿಯಲ್ಲಿ ಕೆಲಸ, ಕೈ ತುಂಬಾ ಸಂಬಳ, ನನ್ನ ಬದುಕಿಗೆ ಸರಿಯಾದ ವ್ಯಕ್ತಿ ಅನ್ನಿಸ್ತು. ಒಪ್ಕೊಂಡೆ."ಇಷ್ಟನ್ನೂ ಹೇಳಿ ಸುಮ್ಮನಾದಳು.ಮನದ ತುಂಬಾ ಹತಾಶೆ, ಸಿಟ್ಟು ಆವರಿಸಿತು. ಕುಳಿತಿದ್ದ ಜಾಗದಿಂದ ಎದ್ದು ಸ್ವಲ್ಪ ದೂರ ನಿಂತೆ. ಕೈಯಲ್ಲಿದ್ದ ಸೆಂಟ್ ಬಾಟಲನ್ನ ಅವಳಿಗೆ ತಿಳಿಯವ ಹಾಗೆ ಜೋರಾಗಿ ಬಂಡೆಗ ಜಜ್ಜಿದೆ. ನನ್ನ ಮೇಲೆ ನನಗೆ ಹಿಡಿತವಿರಲಿಲ್ಲ. ಯಾವ ಮಾತನ್ನ ಕೇಳ್ಬಾರ್ದು ರಮ್ಯಾಳಿಂದ ,ಎಂದು ಅನ್ಕೊಂಡಿದ್ನೊ ಅದು ಕೇಳಿಯಾಗಿತ್ತು.ಈಗ ಮಾತಿನ ಸರದಿ ನನ್ನದಾಗಿತ್ತು.ಜೋರಾಗಿ ಒಮ್ಮೆ ಕೂಗಿದೆ. "ಏನ್ ಒಪ್ಕೊಂಡೆ ನಿನ್ ತಲೆ" "ಅನಿ ಸಿಟ್ಟಾಗ್ಬೇಡ, ಎಲ್ರು ನಮ್ಮನ್ನೇ ನೋಡ್ತಿದಾರೆ."ಮಾತಿಗೆ ಅಡ್ಡ ಬಂದಳು." ನನ್ನ ಮೇಲೆ ನಂಬಿಕೆ ಇರ್ಲಿಲ್ವ. ಹೇಳಿದ್ದೆ ತಾನೆ,ಇವತ್ತಲ್ಲಾ ನಾಳೆ ನಂಗೆ ಕೆಲಸ ಸಿಕ್ಕೇ ಸಿಗತ್ತೆ, ನೀನು ಕನಸು ಕಂಡ ಹಾಗೇ ಬದುಕಿ ಬಾಳೋಣ ಅಂತ. ನಂಬಿಕೇನೆ ಇಲ್ಲ ಅಂದಮೇಲೆ, ಪ್ರೀತ್ಸೋ ನಾಟಕ ಯಾಕೇ ಆಡ್ದೆ?"ನನ್ನೊಳಗೆ ಬೆಂಕಿ ಹೊಗೆಯಾಡುತ್ತಿತ್ತು. ಅವಳು ಮಾತು ಮುಂದುವರೆಸಿದಳು. "ಪ್ರೀತಿ ಮಾಡಿದ್ ಸುಳ್ಳಲ್ಲ. ಆದ್ರೆ ಕೇವಲ ಭಾವನೆಗಳಿಂದ ಬದುಕು ಸಾಧ್ಯ ಇಲ್ಲ ಅಲ್ವಾ?ನಾವಿಬ್ಬರೂ ಪ್ರೀತಿಸಿದ ಮೊದಲ ದಿನವೇ ಸ್ಪಷ್ಟ ಪಡಿಸಿದೀನಿ, ನಮ್ಮಿಬ್ಬರ ಮೇಲೆ ಯಾರಿಗಾದ್ರು ಪ್ರೀತಿ ಕಮ್ಮಿ ಅನ್ಸಿದ್ರೆ, ಅವರನ್ನ ಬಿಟ್ಹೋಗೋ ಸ್ವಾತಂತ್ರ್ಯ ಇಬ್ಬರಿಗೂ ಇದೆ ಅಂತ. ಹೋದ ಶನಿವಾರ ನಾನು ಹುಟ್ಟಿದ ದಿನ. ಮೊದಲ ವಿಶಸ್ ನಿಂದೇನೆ. ಆದ್ರೆ ಆ ದಿನ ನೆನಪಲ್ಲಿ ಉಳಿಯೋಹಾಗೆ ಮಾಡಿದ್ದು ಸಿದ್ದಾರ್ಥ್. ನನಗೇ ಅರಿವಿಲ್ಲದೆಯೇ ಮನೆಯನ್ನ ಎಷ್ಟು ಚೆಂದವಾಗಿ ಅಲಂಕರಿಸಿದ್ದ ಗೊತ್ತಾ. ನಂತರ ಸೀದಾ ನನ್ನ ರೂಮಿಗೆ ಬಂದು ನನ್ನ ಕೈ ಹಿಡಿದು ಈ ಉಂಗುರ ತೊಡಿಸಿದ್ದ. " ಆ ಉಂಗುರವನ್ನ ನೋಡಿ ನನ್ನ ಸಿಟ್ಟು ಇಮ್ಮಡಿಯಾಯಿತು. ಅವಳು ಮಾತು ಮುಂದುವರೆಸಿದಳು. ಆ ಸಂಭ್ರಮವನ್ನ ನನ್ನ ಜೀವಮಾನದಲ್ಲೇ ಕಂಡಿರಲಿಲ್ಲ. ನಾನಿನ್ನೂ ಮದುವೆಗೆ ಒಪ್ಪಿರಲಿಲ್ಲ ಆದ್ರೆ ಅವನ ಆಟಿಡ್ಯೂಡ್, ಅವನು ಪ್ರತಿಕ್ರಿಯಿಸುವ ರೀತಿ, ಅವನ ಸ್ಟೈಲ್ ಎಲ್ಲವೂ ಇಷ್ಟವಾಗುತ್ತಾ ಹೋಯ್ತು. ನಾನು ಆಸೆ ಪಟ್ಟ ಬದುಕು ಕಣ್ಣೆದುರಿಗೇ ಇದ್ದಾಗ ನಿನ್ನ ನೆನಪು ಕಾಡ್ಲೇ ಇಲ್ವೋ..ನನ್ನ ಬದುಕಿಂದ ನೀನು ಆಗ್ಲೇ ದೂರ ಹೊಗಿದ್ದೆ. ಸಾಧ್ಯ ಆದ್ರೆ ನನ್ನ ಕ್ಷಮಿಸಿಬಿಡು. ನಾನು ಅವನ ಜೊತೆ ಖುಷಿಯಾಗೀ ಇರ್ತೀನಿ. ಯು. ಎಸ್ ಅಲ್ಲೇ ಸೆಟಲ್ ಆಗೋದು ಅಂತ ಡಿಸೈಡ್ ಆಗಿದೆ. ನೀನು ಒಂದು ಮದ್ವೆ

ಆಗು. ನಾನು ನಿನ್ ತಂಟೆಗೆ ಬರೋಲ್ಲ. ಮುಂದೆ ನಿಂಗೂ ಫಾರಿನ್ ಚಾನ್ಸ್ ಸಿಗ್ಬೋದು ಸಿಗದೇನು ಇರ್ಬೋದು. ಅಲ್ಲಿತಂಕ ನನ್ನ ಬದುಕು ಕಷ್ಟ, ನನ್ನ ನಂಬೀರೋ ನಿಂಗೂ ಕಷ್ಟ. ಇಬ್ಬರ ಮನಸ್ಥಿಗಳು ಸರಿ ಹೊಂದಲ್ಲ. ಅದಿಕ್ಕೆ ಈ ನಿರ್ಧಾರ ಮಾಡ್ದೆ. ನಾನು ನಿನ್ನ ಮದ್ವೆ ಆದ್ರೆ ನೀನು ತುಂಬಾ ಸಫರ್ ಆಗ್ತೀಯಾ ಕಣೋ ಬೇಡ. ನನ್ನ ಕನಸು ಗೊತ್ತಲ್ಲಾ ನಿಂಗೆ, ನನ್ನ ಹನಿಮೂನ್ ಪ್ಯಾರಿಸ್ ಅಲ್ಲಿ ಆಗ್ಬೇಕು. ಇಡೀ ಜಗತ್ತನ್ನ ಸುತ್ಬೇಕು. ಸ್ವಿಝ್ ಗೆ ಹೋಗಿ ಗಂಡನ ಜೊತೆ ಇರೋ ಪಿಕ್ಸ್ ಅನ್ನ ಫೇಸ್ಬುಕ್, ಇನ್ಸ್ಟಾಗ್ರಾಂ ಅಲ್ಲಿ ಅಪ್ಲೋಡ್ ಮಾಡ್ಬೇಕು. ಇದೆಲ್ಲಾ ನಿನ್ನ ಮದುವೆ ಆದ್ರೆ ಸದ್ಯದ ಪರಿಸ್ಥಿತಿಯಲ್ಲಿ ಆಗದ ಕೆಲಸ. ಅವನಿಗೆ ನನ್ನೆಲ್ಲಾ ಕನಸುಗಳನ್ನ ನಿಮಿಷದಲ್ಲಿ ಪೂರೈಸೋ ಚೈತನ್ಯ ಇದೆ. ಅದಿಕ್ಕೆ ಅವನಿಗೆ ಸುಲಭವಾಗಿ ದಕ್ಕಿಬಿಟ್ಟೆ. " ಇಷ್ಟನ್ನೂ ಹೇಳಿ ಮುಗಿಸಿ ತಣ್ಣಗೆ ಕಟ್ಟೆಗೆ ಒರಗಿ ಕುಳಿತಳು. ಈಗ ಅವಳ ಮೇಲೆ ಸಿಟ್ಟಿರಲಿಲ್ಲ. ಅವಳು ಕೈ ತಪ್ಪಿ ಹೋಗಿ ಬಹಳ ದಿನಗಳೇ ಕಳೆದದ್ದರಿಂದ ಹೆಚ್ಚೇನು ಹೇಳದೆ, ಭಾರದ ಮನಸ್ಸಿನಿಂದ ಕೆಲವನ್ನು ನುಡಿದೆ. " ನೀನ್ ಹೇಳಿದ್ರಲ್ಲಿ ಒಂದಾದ್ರು ಸೂಕ್ತಾವಾದ ಕಾರಣಗಳಿಲ್ವಲ್ಲೆ. ೪ ವರ್ಷದಿಂದ ಪ್ರಾಣಕ್ಕಿಂತ ಹೆಚ್ಚಾಗಿ ಪ್ರೀತಿಸಿದೋನ್ನ ಈ ಕಾರಣಗಳಿಗೆ ಬಿಟ್ಟು ಹೋಗ್ತೀಯಾ? ಅವನ್ಯಾರೋ ಬಂದ , ನೋಡೋದಕ್ಕೆ ನಂಗಿಂತ ಚೆನಾಗಿದ್ದ, ಒಳ್ಳೆ ದುಡ್ಡಿತ್ತು, ಒಪ್ಕೊಂಡೆ. ಇವ್ನು ನಂಗಿಂತ ಮುಂಚೇನೆ ಸಿಕ್ಕಿದ್ರೆ ನನ್ನ ಮೂಸೂ ನೋಡ್ತಾ ಇರಲಿಲ್ಲ ಅಲ್ವಾ?" ಇಷ್ಟನ್ನು ಹೇಳಿ ಒಮ್ಮೆ ಜೋರಾಗಿ ನಕ್ಕೆ. ಅವಳು ಪ್ರತಿಕ್ರಿಯಿಸಲಿಲ್ಲ. " ಒಳ್ಳೆ ವ್ಯಾಪರಸ್ಥೆ ಕಣೆ ನೀನು ಚೆನಾಗೆ ವ್ಯಾಪಾರ ಮಾಡಿದೀಯಾ. ಇದನ್ನ ಪ್ರೀತಿ ಅನ್ನಲ್ಲ, ಮಾನಸಿಕ ವ್ಯಭಿಚಾರ ಅಂತಾರೆ." "ಹ್ಮ ಸರಿ, ನಾನ್ ಕೆಟ್ಟೋಳು ಆಯ್ತಾ.. ನೀನು ಏನೇ ಹೇಳು ನಿನ್ನ ಜೊತೆ, ನನ್ನ ಬದುಕು ಕಷ್ಟನೇ, ನಿಂಗೆ ಸದ್ಯಕ್ಕೆ ಬರೋ ೨೫ ಸಾವಿರದಲ್ಲಿ ಇಬ್ಬರ ಬದುಕು ನಡೆಯತ್ತಾ? " ಅವಮಾನಿಸಿದಳು. " ನನ್ನ ಜೊತೆ ನೀನೂ ದುಡುದ್ರು ನೀನ್ ಅನ್ಕೊಂಡಿರೋ ಬದುಕು ಕಷ್ಟ." ಅವಳಿಗೆ ಸರಿ ಎನಿಸಿದ ಮಾತನ್ನೇ ಆಡಿದೆ." ಅಲ್ಲಿಗೇ ಡಿಸಿಶನ್ ಸರಿ ಇದೆ ಅಲ್ವ. ಇಟ್ಸ್ ಟೈಮ್ ಫಾರ್ ಬ್ರೇಕ್ ಅಪ್ ಕಣೋ ಬೈ" ಹೊರಡಲು ಸಿದ್ಧಳಾದಳು. ಅವಳ ಮುಖವನ್ನೂ ನಾನು ನೋಡುತ್ತಿರಲಿಲ್ಲ. " ಇನ್ನೊಂದ್ ವಿಷ್ಯ.. ನನ್ನ ಖುಷಿಗೇ ನೀನು ಕೆಲಸಕ್ಕೆ ಸೇರಿದ್ರೂ ಅದು ನಿನ್ನ ಬದುಕಿಗೂ ಅನಿವಾರ್ಯ ಅಲ್ವ" ಎಂದು ಕೇಳಿದಳು. "ಹೊರಡೋ ಖುಷಿಯಲ್ಲಿದೀಯಾ.. ಜಾಸ್ತಿ ಮಾತು ಅನಗತ್ಯ. ಒಳ್ಳೇದಾಗ್ಲಿ ನಿಂಗೆ." ಅವಳನ್ನ ನೋಡದೆಯೇ ಇಷ್ಟನ್ನೂ ಹೇಳಿ ಮುಗಿಸಿದ್ದೆ. ಎರಡು ನಿಮಿಷ ಬಿಟ್ಟು ಕತ್ತು ಎತ್ತಿ

ನೋಡಿದರೆ ರಮ್ಯಾ ಕಣ್ಮರೆಯಾಗಿದ್ದಳು. ಭಾವದಲ್ಲೂ ವಾಸ್ತವದಲ್ಲೂ ಶಾಶ್ವತವಾಗಿ ಮರೆಯಾಗಿದ್ದಳು.

ಟ್ರೈನಿಂಗ್ ಪಿರಿಯಡ್ ಅಲ್ಲಿದ್ದದ್ದರಿಂದ ಕಲಿಕೆಗೆ ಅವಕಾಶಗಳು ಹೆಚ್ಚಿತ್ತು. ಒಂದು ಒಳ್ಳೆಯ ಟೀಂಗೆ ನನ್ನನ್ನ ಸೇರಿಸಿದ್ದರಿಂದ ಕೆಲಸವೂ ಕ್ಲಿಷ್ಟಕರವೆನಿಸದೇ ಆಸಕ್ತಿದಾಯಕವಾಗಿತ್ತು. ಕೆಲಸಕ್ಕೆ ಎರಡು ತಿಂಗಳು ಕಳೆದಿತ್ತು. ಇಂದು ಅವಳ ಮದುವೆ!!. ಕೆಲಸದಲ್ಲಿ ಆಸಕ್ತಿ ಹುಟ್ಟಲಿಲ್ಲ. ಟೀಂ ಲೀಡರ್ ಗೆ ಹುಷಾರಿಲ್ಲವೆಂದು ನೆಪ ಹೇಳಿ ಬೇಗ ಎದ್ದು ನಡೆದೆ. ಪ್ರೀತಿಸಿದವಳ ಮದುವೆ. ಮನಸ್ಸು ಸಮಸ್ಥಿತಿಗೆ ಬರುತ್ತಿಲ್ಲ. ಹತಾಶೆಯ ಭಾವವೇ ಮನದ ತುಂಬಾ. ಮೋಸ ಮಾಡಿದ್ದಕ್ಕೆ ದ್ವೇಶ ತೀರಿಸಿಕೊಳ್ಳುವ ಉತ್ಸುಕತೆ ಕಾಡುತಿತ್ತು.ಆದರೂ ತಪ್ಪೆಂದು ಹೃದಯ ಹೇಳುತ್ತಿತ್ತು. ಕಣ್ಣಲ್ಲಿ ಸಣ್ಣದಾಗಿ ನೀರು. ಬಸ್ ಸ್ಟಾಪ್ ನಲ್ಲಿ ಜನರ ಗದ್ದಲ ಕಿವಿಗೆ ಬಿದ್ದು, ತಕ್ಷಣಕ್ಕೆ ಸಾವರಿಸಿಕೊಂಡೆ.ಯಾರೋ ಹಾರ್ನ್ ಮಾಡಿದ ಸದ್ದು ಕೇಳಿಸಿತು. ಈ ಬಾರಿಯೂ ಹೆಲ್ಮೆಟ್ ಧರಿಸಿದ್ದರೂ ಅದು ಅರ್ಪಿತ ಎಂದು ತಿಳಿದುಬಂತು. ಮರುಮಾತಿಲ್ಲದೇ ಅವಳ ಸ್ಕೂಟಿಯ ಹಿಂಬದಿ ಸೀಟಲ್ಲಿ ಕುಳಿತೆ. ಒಂದು ಸಿಗ್ನಲ್ ದಾಟಿದ ನಂತರ ಅವಳೇ ಮಾತು ಪ್ರಾರಂಭಿಸಿದಳು. " ವಿಷಯ ಗೊತ್ತಾಯ್ತು, ಸಾರಿ ಕಣೋ.. ಹಾಳಾದ್ದು ನನ್ನ ಬಾಯಿ ಸರಿ ಇಲ್ಲ. ಅವತ್ತು ನಿನ್ನ ಪ್ರೀತಿ ಬಗ್ಗೆ ಹುಚ್ಚಿ ಥರಾ ಮಾತಾಡ್ದೆ.. ಇವತ್ತು ಹೀಗೆ ಆಗೊಯ್ತು. ಥು ಏನೇನೋ ಮಾತಾಡ್ಬಿಡ್ತೀನಿ" ನೊಂದುಕೊಂಡಳು. "ಹ್ಹ ಹ್ಹ.. ಅವಳ ತೆವಲಿಗೆ ನೀನ್ಯಾಕ್ ಬೇಜಾರಾಗ್ತೀಯಾ ಬಿಡು. ನಂಗಂತೂ ಏನೂ ಬೇಜಾರಿಲ್ಲಪ್ಪ, ಆರಾಮಾಗಿದೀನಿ. ನಡೀ ಯಾವ್ದಾದ್ರು ಪಿಕ್ಚರ್ ಗೆ ಹೋಗಾಣ ಜೊತೆಗೆ ಕೆಲ್ಸ ಸಿಕ್ಕಿದ್ ಟ್ರೀಟ್ ಬಾಕಿ ಇದೆ ಅಂತ ದೆವ್ವದ ಥರಾ ಕಾಡ್ತಾ ಇರ್ತೀಯಾ.. ಅದನ್ನು ತೀರಿಸ್ಬಿಡ್ತೀನಿ." " ಜಾಸ್ತಿ ಡವ್ ಮಾಡ್ಬೇಡ.. ಬಸ್ ಸ್ಟಾಪ್ ಅಲ್ಲಿ ಅಳ್ತಾ ಕೂತಿದ್ದನ್ನ ನೊಡಿನೇ ಹಾರ್ನ್ ಮಾಡಿದ್ದು" ಅವಳ ಮಾತಿಗೆ ನಾಲಿಗೆ ಕಚ್ಚಿ ಸುಮ್ಮನಾದೆ." ಅನಿ, ತಲೆ ಕೆಡುಸ್ಕೋಬೇಡ ಅವಳಿಗೆ ಗೊತ್ತಿಲ್ಲ, ಸಣ್ಣ ಖುಶಿಗಳಲ್ಲೇ ಸಂಭ್ರಮ ಇರೋದು ಅಂತ" "ನಿಂಗೆ ಗೊತ್ತಾ?"ಪ್ರಶ್ನಿಸಿದೆ. "ಗೊತ್ತು.." ಅಷ್ಟನ್ನೇ ಹೇಳಿ ಸುಮ್ಮನಾದಳು."ನೀನು ಜೊತೆಯಾಗಿ ಇರ್ತೀಯಾ.. ಈ ಸಣ್ಣ ಖುಶಿಗಳಲ್ಲಿ? ಜೀವನದ ಸಂಭ್ರಮವನ್ನ ಸಮಾನಾಗಿ ಹಂಚಿಕೊಳ್ಳೋಣ ಏನಂತೀಯ?" ಹೇಳೋದನ್ನ ಹೇಳಿದ್ದೆ. ಆದ್ರೆ ಭಯ ಕಾಡಲು ಶುರುವಾಯಿತು. ಎಲ್ಲಿ ರಸ್ತೆ ಮಧ್ಯಯೇ ಗಾಡಿ ನಿಲ್ಲಿಸಿ ಕಪಾಳಕ್ಕೆ ಬಾರಿಸುತ್ತಾಳೋ ಎನ್ನುವ ಸಂಶಯ. ಆದರೆ ಏನೂ ಪ್ರತಿಕ್ರಿಯಿಸದೇ ಗಾಡಿ

ಓಡಿಸುತ್ತಿದ್ದಳು. ನನಗೂ ಭಯ ಹೋಗಿ ಕೊಂಚ ಧೈರ್ಯ ಬಂದದ್ದರಿಂದ ,"ನಿಂಗೆ ಇಷ್ಟ ಇಲ್ಲ ಅಂದ್ರೆ ಮುಂದೆ ಬರೋ ಸಿಗ್ನಲ್ ಅಲ್ಲಿ ಗಾಡಿ ನಿಲ್ಸು, ನಾನ್ ಬಸ್ ಅಲ್ಲಿ ಹೋಗ್ತೀನಿ. ಇಷ್ಟ ಇದ್ರೆ ಆ ಸಿಗ್ನಲ್ ನ ಬ್ರೇಕ್ ಮಾಡ್ಕೊಂಡು ಹೋಗು. "

"ಏನು? ತಲೆ ಕೆಟ್ಟಿದೀಯಾ?"

"ನಡೀಯೇ ಫೈನ್ ನಾನ್ ಕಟ್ತೀನಿ, ನಿಂಗಿಂತ ಏನು ಮುಖ್ಯ ಅಲ್ಲ. ಈ ಡಬ್ಬಾ ಸ್ಕೂಟಿಗೆ ಯಾವನೂ ಫೈನ್ ಹಾಕಲ್ಲ ನಡಿ." ಒಮ್ಮೆ ಹೊಟ್ಟೆಗೆ ಗುದ್ದಿದಳು. ನೋವನ್ನ ಸಾವರಿಸಿಕೊಂಡು, ಅವಳ ಮುಂದಿನ ನಡೆಯನ್ನ ನಿರೀಕ್ಷಿಸುತ್ತಿದ್ದೆ. ಸಿಗ್ನಲ್ ಬಂತು. ಗಾಡಿ ನಿಲ್ಲಿಸಿಬಿಟ್ಟಳು. ನಾನು ಬೇಸರಗೊಂಡು ಇಳಿಯುವವನಿದ್ದೆ. ತಕ್ಷಣಕ್ಕೆ ಮೈ ಮೇಲೆ ದೆವ್ವ ಬಂದೋರ ಹಾಗೆ ಗಾಡಿಯನ್ನ ಓಡಿಸಿ ಸಿಗ್ನಲ್ ಬ್ರೇಕ್ ಮಾಡಿದ್ದಳು. ಟ್ರಾಫಿಕ್ ಪೋಲಿಸ್ ಗಾಡಿಯ ನಂಬರ್ ಅನ್ನು ನೋಟ್ ಮಾಡಿದ್ದು ಗಮನಕ್ಕೆ ಬಂದರೂ ಇಬ್ಬರ ಸಂಭ್ರಮಕ್ಕೆ ಪಾರವೇ ಇರಲಿಲ್ಲ.

ರಮ್ಯ ನ್ಯೂಜೆರ್ಸಿಗೆ ಹಾರುವ ಸಿದ್ಧತೆಗಳನ್ನ ನಡೆಸಿದ್ದಳು. ಮಾರನೆಯ ದಿನವೇ ಫ್ಲೈಟ್. ಸಿದ್ದಾರ್ಥ್ ಮದುವೆಯಾದ ಕೂಡಲೇ ವಾಪಸ್ಸು ಹೋಗಿದ್ದ. ಇವಳೂ ವೀಸಾಗಾಗಿ ಒಂದು ತಿಂಗಳು ಕಾದು ಎಲ್ಲಾ ತಯಾರಿಯೊಂದಿಗೆ ಹೊರಡಲು ಸಿದ್ಧಳಾದಳು. ಅವಳ ಗಂಡ ಪ್ರೀತಿಯಿಂದ ಕೊಡಿಸಿದ ಐ- ಫೋನ್ ಗೆ ಅವನಿಂದಲೇ ಕಾಲ್ ಬಂದಿತ್ತು. ಕಾಲ್ ರಿಸೀವ್ ಮಾಡಿ ಇವಳೇ ಮಾತು ಶುರುಮಾಡಿದಳು."ನಾಳೆ ಬರ್ತಾ ಇದೀನಿ. ಆಮೇಲೆ ನಮ್ಮಿಬ್ಬರದೇ ಪುಟ್ಟ ಸಾಮ್ರಾಜ್ಯ. ನಮ್ಮ ಸಂತಸಕ್ಕೆ ಯಾರೂ ಅಡ್ಡಿ ಬರೋಲ್ಲ. ಏರ್ ಪೋರ್ಟ್ ಗೆ ಬಂದು ಪಿಕ್ ಮಾಡಿ ಆಯ್ತಾ.." ಖುಷಿಯಿಂದಲೇ ಇನ್ನು ಬಡಬಡಬಾಯಿಸುತ್ತಿದ್ದಳು. ಸಿದ್ದಾರ್ಥ್ ಅವಳನ್ನ ತಡೆದು," ಸ್ವಲ್ಪ ನಂಗೂ ಮಾತಾಡೊಕ್ಕೆ ಅವಕಾಶ ಕೊಡು. ಇಲ್ಲಿ ಕೆಲ್ಸ ಕಳೆದುಕೊಂಡಿರೋ ಟೆನ್ಷನ್ ಅಲ್ಲಿ ನಾನಿದ್ರೆ, ನೀನು ಕೂತ್ಕೊಂಡು ಕನಸ್ ಕಾಣ್ತಾ ಇದೀಯಾ? ೩ ತಿಂಗಳ ಸಂಬಳ ಕೊಟ್ಟು ವಾಪಸ್ಸು ಭಾರತಕ್ಕೆ ದಬ್ಬಿದಾರೆ ನನ್ನ. ಇನ್ನೊಂದ್ ವಾರದಲ್ಲಿ ನಾನೇ ಅಲ್ಲಿಗೆ ಬರ್ತಾ ಇದೀನಿ. ಸಾಧ್ಯ ಆದ್ರೆ ನೀನು ಒಂದ್ ಕೆಲ್ಸ ಹುಡುಕ್ಕೋ.. ನನ್ನ ಒಬ್ಬನಿಂದ ಬದುಕು ನಡೆಯಲ್ಲ. "ರಮ್ಯ ಸಣ್ಣ ಗೆ ನಡುಗಿದ್ದಳು. ಏನೂ ಹೇಳದೆ ರೂಮಿನ ಬಾಗಿಲು ಹಾಕಿಕೊಂಡಳು. ತಕ್ಷಣ ಅವಳ ಐ- ಫೋನ್ ಗೆ ಒಂದು ಫೇಸ್ಬುಕ್ ನೋಟಿಫಿಕೇಶನ್ ಮೆಸೇಜ್ ಬಂದು ಬಿತ್ತು. ಅನಿಲ್ ಎಂಗೇಜ್ಡ್ ಟು

ಅರ್ಪಿತ ಎಂದಿತ್ತು. ಅದನ್ನ ಓದಿ ಹತಾಷೆಯ ಭಾವದಲ್ಲಿ ತನ್ನ ೭೦ ಸಾವಿರ ಮೌಲ್ಯದ ಐ- ಫೋನ್ ಅನ್ನು ಮುಲಾಜಿಲ್ಲದೇ ನೆಲಕ್ಕೆ ಕುಕ್ಕಿದಳು. ತನ್ನ ಅಸ್ಮಿತೆಯನ್ನ ಕಳೆದುಕೊಂಡ ಭಾವ ಅವಳಲ್ಲಿ ನೆಲೆಯೂರಿತ್ತು.

ಠೇವಣಿ

ಸುರೇಶ ಹಾಲಿನಲ್ಲಿ ಕುಳಿತು ಟಿ.ವಿ ನೋಡುತ್ತಿದ್ದ.ಅಡಿಗೆ ಮನೆಯಲ್ಲಿದ್ದ ಅವನ ಹೆಂಡತಿ ಸುಮತಿ,"ಸಂಕೇತನನ್ನ ಹೊಸ ಸ್ಕೂಲಿಗೆ ಸೇರಿಸ್ಬೇಕು. ಅಡ್ಮಿಶನ್ ಗೆ ನಾಳಿದ್ದೇ ಕೊನೆ ದಿನ. ನೆನಪಿದೆ ತಾನೆ..?ಎಂದು ಸುರೇಶನನ್ನ ಕೇಳಿದಳು. "ಈಗಿರೋ ಸ್ಕೂಲ್ ಏನಾಗಿದೆ? ಇನ್ನೊಂದು ವರ್ಷ ಅಲ್ಲೇ ಓದ್ಲಿ ಬಿಡು". ಟಿವಿ ನೋಡುತ್ತಲೇ ಸುಮತಿಯ ಪ್ರಶ್ನೆಗೆ ಸುರೇಶ ಉತ್ತರಿಸಿದ. ಅಡಿಗೆ ಮನೆಯ ಕೆಲಸ ಅಲ್ಲಿಗೇ ನಿಲ್ಲಿಸಿ, ಸೀದಾ ಸುರೇಶನ ಬಳಿ ಬಂದ ಸುಮತಿ, ಮಗನಿಗೆ ಒಳ್ಳೆ ಭವಿಷ್ಯ ಕೊಡೋ ಯೋಚನೆ ಇದಿಯೋ ಇಲ್ವೋ ತಮಗೆ? ಈಗಿರೋ ಸ್ಕೂಲಲ್ಲಿ ಬರೀ ಪೋಲಿಗಳೇ ಜಾಸ್ತಿ. ನಿಮ್ಮ ಮಗನೂ ಅದೇ ಗುಂಪಿಗೆ ಸೇರಿದಾನೆ. ಹೀಗೇ ಬಿಟ್ರೆ ನಮ್ಮ ಸಂಕೇತ ಕೈ ತಪ್ಪಿ ಹೋಗೋದ್ರಲ್ಲಿ ಸಂದೇಹನೇ ಇಲ್ಲ, ನೆನಪಿರ್ಲಿ." "ಸ್ಕೂಲ್ ಅಡ್ಮಿಶನ್ ಗೆ ಹತ್ತು ಸಾವಿರನೋ , ಇಲ್ಲ ಇಪ್ಪತ್ತು ಸಾವಿರನೋ ಆಗಿದ್ರೆ ಎಲ್ಲಿಂದಲೋ ಸಾಲ ಮಾಡಿ ಹೊಂದುಸ್ಬೋದಿತ್ತು. ಅದ್ರೆ ಹೊಸ ಸ್ಕೂಲಿನೋರು ಕೇಳ್ತಾ ಇರೋದು ೨ ಲಕ್ಷ. ಎಲ್ಲಿಂದ ತರ್ಲಿ ಅಷ್ಟೊಂದು ಹಣನಾ? ನನ್ನ ಬಗ್ಗೆನೂ ಸ್ವಲ್ಪ ಯೋಚನೆ ಮಾಡು ಸುಮತಿ. ಮೊದಲಿನ ಹಾಗೆ ನಮ್ಮ ಮೇಡಿಕಲ್ ಶಾಪ್ ಚೆನಾಗಿ ನಡೀತಿಲ್ಲ" ಸುಮತಿ ಎದುರು ತನ್ನ ಬೇಸರವನ್ನ ವ್ಯಕ್ತಪಡಿಸಿ, ಸುರೇಶ ಹೊರನಡೆದ.

ಊಟದ ಸಮಯದಲ್ಲಿ ಮತ್ತೆ ಸುರೇಶನನ್ನ ಮಾತಿಗೆಳೆದಳು ಸುಮತಿ. "ಹಾಗಾದ್ರೆ ಈ ವರ್ಷ, ಸಂಕೇತನನ್ನ ಹೊಸ ಸ್ಕೂಲಿಗೆ ಸೇರಿಸೋದು ಬೇಡ್ವಾ?" ಊಟ ಮಾಡುತ್ತಿದ್ದವ ತುತ್ತನ್ನ ತಟ್ಟೆಯಲ್ಲೇ ಬಿಡುತ್ತಾ," ನನ್ನ ಮಗ ಒಳ್ಳೇ ಸ್ಕೂಲ್ ಗೆ ಹೋಗ್ಬೇಕು ಅನ್ನೋ ಆಸೆ ನಂಗೂ ಇದೇ ಕಣೇ. ಆದ್ರೆ ಇದ್ದಕ್ಕಿದ್ದ ಹಾಗೆ ಎರಡು ಲಕ್ಷ ಹೊಂದಿಸೋದು ನಂಗಂತು ಸಾಧ್ಯ ಇಲ್ಲ". "ನೀವು ತಪ್ಪು ತಿಳಿಯಲ್ಲ ಅಂದ್ರೆ ನಾನೊಂದು ಉಪಾಯ ಹೇಳ್ಲಾ?" ಕುತೂಹಲದಿಂದ ಸುರೇಶನನ್ನ ಪ್ರಶ್ನಿಸಿದಳು. "ಏನು..?" "ಹತ್ತು ವರ್ಷದ ಹಿಂದೆ.. ಅಂದ್ರೆ ನಾವು ಮದುವೆಯಾದ ಹೊಸತರಲ್ಲಿ ನೀವು ನಿಮ್ಮ ತಂದೆಯ ಹೆಸ್ರಲ್ಲಿ ಒಂದು ಲಕ್ಷ ಇಟ್ಟಿದ್ರಲ್ಲಾ? ಅದೇ.. ಸೀನಿಯರ್ ಸಿಟಿಜನ್ ಗೆ ಜಾಸ್ತಿ ಬಡ್ಡಿ ಸಿಗುತ್ತೆ ಅಂತ. ಅದು ಇವಾಗ ಬಡ್ಡಿ ಎಲ್ಲಾ ಸೇರಿದ್ರೆ ಸುಮಾರು ೨ ಲಕ್ಷ ಬಂದಿರತ್ತೆ." "ಇರ್ಬೋದು,

ಆದ್ರೆ ಅದು ಅಪ್ಪನ ಹೆಸ್ರಲ್ಲಿ ಇದೆ". "ಆದ್ರೆ ಆ ದುಡ್ಡು ನಿಮ್ದು" ಸುಮತಿ ಸಮಜಾಯಿಶಿ ನೀಡಿದಳು. "ನಾನಂತು ಕೇಳಲ್ಲ. ಅದು ಅಪ್ಪ ಮತ್ತು ಅಮ್ಮನಿಗೆ ಅಂತ ಇಟ್ಟಿರೋ ದುಡ್ಡು. ಅವರೇ ಉಪಯೋಗ ಮಾಡ್ಕೊಳ್ಳಿ."ಸುರೇಶ ಸಿಟ್ಟಲ್ಲೇ ಹೇಳಿ ಹೊರನಡೆದ. "ಉಪಯೋಗ ಮಾಡ್ಕೊಳ್ಳೊ ಹಾಗಿದ್ರೆ, ಇಷ್ಟೊತ್ತಿಗೇ ಮಾಡ್ಕೊಂಡ್ ಇರೋರು. ಎಫ್. ಡಿ ಸರ್ಟಿಫಿಕೇಟ್ ನಿಮ್ಮ ಬಳಿಯೇ ಇದೆ" ಸುರೇಶನನ್ನ ಹಿಂಬಾಲಿಸುತ್ತಲೇ ಮರು ಪ್ರಶ್ನಿಸಿದಳು ಸುಮತಿ. "ಇರ್ಬೋದು, ಆದ್ರೆ ಆ ದುಡ್ಡು ಅಪ್ಪ ಅಮ್ಮನಿಗೇ ಸೇರತ್ತೆ." ಸುರೇಶ ಸ್ಪಷ್ಟಪಡಿಸಿದ. ಮತ್ತೆ ಏನೋ ಹೇಳಲು ಮುಂದಾದ ಸುಮತಿಗೆ,"ಈ ವಿಚಾರದಲ್ಲಿ ಮಾತು ಅನಗತ್ಯ ಸುಮತಿ" ಎಂದು ಹೇಳಿ ಮೆಡಿಕಲ್ ಶಾಪ್ ಕಡೆ ನಡೆದ.

ಮೆಡಿಕಲ್ ಶಾಪಿನಲ್ಲಿ ಕೂತಾಗ ಸುಮತಿ ಹೇಳುವುದು ಸರಿ ಅನ್ನಿಸತೊಡಗಿತು. ಮನದಲ್ಲೇ ಪ್ರಶ್ನೆಗಳನ್ನ ಸೃಷ್ಟಿಸುತ್ತಾ.."ಹೌದು, ಹತ್ತು ವರ್ಷಗಳ ಹಿಂದೇನೆ ಹೇಳಿದ್ದೆ. ಇದು ನಿಮ್ಮ ದುಡ್ಡು ಯಾವಾಗಾದ್ರು ಉಪಯೋಗ ಮಾಡ್ಕೊಳ್ಳಿ ಅಂತ. "ಅಗತ್ಯ ಬಿದ್ದಾಗ ಕೇಳ್ತೀವಿ, ಈ ಸರ್ಟಿಫಿಕೇಟ್ ನಿನ್ನ ಹತ್ರನೇ ಇರ್ಲಿ, ನಮಗೆ ಜೋಪಾನ ಮಾಡೋದು ಕಷ್ಟ" ಎಂದು ಹೇಳಿ, ನಾನು ಕೊಟ್ಟ ಸರ್ಟಿಫಿಕೇಟ್ ಅನ್ನು ನನಗೆ ಹಿಂದಿರುಗಿಸಿದ್ದರು ಅಪ್ಪ. ಇದನ್ನೆಲ್ಲಾ ಯೋಚಿಸುತ್ತಿರುವಾಗಲೇ, ಸುಮತಿಯಿಂದ ಕರೆ ಬಂದಿತ್ತು. "ಹಲೋ, ನಾನು ಹೇಳೋದನ್ನ ಸಮಾಧಾನವಾಗಿ ಕೇಳಿ. ಈಗಿನ ಪರಿಸ್ಥಿತಿಯಲ್ಲಿ ಆ ಡೆಪಾಸಿಟ್ ಹಣವನ್ನ ಮುರಿಸದೆ ನಮಗೆ ಬೇರೆ ದಾರಿಯಿಲ್ಲ. ಅಡ್ಮಿಶನ್ ಗೆ ನಾಳಿದ್ದೆ ಕೊನೆ ದಿನ. ನಮ್ಮ ವ್ಯಾಪಾರ ವೃದ್ಧಿಯಾದಮೇಲೆ, ಮಾವನವರ ಹೆಸರಲ್ಲೇ ಎರಡಲ್ಲ ನಾಲ್ಕು ಲಕ್ಷ ಇಟ್ಟರಾಯಿತು. ಯೋಚನೆ ಮಾಡಿ, ತೋಚಿದ್ದನ್ನ ಹೇಳಿದೀನಿ." ಸುರೇಶನಿಗೂ ಸುಮತಿಯ ಮಾತು ಸರಿ ಅನ್ನಿಸಿತು. "ಆಯ್ತು, ಇವಾಗ್ಲೇ ಊರಿಗೆ ಹೊರಡ್ತೀನಿ" ಎಂದು ಹೇಳಿ ಕಾಲನ್ನು ಕಟ್ ಮಾಡಿದ. ಹಳ್ಳಿಗೆ ಬರುತ್ತಿರುವ ವಿಚಾರವನ್ನ ಮತ್ತು ಉದ್ದೇಶವನ್ನ ಅಪ್ಪನಿಗೆ ತಿಳಿಸಿ ಅಲ್ಲಿಂದ ಕಾಲ್ಕಿತ್ತ.

ಊರು ತಲುಪವಷ್ಟರಲ್ಲೇ ಕತ್ತಲಾಗಿತ್ತು. "ಇಲ್ಲಿಗೆ ಬಂದು ಸುಮಾರು ವರ್ಷಗಳೇ ಕಳೆದಿರಬೇಕು".ಸುರೇಶ ಮನದಲ್ಲೇ ಲೆಕ್ಕ ಹಾಕುತ್ತಿದ್ದ.ನಡೆದು ಮನೆಯ ಕಡೆಯ ಬರುತ್ತಿರುವಾಗ,ಆ ಮಬ್ಬು ಬೆಳಕಲ್ಲೇ ಮೊದಲು ತಮ್ಮದಾಗಿದ್ದ, ಈಗ ಸಿದ್ದಲಿಂಗೇಗೌಡರ ಹೆಸರಲ್ಲಿರುವ ೧ ಎಕರೆ ಜಮೀನು ಕಾಣತೊಡಗಿತು.ನೆನಪಿನ ಸುರಳಿ ತೆರೆಯುತ್ತಾ ಹೋಯಿತು ಸುರೇಶನಿಗೆ.

ಸುರೇಶ ಮನದಲ್ಲೇ, "ನನಗಾಗ ಸುಮಾರು ಹನ್ನೊಂದು ವರ್ಷ ವಯಸ್ಸಿದ್ದಿರಬಹುದು. ಎಂದಿನಂತೆ ಶಾಲೆ ಮುಗಿಸಿ ಮನೆಗೆ ತಲುಪುವ ಆತುರ.ಮಳೆಗಾಲದ ತೀವ್ರತೆ ಬೇರೆ!!. ಎಲ್ಲೆಲ್ಲೂ ಪಾಚಿ, ಕೆಸರು. ಹುಡುಗಾಟದ ವಯಸ್ಸು. ಶಾಲೆಯ ಬಳಿ ಇದ್ದ ದೊಡ್ಡ ಗೋಡೆಯ ಮೇಲೆ ಹತ್ತಿ, ಅದಕ್ಕೆ ಅಂಟಿಕೊಂಡಿದ್ದ ಸಣ್ಣ ಗುಡ್ಡವನ್ನ ಹತ್ತಿ ಮನೆಗೆ ಸೇರುವ ಮಜವೇ ಬೇರೆ. ಹಾಗೆ ಅಂದು ಕೂಡ ಗೋಡೆಯನ್ನ ಹತ್ತಿ ಹೋಗುತ್ತಿದ್ದಾಗ, ಅಲ್ಲೇ ಬೆಳೆದಿದ್ದ ಪಾಚಿಯ ರಾಶಿಯ ಮೇಲೆ ಕಾಲಿಟ್ಟೆ. ಕಾಲು ಜಾರಿ ಕೆಳಗೆ ಬಿದ್ದೆ. ಕೆಳಗಿದ್ದ ಕಲ್ಲಿನ ಚೂರು ಸೀದಾ ತಲೆಗೆ ಬಡಿದು, ಪ್ರಜ್ಞೆ ಕಳೆದುಕೊಂಡಿದ್ದ ನೆನಪಷ್ಟೆ.ನಾನು ಓದುವ ಸರ್ಕಾರಿ ಶಾಲೆಯಲ್ಲಿಯೇ ಮೇಷ್ಟ್ರಾಗಿದ್ದ ಅಪ್ಪನಿಗೆ ವಿಷಯ ತಿಳಿದು ಆಸ್ಪತ್ರೆಗೆ ದಾಖಲಿಸಿದ್ದರು. ಪ್ರಯೋಜನವಾಗಲಿಲ್ಲ. ಏನೇ ಮಾಡಿದರು ಅಂದು ನನಗೆ ಎಚ್ಚರವಾಗಲಿಲ್ಲ. ತಲೆಗೆ ಬಡಿದ ಕಲ್ಲಿನ ಚೂರನ್ನು ತೆಗೆಯಬೇಕೆಂದು ಬೆಂಗಳೂರಿನ ವೈದ್ಯರು ಹೇಳಿದಮೇಲೆ, ಒಂದು ಕ್ಷಣವೂ ಯೋಚಿಸದೆ ಅಮ್ಮ ತನ್ನ ಬಂಗಾರವನ್ನೆಲ್ಲಾ ಅಡ ಇಟ್ಟರು. ಇದ್ದ ೧ ಎಕರೆ ಜಮೀನನ್ನೂ ಸಿದ್ದಲಿಂಗೇಗೌಡರ ಹೆಸರಿಗೆ ಬರೆದು, ಆಪರೇಷನ್ ಗೆ ಹಣವನ್ನ ಹೊಂದಿಸಿದ್ದರು ಅಪ್ಪ. ಇದನ್ನೆಲ್ಲಾ ನೆನೆಯುತ್ತಿರುವಾಗಲೇ ಮನೆ ಬಂದಿತ್ತು.

ಮನೆಗೆ ಸುಣ್ಣ ಬಣ್ಣ ಕಾಣದೇ ಎಷ್ಟೋ ವರ್ಷಗಳೇ ಕಳೆದಂತಿತ್ತು. ಮನೆಯಲ್ಲಿ ಯಾರೂ ಇದ್ದಂತಿರಲಿಲ್ಲ.ಒಂದು ಅರ್ಧ ತಾಸು ಕಳೆದ ನಂತರ ಸುರೇಶನ ತಂದೆ ಗುರುಮೂರ್ತಿಗಳು ಬಂದರು."ಯಾವಾಗ್ ಬಂದ್ಯೋ..? ಫೋನ್ ಆದ್ರು ಮಾಡೋದಲ್ವ? ಸುಮ್ಮನೆ ಕಾಯೋ ಬದ್ಲು." ಮನೆಯ ಬಾಗಿಲ ಬೀಗ ತೆಗೆಯುತ್ತಾ ಸುರೇಶನಿಗೆ ಕೇಳಿದರು. ಮನೆಯ ಒಳಗೆ ಬಂದ ನಂತರ ಸುರೇಶ, ತಂದೆಗೆ ಎಲ್ಲವನ್ನೂ ವರದಿ ಒಪ್ಪಿಸಿದ. ಗುರುಮೂರ್ತಿಗಳು ಕ್ಷಣ ಹೊತ್ತು ಸುಮ್ಮನಿದ್ದು, "ಸರಿ, ಇವಾಗ ಊಟ ಮಾಡಿ ಮಲಗು. ನಾಳೆ ಬೆಳಗ್ಗೆ ಬ್ಯಾಂಕಿಗೆ ಹೋಗೋಣ" ಎಂದು ಅಲ್ಲಿಂದ ಎದ್ದರು. "ಅಮ್ಮ ಎಲ್ಲಿ ಕಾಣ್ತಿಲ್ಲ?" ಸುರೇಶ ಕುತೂಹಲದಿಂದ ಕೇಳಿದ. "ನಿನ್ನ ಚಿಕ್ಕಮ್ಮನ ಮನೆ ಶಿವಮೊಗ್ಗಕ್ಕೆ ಹೋಗಿದಾಳೆ. ನಾನು ಇವಾಗ ಅಲ್ಲಿಂದನೇ ಬಂದೆ. ನಿನ್ ಚಿಕ್ಕಮ್ಮನೂ ಕರೀತಿದ್ಲು, ಹಾಗಾಗಿ ಹೊಗಿದ್ವಿ. ನಿನ್ನಮ್ಮ ಇನ್ನು ಒಂದು ವಾರ ಅಲ್ಲೇ ಇರ್ತಾಳೆ ಇರ್ಬೇಕು"ಎಂದು ಮಾತು ಮುಗಿಸಿದರು.

ಮಾರನೇ ದಿನ ಇಬ್ಬರೂ ಬ್ಯಾಂಕಿಗೆ ಹೊರಟರು. ಎರಡು ದಿನ ರಜೆ ಇದ್ದ ಕಾರಣ, ಅಂದು ಬ್ಯಾಂಕಿನಲ್ಲಿ ಜನಜಂಗುಳಿ ಜಾಸ್ತಿ ಇದ್ದಂತಿತ್ತು.

ಗುರುಮೂರ್ತಿಗಳು ಬ್ಯಾಂಕ್ ಮ್ಯಾನೇಜರ್ ಬಳಿ ಹೋಗಿ, ಸುರೇಶ ಕೊಟ್ಟ ಸರ್ಟಿಫಿಕೇಟನ್ನು ನೀಡಿದರು.ಮ್ಯಾನೇಜರ್ ಗುರುಮೂರ್ತಿಗಳ ಸಹಿ ತೆಗೆದುಕೊಂಡು, "ಹಣವನ್ನ ನಿಮ್ಮ ಉಳಿತಾಯ ಖಾತೆಗೆ ಜಮಾ ಮಾಡಿದೀವಿ. ಹಣ ತೆಗೆಯೋ ಸ್ಲಿಪ್ ತುಂಬಿ ಕ್ಯಾಶ್ ಕೌಂಟರ್ ಗೆ ಕೊಡಿ, ನಿಮ್ಮ ಹಣ ಕೊಡ್ತಾರೆ" ಎಂದರು. ಸುರೇಶನಿಗೆ ಅಲ್ಲೇ ಇರೋದಕ್ಕೆ ಹೇಳಿ, ಗುರುಮೂರ್ತಿಗಳು ಸಾಲಿನಲ್ಲಿ ನಿಂತರು. ತೀರಾ ಜನಜಂಗುಳಿ ಇದ್ದ ಕಾರಣ, ಸುರೇಶನಿಗೆ ಅಲ್ಲೇ ಕೂರುವ ಮನಸ್ಸಾಗಲಿಲ್ಲ. "ಹೊರಗಡೆ ಸ್ವಲ್ಪ ತಿರುಗಾಡಿಕೊಂಡು ಬರ್ತೀನಿ, ನಿನ್ನ ಕೆಲ್ಸ ಮುಗಿದಮೇಲೆ ಕಾಲ್ ಮಾಡು" ಎಂದು ಅಪ್ಪನಿಗೆ ಹೇಳಿ ಸುರೇಶ ಹೊರಟ.

ಒಂದರ್ಧತಾಸು ತಿರುಗಾಡಿಕೊಂಡು ಬಂದರೂ ಅಪ್ಪನ ಕರೆ ಬರದಿದ್ದಾಗ ಸುರೇಶನೇ ಪುನ: ಬ್ಯಾಂಕಿನೆಡೆಗೆ ನಡೆದ. ಅಲ್ಲಿ ಗುರುಮೂರ್ತಿಗಳು ಇದ್ದಂತಿರಲಿಲ್ಲ. ತಕ್ಷಣ ಮ್ಯಾನೇಜರ್ ಇದ್ದ ಛೇಂಬರ್ ಗೆ ಹೋಗಿ ಅಪ್ಪನ ಬಗ್ಗೆ ವಿಚಾರಿಸಿದಾಗ, ಮ್ಯಾನೇಜರ್ ಸುರೇಶನಿಗೆ ಒಂದು ಪತ್ರವನ್ನ ಕೈಗಿತ್ತರು. " ನಿಮ್ಮ ತಂದೆ ಇದನ್ನ ನಿಮಗೆ ಕೊಡೋದಕ್ಕೆ ಹೇಳಿದ್ರು. ಸುರೇಶ ಪತ್ರವನ್ನ ಅಲ್ಲೇ ತೆಗೆಯದೇ, ಜನಜಂಗುಳಿ ಅಷ್ಟಾಗಿ,ಇರದ ಊರಿನ ಬಸ್ ನಿಲ್ದಾಣಕ್ಕೆ ಬಂದು ಗಾಬರಿಯಿಂದ ಪತ್ರವನ್ನ ಓದತೊಡಗಿದ.

"ಪ್ರೀತಿಯ ಮಗ ಸುರೇಶನಿಗೆ,

ಈ ಪತ್ರವನ್ನ ಆರಂಭಿಸುವ ಮುನ್ನ, ನಿನ್ನಲ್ಲಿ ಮನ:ಪೂರ್ವಕವಾಗಿ ಕ್ಷಮೆ ಬೇಡುತ್ತೇನೆ. ನಿನ್ನ ತಾಯಿಗೆ ಗರ್ಭಕೋಶದಲ್ಲಿ ಗಡ್ಡೆ ಬೆಳೆದಿದೆಯಂತೆ. ತಕ್ಷಣ ಆಪರೇಶನ್ ಮಾಡದಿದ್ರೆ ಜೀವಕ್ಕೆ ಅಪಾಯ ಅಂತ ಶಿವಮೊಗ್ಗದ ಡಾಕ್ಟ್ರು ಹೇಳಿದ್ರು. ಆಪರೇಶನ್ ಗೆ ಸುಮಾರು ಎರಡು ಲಕ್ಷ ಆಗತ್ತೆ ಅಂದ್ರು. ಇವತ್ತೇ ಆಪರೇಶನ್. ಅಷ್ಟು ದುಡ್ಡನ್ನ ಎಲ್ಲಿಂದ ತರೋದು? ಸಾಲ ಆದ್ರು ಮಾಡೋಣ ಅಂದ್ರೆ ನನಗೆ ಬರೋ ಪೆನ್ಶನ್ ದುಡ್ಡಲ್ಲಿ ಸಾಲ ತೀರಿಸೋದು ದೂರದ ಮಾತು. ನಿನಗೆ ಈ ವಿಚಾರ ತಿಳಿಸಬೇಕೆಂದಿದ್ದೆ ಆದರೆ ನಿನ್ನ ವ್ಯಾಪಾರನೂ ಸರಿಯಾಗಿ ನಡೀತಿಲ್ಲ ಅಂತ ಗೊತ್ತಾಯ್ತು. ನಿನ್ನ ಚಿಕ್ಕಮ್ಮನೇ ಕೊಡ್ತೀನಿ ಅಂದಿದ್ದಳು. ಅಷ್ಟರಲ್ಲಿ ನಿನ್ನ ಕರೆ ಬಂತು. ನನ್ನ ಹೆಸರಲ್ಲಿ ನೀನು ಡೆಪಾಸಿಟ್ ಇಟ್ಟ ವಿಚಾರ ಅಂದೇ ನೆನಪಾದದ್ದು. ನೆಂಟರ ಬಳಿ ದುಡ್ಡು ತೆಗೆದುಕೊಳ್ಳುವುದಕ್ಕಿಂತ, ಸ್ವಂತ ಮಗನ ಬಳಿ ದುಡ್ಡು ಕೇಳೋದು ಸ್ವಾಭಿಮಾನಕ್ಕೆ ಅಷ್ಟಾಗಿ ಧಕ್ಕೆ ಬರುವುದಿಲ್ಲ

ಅನ್ನಿಸಿತು. ಆದರೆ ನೀನು ಸಂಕೇತನನ್ನ ಹೊಸ ಶಾಲೆಗೆ ಸೇರಿಸುವ ವಿಷಯವನ್ನ ಪ್ರಸ್ತಾಪಿಸಿದ್ದೆ. ದಯವಿಟ್ಟು ಕ್ಷಮಿಸು, ನಿನ್ನ ಮಗನನ್ನ ಹೊಸ ಶಾಲೆಗೆ ಸೇರಿಸೋದು ನಿನಗೆ ಅಗತ್ಯ. ಆದರೆ, ೩೦ ವರ್ಷ ನನ್ನ ಜೊತೆ ಕಷ್ಟ ಸುಖಗಳಲ್ಲಿ ಭಾಗಿಯಾದವಳನ್ನ ಉಳಿಸಿಕೊಳ್ಳುವುದು ನನಗೆ ಅನಿವಾರ್ಯ ಮತ್ತು ಕರ್ತವ್ಯ. ಹಿಂದೆ ನಿನ್ನನ್ನ ಉಳಿಸಿಕೊಳ್ಳುವಾಗ ಏನೂ ಯೋಚಿಸದೆ, ಇದ್ದ ೧ ಎಕರೆ ಜಮೀನು ಮಾರಿದ್ದೆನೋ. ಹಾಗೆಯೇ ನನ್ನವಳನ್ನ ಉಳಿಸಿಕೊಳ್ಳುವುದಕ್ಕೆ ಏನೂ ಯೋಚಿಸದೆ ಈ ನಿರ್ಧಾರಕ್ಕೆ ಬಂದಿದ್ದೇನೆ. ಮತ್ತೊಮ್ಮೆ ಮನ:ಪೂರ್ವಕವಾಗಿ ಕ್ಷಮೆಯಾಚಿಸುತ್ತಾ..

ನಿನ್ನ ಅಪ್ಪ.

ಪತ್ರ ಓದಿದ ನಂತರ ಸುರೇಶನ ಮನಸ್ಸು ಗೊಂದಲಮಯವಾಗಿತ್ತು. ಅದೇ ಸಮಯಕ್ಕೆ ಸುಮತಿಯ ಕರೆ ಬಂದಿತ್ತು. " ಏನಾಯ್ತು ರೀ.. ದುಡ್ಡು ಸಿಕ್ತಾ?" ಕುತೂಹಲದಿಂದ ಸುರೇಶನನ್ನ ಕೇಳಿದಳು. ತಕ್ಷಣಕ್ಕೆ ಸುರೇಶ ಏನೂ ಪ್ರತಿಕ್ರಿಯೆ ನೀಡಲಿಲ್ಲ. ಸುಮತಿ ಮತ್ತೊಮ್ಮೆ " ಹಲೋ .. ಹಲೋ.. ರೀ ಬೆಂಗ್ಳೂರ್ ಹತ್ರ ಇದೀರಾ? ನಾನಿವಾಗ ಸಂಕೇತನನ್ನ ಕರೆದುಕೊಂಡು ಹೊಸ ಸ್ಕೂಲ್ ಬಳಿ ಬರ್ಲಾ? ನೀವು ಅಲ್ಲಿಗೇ ಬರ್ತೀರಾ..?" " ನಿನ್ನ ಮಗ ತೆಗೆಯೋ ಮಾರ್ಕ್ಸ್ ಗೆ, ಇವಾಗಿರೋ ಸ್ಕೂಲೇ ಸಾಕು. ನಾನು ಊರಿಗೆ ಬರೋದು ಎರಡು ದಿನ ತಡ ಆಗತ್ತೆ." ಎಂದು ಹೇಳಿ ಕಾಲ್ ಕಟ್ ಮಾಡಿದ. "ಶಿಮೊಗಾ.. ಶಿಮೊಗಾ.. ಶಿಮೊಗಾ" ಎನ್ನುವ ಕಂಡಕ್ಟರ್ ಧ್ವನಿ ಕೇಳುತ್ತಿದ್ದಂತೆ ಮರು ಯೋಚಿಸದೇ ಶಿವಮೊಗ್ಗ ಬಸ್ಸನ್ನ ಹತ್ತಿ ಕುಳಿತ.

ರಾಮಣ್ಣನ ಹೋಟ್ಲು

ಶಿವಮೊಗ್ಗ ತಾಲೂಕು ಕುಂಸಿಯ ಬಳಿ ಇರುವ ಒಂದು ಸಣ್ಣ ಗ್ರಾಮ ಚೋರಡಿ.ಆಚೆ ಈಚೆ ದಟ್ಟವಾದ ಕಾಡು.ಅಂದು ಮಂಗಳವಾರ. ಆ ಊರಿನಲ್ಲಿ ಸಂತೆ. ಬೆಳಗ್ಗೆ ಲರಿಂದಲೇ ಜನ ಸಂದಣಿ ಹೆಚ್ಚುವ ಕಾರಣ, ರಾಮಣ್ಣನ ಹೋಟ್ಲು ಬೆಳಿಗಿನ ಜಾವ ೫ರಿಂದಲೇ ತನ್ನ ಕೆಲಸವನ್ನ ಶುರು ಮಾಡಿತ್ತು. ಸಂತೆಗೆ ಬಂದವರು ಆ ಹೋಟೆಲ್ಲಿನಲ್ಲಿ ಅರ್ಧ ಕಾಫಿಯಾನ್ನಾದರೂ ಕುಡಿದು ಹೋಗುತ್ತಿದ್ದರು. ಬಹಳಷ್ಟು ಜನರ ಊಟ ತಿಂಡಿ ಅಲ್ಲೇ ಜರುಗುತ್ತಿತ್ತು. ಹಾಗಾಗಿ ಆ ಹೋಟೆಲ್ಲಿನ ಅಡಿಗೆ ಭಟ್ಟ ಮಂಜ ಮತ್ತು ಆತನ ಶಿಷ್ಯ ಸಿದ್ದ ತಮ್ಮ ಕೆಲಸಗಳನ್ನ ಲಘು ಬಗೆ ಯಿಂದ ಸಾಗಿಸುತ್ತಿದ್ದರು. ಮಂಜು ಈರುಳ್ಳಿ ಹೆಚ್ಚುತ್ತಾ ಗಲ್ಲಾಪೆಟ್ಟಿಗೆಯನ್ನ ಆಗೊಮ್ಮೆ ಈಗೊಮ್ಮೆ ನೋಡುತ್ತಿದ್ದ. ಅರ್ಧ ಗಂಟೆಯ ಬಳಿಕ ರಾಮಣ್ಣ ಬಂದು ಗಲ್ಲಾಪೆಟ್ಟಿಗೆಯಲ್ಲಿ ಕುಳಿತರು. ಈರುಳ್ಳಿ ಹೆಚ್ಚುವುದನ್ನು ಅಲ್ಲಿಗೇ ನಿಲ್ಲಿಸಿ, ಕುದಿಯುತ್ತಿದ್ದ ಹಾಲಿಗೆ ಕಾಫಿ ಬೆರಸಿ ರಾಮಣ್ಣನಿಗೆ ನೀಡಿದ. ಕಾಫಿ ಹೀರುತ್ತಾ ಅವರು ಆ ದಿನದ ಪತ್ರಿಕೆಯ ಮೇಲೆ ಕಣ್ಣಾಡಿಸುತ್ತಿದ್ದರು.ಮಂಜು ಇನ್ನೂ ಅಲ್ಲೇ ನಿಂತಿದ್ದ. ಅದನ್ನ ಗಮನಿಸಿದ ರಾಮಣ್ಣ, "ಏನು..?" ಎನ್ನುವ ಮುಖಭಾವದಲ್ಲಿ ಅವನನ್ನ ನೋಡಿದರು. ಮಂಜು,"ನಾಳೆ .. ದೀಪಾವಳಿ ಹಬ್ಬ" ಎಂದು ರಾಗ ಎಳೆದ."ಹು ಗೊತ್ತು ಅದಿಕ್ಕೆ ನಾಳೆಯಿಂದ ೩ದಿನ ಹೋಟ್ಲು ರಜ.ಇನ್ನೇನು." "ಅದಲ್ಲ..ಅಮ್ಮ ಹಾಗು ತಂಗಿಗೆ ಹೊಸ ಬಟ್ಟೆ ಅಂತ ಕೊಡ್ಸಿ ಮೂರು ವರ್ಷಗಳೇ ಆಗೋಯ್ತು. ಅವರು ಪಾಪ ಕೇಳಲ್ಲ.. ಆದ್ರೆ ಆಸೆ ಅಂತೂ ಇರತ್ತಲ್ಲ." ಮತ್ತೆ ರಾಗ ಎಳೆದ. "ಮಂಜು ಹೋದ ಸಲನೂ ಹೀಗೆ ಏನೋ ಹೇಳಿ ದುಡ್ಡು ತಗೊಂಡೆ?" ರಾಮಣ್ಣ ಕೇಳಿದರು. ಮಂಜು ಪೆದ್ದ ನಗೆ ಬೀರಿ ಅಲ್ಲೇ ನಿಂತಿದ್ದ."ಜನ ಬರೋ ಹೊತ್ತಾಯ್ತು.. ಸಂಜೆ ಮಾತಾಡಾಣ" ಅವನ ಕೈಗೆ ಕುಡಿದ ಕಾಫಿ ಲೋಟ ನೀಡಿ ಪೇಪರ್ ಓದಲು ಮುಂದುವರೆಸಿದರು.

ಹೋಟೆಲ್ ನಲ್ಲಿ ಜನ ಸಂದಣಿ ಕ್ರಮೇಣ ಹೆಚ್ಚಾಗತೊಡಗಿತು.ಮಂಜು ಬಿಡುವಿಲ್ಲದ ಕೆಲಸದಲ್ಲಿ ಮಗ್ನನಾದ.ಒಂದೇ ಸಮನೇ ಆರ್ಡರ್ ಬರುತ್ತಿದ್ದರೂ ಸ್ವಲ್ಪವೂ ಸಿಟ್ಟಾಗದೇ ಸರಿಯಾದ ಸಮಯಕ್ಕೆ ಸಪ್ಲಯರ್ ಬಳಿ ತಿಂಡಿಗಳನ್ನ ಮಂಜು ಮತ್ತು ಅವನ ಸಹಾಯಕ ನೀಡುತ್ತಿದ್ದರು. ಸರಿಸುಮಾರು ಬೆಳಿಗ್ಗೆ

ಲ.ಇಂಕ್ಕೆ ಆ ಹೋಟೆಲ್ಲಿಗೆ ಒಬ್ಬ ವ್ಯಕ್ತಿ ಬಂದು ಕೂತ.ಕರಿ ಕೋಟು, ಅವನಷ್ಟೇ ಉದ್ದದ ಒಂದು ಊರುಗೋಲು ಮತ್ತು ಒಂದು ಹಸಿರು ಚೀಲವನ್ನ ತನ್ನ ಹೆಗಲಿಗೆ ನೇತುಹಾಕಿಕೊಂಡಿದ್ದ.ಅರವತ್ತೈದು ಅಥವಾ ಎಪ್ಪತ್ತರ ವಯಸ್ಸಿನ ಆಸುಪಾಸಿನ ವ್ಯಕ್ತಿ.ಬಂದು ಕುಳಿತವನೇ ಸಪ್ಲಯರ್ ಕೃಷ್ಣನ ಕರೆದು ಒಂದು ಮಸಾಲ್ ದೋಸೆ ತರುವಂತೆ ಹೇಳಿದ. ಇದನ್ನ ಕೇಳಿಸಿಕೊಂಡ ಮಂಜು ಅಡುಗೆಮನೆಯಿಂದಲೇ "ದೋಸೆ ಸ್ವಲ್ಪ ಲೇಟ್ ಆಗತ್ತೆ" ಎಂದು ಕೂಗಿದ. ಕೃಷ್ಣ ಕೂಡ ಆ ವ್ಯಕ್ತಿಗೆ ಅದನ್ನೇ ಉತ್ತರಿಸಿದ.ಆ ವ್ಯಕ್ತಿ ಒಮ್ಮೆ ನಕ್ಕು," ಸರಿ ಕಾಯೋಣ. ಸದ್ಯಕ್ಕೆ ಒಂದು ಪ್ಲೇಟ್ ಇಡ್ಲಿ ವಡೆ ಆದ್ರು ತಗೊಂಡು ಬಾ." ಎಂದು ಹೇಳಿದ.ಮಂಜುವಿನ ಕಿವಿ ಸ್ವಲ್ಪ ನೆಟ್ಟಗಾಯಿತು. ಈ ಕೀರಲು ಧ್ವನಿಯನ್ನ ಎಲ್ಲೋ ಕೇಳಿದ ನೆನಪು.ನೆನಪು ಸ್ಪಷ್ಟವಾಗಲಿಲ್ಲ.ಆತನನ್ನ ಒಮ್ಮೆ ನೋಡಬೇಕೆನಿಸಿತು. ಸಿದ್ದನಿಗೆ ಕಾವಲಿ ಕಾದಿದ ತಕ್ಷಣ ತಿಳಿಸುವಂತೆ ಹೇಳಿ ಅಡುಗೆಮನೆಯ ಆಚೆ ಬಂದ. ಈಗ ಅವನ ಮುಖ ಸ್ಪಷ್ಟವಾಗಿ ಕಾಣತೊಡಗಿತು,ತಾನು ಇಷ್ಟು ದಿನ ಚಾತಕ ಪಕ್ಷಿಯಂತೆ ಕಾದ ವ್ಯಕ್ತಿ, ಇಂದು ತನ್ನ ಕಣ್ಣ ಎದುರಿಗೇ ಬಂದು ತಾನು ಮಾಡಿದ ತಿಂಡಿಯನ್ನೇ ಮೆಲ್ಲುತ್ತಿದ್ದ.

ನಮ್ಮ ಇಂದಿನ ಸ್ಥಿತಿಗೆ ಕಾರಣನಾದ ಉಗ್ರಪ್ಪ ಇಪ್ಪತ್ತು ವರ್ಷದ ಹಿಂದೆ ಊರು ಬಿಟ್ಟು ಪುನ: ಅದೇ ಊರಿಗೇ ಬಂದಿದ್ದ. ಹೌದು.. ಉಗ್ರಪ್ಪನೇ.!! ಮಂಜನಿಗೆ ಅವನ ಮುಖ ಸ್ಪಷ್ಟವಾಯಿತು. ಒಮ್ಮೆಲೇ ರೋಷ ಉಕ್ಕಿ ಬಂತು.ವಯಸ್ಸಾಗಿದ್ದರಿಂದ ಯಾರೂ ಅವನನ್ನ ಗುರುತಿಸಲಿಲ್ಲ. ಆದರೆ ಮಂಜನಿಗೆ ಮಾತ್ರ ಆ ಮುಖ ಸ್ಪಷ್ಟವಾಗಿ ನೆನಪಿದ್ದಿತು. ಈತ ನಮ್ಮ ಊರಿನವ ಅಲ್ಲ. ದಿಕ್ಕು ದೆಸೆ ಇಲ್ಲದವ. ಇಸ್ಪೀಟು ಆಟವೊಂದೇ ಇವನ ಬಂಡವಾಳ. ದುಡಿದು ತಿನ್ನುವ ಒಂದಷ್ಟು ಜನರಿಗೆ ಆಟದ ಗೀಳು ಹತ್ತಿಸಿ, ಅದರಲ್ಲಿ ಗೆದ್ದು ತನ್ನ ಬೇಳೆ ಬೇಯಿಸಿಕೊಳ್ಳುವುದು ಇವನ ಕಸುಬು. ಅಪ್ಪನೂ ಇದಕ್ಕೇ ಬಲಿಯಾದ.ತೋಟದ ಕೆಲಸ ಮುಗಿಸಿ ಆರು ಗಂಟೆಗೆ ಮನೆ ಸೇರುತ್ತಿದ್ದವ ಇವನ ಸಂಗದಿಂದ ಹತ್ತಾದರೂ ಮನೆಗೆ ಕಾಲಿಡುತ್ತಿರಲಿಲ್ಲ. ಮೊದಲು ಅನುಮಾನ ಬರದಿದ್ದರೂ ಮನೆಯಲ್ಲಿರುವ ಪಾತ್ರೆ, ಅಮ್ಮ ಡಬ್ಬಿಯಲ್ಲಿ ಕೂಡಿಡುತ್ತಿದ್ದ ದುಡ್ಡು ಕರಗುತ್ತಾ ಬಂದಾಗ ಅಪ್ಪನ ಬಂಡವಾಳ ಬಯಲಾಯಿತು. ಅಮ್ಮ ಕೂಗಾಡಿ, ಕಿರುಚಾಡಿ, ಅತ್ತೂ ಕರೆದಮೇಲೆ ಸ್ವಲ್ಪ ದಿನ ಈ ಮನೆಹಾಳನ ಬಳಿಗೆ ಹೋಗುವುದು ಕಮ್ಮಿಯಾಯಿತು. ಆದರೆ ಒಮ್ಮೆ ಆಟದ ಗೀಳು ಹತ್ತಿಸಿಕೊಂಡವನಿಗೆ ಅದನ್ನ ಬಿಡುವುದು ಅಷ್ಟು ಸುಲಭದ ಕೆಲಸವಲ್ಲ. ಅಪ್ಪ ಸಂಪೂರ್ಣವಾಗಿ ಬದಲಾದ.ಅವನಿಂದ ಮನೆಗೆ ಕಾಸು ಬರುವುದು

ನಿಂತಾಗಿತ್ತು.ಆಟದಲ್ಲಿ, ಬರೀ ಸೋತಿದ್ದರೆ ಅಪ್ಪನನ್ನ ಸರಿದಾರಿಗೆ ತರುವುದು ಕಷ್ಟವಾಗುತ್ತಿರಲಿಲ್ಲ. ಆದರೆ ಒಮ್ಮೆ ಗೆಲ್ಲುವುದು ಸೋಲುವುದು ನಡೆಯುತ್ತಿದ್ದರಿಂದ ಅಪ್ಪನನ್ನ ತಡೆಯುವುದು ಕಷ್ಟವಾಗುತ್ತಾ ಹೋಯಿತು. ಕುಡಿತದ ಅಮಲು ಕೂಡ ಅಪ್ಪನ ಜೊತೆಯಾಯಿತು.ಊರ ತುಂಬಾ ಸಾಲಗಳಾದವು.ಆ ದಿನ ಇನ್ನೂ ನೆನಪಿದೆ. ಅಡಿಕೆ ಮಾರಿ ಬಂದ ದುಡ್ಡಲ್ಲಿ ಸಾಲ ತೀರಿಸುವ ಜವಾಬ್ದಾರಿ ಅಪ್ಪನದ್ದಾಗಿತ್ತು. ಅವನಿಗೂ ತಾನು ಸರಿ ದಾರಿಯಲ್ಲಿಲ್ಲ ಅನ್ನುವುದು ಸ್ಪಷ್ಟವಾಗಿತ್ತು. ಅಡಿಕೆ ಮಾರಿದ್ದ ದುಡ್ಡು ಅವನ ಜೇಬು ಸೇರಿತ್ತು. ಅಂದು ಕೂಡ ಊರಲ್ಲಿ ಸಂತೆ. ಜೂಜುಕೋರರಿಗೆ ಹೇಳಿ ಮಾಡಿಸಿದ ಜಾಗ. ಅದೇಸಮಯಕ್ಕೆ ಆಲದ ಮರದ ಕೆಳಗೆ, ತನ್ನ ಇಸ್ಪೀಟು ಎಲೆಗಳೊಂದಿಗೆ ಈ ಉಗ್ರಪ್ಪ ಹಲ್ಲು ಕಿರಿಯುತ್ತಿದ್ದ.ನಾನೊಮ್ಮೆ ತಿರುಗಿ ನೋಡುವಷ್ಟರಲ್ಲಿ ಅಪ್ಪ ಅವನೆದುರು ಕುಳಿತಿದ್ದ.ನಾನೆಷ್ಟು ಬೇಡಿದರೂ ಕೇಳದೇ ನನ್ನನ್ನು ಆಚೆ ತಳ್ಳಿ ಉಗ್ರಪ್ಪನ ಜೊತೆ ಆಟ ಶುರು ಮಾಡಿದ್ದ. ಮೂರು ಆಟಗಳು ಅಪ್ಪನ ಪಾಲಾದವು. ಆಟದ ಲಹರಿ ತಲೆಗೆ ಏರತೊಡಗಿತು. ಸಣ್ಣ ಪ್ರಮಾಣದಲ್ಲಿ ಶುರುವಾದ ಆಟ, ಅಡಿಕೆ ಮಾರಿದ್ದ ದುಡ್ಡೆಂದೂ ಲೆಕ್ಕಿಸದೇ ಅದನ್ನು ಆಟಕ್ಕೆ ಬಳಸಿಕೊಂಡ. ಉಗ್ರಪ್ಪ ತನ್ನ ನಿಜವಾದ ಆಟವನ್ನ ತೋರಿಸಿ ಸಂಪೂರ್ಣ ಹಣವನ್ನ ಅವನ ತೆಕ್ಕೆಗೆ ಹಾಕಿಕೊಂಡ. ಒಂದು ವರ್ಷದ ಅಪ್ಪ ಅಮ್ಮನ ಶ್ರಮದ ದುಡಿಮೆಯನ್ನ ಉಗ್ರಪ್ಪ ನುಂಗಿ ನೀರು ಕುಡಿದಿದ್ದ. ಅಪ್ಪ ಕಾಡಿ ಬೇಡಿದರೂ ಲೆಕ್ಕಿಸದೇ ಅಲ್ಲಿಂದ ಓಟ ಕಿತ್ತವನು ಕಾಣಿಸಿಕೊಂಡದ್ದು ಇಂದು. ಇಪ್ಪತ್ತು ವರ್ಷದ ಬಳಿಕ ಅದೇ ಸಂತೆಯ ದಿನ. ಇತ್ತ ಅಪ್ಪ ಕೂಡ ನನ್ನನ್ನ ಒಬ್ಬನೇ ಬಿಟ್ಟು, ಮುಂದಿನ ಅವಘಡಗಳಿಗೆ ಹೆದರಿ ಎಲ್ಲೋ ಓಡಿ ಹೋದ. ಆತ ಎಲ್ಲಿದಾನೋ, ಹೇಗಿದಾನೋ ಸತ್ತಿದಾನೋ ಬದುಕಿದ್ದಾನೋ ಇನ್ನು ಯಕ್ಷ ಪ್ರಶ್ನೆ. ಜೀವನೋಪಾಯಕ್ಕೆ ಇದ್ದ ಎರಡು ಎಕರೆ ಅಡಿಕೆ ತೋಟ ಸಾಲಗಾರರ ಪಾಲಾಯಿತು. ಆಶ್ರಯಕ್ಕಿದ ಮನೆಯೂ ಅವರ ಸ್ವತ್ತಾಯಿತು. ರಾಮಣ್ಣನ ದಯೆಯಿಂದ ಅವರ ಮನೆಯ ಬಳಿಯೇ ಒಂದು ಸಣ್ಣ ಮನೆಯಲ್ಲಿ ವಾಸ.ಇದೆಲ್ಲವನ್ನೂ ಒಮ್ಮೆಲೇ ನೆನೆಸಿಕೊಂಡ ಮಂಜು, ಉಗ್ರಪ್ಪನ ಹೆಡೆಮುರಿ ಕಟ್ಟಲು ಸಿದ್ದನಾದ.ಅಲ್ಲೇ ಇದ್ದ ದೊಣ್ಣೆಯನ್ನ ಕೈಗೆ ತೆಗೆದುಕೊಂಡು ಅವನೆಡೆಗೆ ಧಾವಿಸುತ್ತಿದ್ದ. ಅಷ್ಟರಲ್ಲೇ ಮಂಜನ ಸಹಾಯಕ ಸಿದ್ದ ಜೋರಗಿ ಕೂಗಿದ."ಅಣ್ಣ, ದ್ವಾಸೆ ಕಾವ್ಲಿ ಕಾದ್ಬೈತೆ. ನಾನೇ ಉಯ್ಲಾ ದ್ವಾಸೇನಾ..?". "ಲೋ ಮಂಜು ಹೋಗಿ ಹೋಗಿ ಆ ಎಡಬಿಡಂಗಿನ ಒಬ್ನೇ ಒಳಗೆ ಬಿಟ್ಟು ಬಂದಿದೀಯಲ್ಲೋ.. ಬೇಗ ಹೋಗೋ ಅವನು ಎಡವಟ್ಟು

ಮಾಡೋ ಮುಂಚೆ."ರಾಮಣ್ಣ ದಬಾಯಿಸಿದರು. ಮಂಜು ಇಬ್ಬರಿಗೂ ಹಿಡಿ ಶಾಪ ಹಾಕುತ್ತಾ.."ಅಪ್ಪ ದೇವ್ರೂ ಏನು ಮಾಡ್ಬೇಡ ನಾನೇ ಬರ್ತೀನಿ "ಎಂದು ಸಿದ್ದನಿಗೆ ಗದರಿದ. ಸಿಕ್ಕ ಅವಕಾಶ ಕೈ ಚೆಲ್ಲಿದ್ದಕ್ಕೆ ಮಂಜುವಿಗೆ ಅವನ ಮೇಲೆಯೇ ಕೋಪ ಬಂತು. ಆ ಮನೆಹಾಳ ದೋಸೆ ತಿನ್ಲಿ. ತಿಂದು ಕೈ ತೊಳೆಯೋದ್ರೊಳಗೆ ಕೆಲಸ ಮಾಡಿ ಮುಗಿಸಬೇಕು. ಊರ ಜನರಿಗೂ ಇವನ್ಯಾರೆಂದು ಗೊತ್ತಾದರೆ ಅವರು ನನ್ನ ಜೊತೆ ಕೈ ಜೋಡಿಸುತ್ತಾರೆ ಎಂದುಕೊಂಡ.ಒಟ್ಟೊಟ್ಟಿಗೆ ಹತ್ತತ್ತು ದೋಸೆಗಳನ್ನ ಕಾವಲಿಗೆ ಹಾಕಿ ಕೃಷ್ಣನಿಗೆ ಕೊಡುತ್ತಿದ್ದ. ಆ ಮಟ್ಟಿಗಿನ ಚಾಕಚಕ್ಯತೆ ಮಂಜನಲ್ಲಿತ್ತು. ಹೀಗೆ ಕೊಡುತ್ತಿರುವಾಗಲೇ ಕೃಷ್ಣ ಏನೋ ಹೇಳಲು ಬಂದ."ಮಂಜಣ್ಣ, ವಿಷ್ಯ ಗೊತ್ತಾಯ್ತಾ.. ನಮ್ ಶಿವು ಇಲ್ವಾ..ಅದೇ ನಮ್ ಟೈಲರ್ ಶಿವು ಅವನ ಹೆಂಡ್ತಿ ಯಾವನ್ದೋ ಜೊತೆ ಓಡಿಹೋದ್ಲಂತೆ."ತುಂಬಾ ಖುಷಿಯ ಸಮಾಚಾರದಂತೆ ಹೇಳುತ್ತಿದ್ದ. ಇದನ್ನ ಕೇಳಿಸಿಕೊಂಡ ರಾಮಣ್ಣ,"ಥು ನಿನ್ನ. ಕಂಡೋರ್ ಮನೆ ವಿಷ್ಯ ಅಂದ್ರೆ ಜೊಲ್ ಸುರುಸ್ತೀಯಲ್ಲೋ. ಅಲ್ಲಿ ಜನ ತಿಂಡಿ ಬಂದಿಲ್ಲಾ ಅಂತ ಗೊಣಗ್ತಾ ಇರೋದು ಕೇಳ್ಸಲ್ವಾ.. ಅವರವರ ಕರ್ಮ ಅವರು ಅನುಭವಿಸ್ತಾರೆ, ನೀನು ತೆಪ್ಪುಗ್ ನಿನ್ನ ಕೆಲ್ಸ ಮಾಡು ನಡಿ" ಎಂದು ಉಗಿದರು. ಮಂಜುವಿಗೆ ರಾಮಣ್ಣನ ಮಾತು ಮತ್ತೊಮ್ಮೆ ಮನದಲ್ಲಿ ಮಾರ್ದನಿಸಿತು. ಹೌದಲ್ವಾ.. ಅವರವರ ಕರ್ಮ ಅವರು ಅನುಭವಿಸ್ತಾರೆ. ಇಷ್ಟಕ್ಕೂ ತಪ್ಪು ಅಪ್ಪನದೇ ಅಲ್ವಾ. ಹಾಳು ಮಾಡುವ ಜನ ಸಾವಿರ ಇರಲಿ, ಸರಿ ಯಾವುದು ತಪ್ಪು ಯಾವುದು ಅನ್ನುವ ಧೃಡ ನಿರ್ಧಾರ ನಮ್ಮದಾಗಿರಬೇಕು.ಇನ್ನೊಮ್ಮೆ ಉಗ್ರಪ್ಪನನ್ನ ನೋಡಿದ, "ಎಲ್ಲಿ ತನಕ ಅಪ್ಪನಂತವರು ಇರ್ತಾರೋ ಅಲ್ಲೀ ತನಕ ಉಗ್ರಪ್ಪನಂಥವರೂ ಇರ್ತಾರೆ. ಅವನ ಹಣೆಯಲ್ಲಿ ಬರ್ದಂಗೆ ಆಗತ್ತೆ ದೇವರು ಮಾನವಾಗಿ ಬದುಕೋ ಅವಕಾಶ ಕೊಟ್ಟಿದಾನೆ ಅಷ್ಟೇ ಸಾಕು." ಎಂದುಕೊಂಡ. ಮತ್ತೊಮ್ಮೆ ಉಗ್ರಪ್ಪನನ್ನ ನೋಡಿದ. ದೋಸೆಯ ರುಚಿ ಅವನ ಮುಖದಲ್ಲಿತ್ತು."ನಿನ್ನ ಕರ್ಮ ನೀನು ಅನುಭವಿಸ್ತೀಯ"ಎಂದು ಮನದಲ್ಲೇ ಅವನ್ನನ್ನ ಕ್ಷಮಿಸಿದ. ಉಗ್ರಪ್ಪ ತನ್ನ ತಿಂಡಿಯ ಬಿಲ್ ಕೊಟ್ಟು ಹೊರನಡೆದ.

ಸಮಯ ಒಂಭತ್ತಾಗಿತ್ತು. ಒಂದು ವಾರದಿಂದ ಇದೇ ಸಮಯಕ್ಕೆ ಸರಿಯಾಗಿ ಒಬ್ಬ ಕಾವಿ ತೊಟ್ಟ ವ್ಯಕ್ತಿ ಬರುತ್ತಿದ್ದ. ಅವ ತಿನ್ನುತ್ತಿದ್ದದ್ದು ಎರಡು ಇಡ್ಲಿ ಮಾತ್ರ.ಜೊತೆಗೆ ಅರ್ಧ ಕಾಫಿ ಕುಡಿದು, ಅದರ ಬಿಲ್ ಅನ್ನು ರಾಮಣ್ಣನ ಬಳಿ ಅವನೇ ಕೊಟ್ಟು ಒಂದೆರಡು ಒಳ್ಳೆಯ ಮಾತನಾಡಿ ಹೋಗುತ್ತಿದ್ದ.ಅಂದು ಕೂಡ

ಎರಡು ಇಡ್ಲಿ ತಿಂದು, ಅರ್ಧ ಕಾಫಿ ಕುಡಿದು ರಾಮಣ್ಣನ ಬಳಿ ಹೋಗುವ ಬದಲು ಸೀದಾ ಮಂಜುವಿನ ಬಳಿ ಬಂದ.ಮಂಜು ಕೂಡ ಅನುಮಾನದಿಂದಲೇ ಅವನ ಬಳಿ ಹೋಗಿ ವಿಷಯವೇನೆಂದು ಕೇಳಿದ. "ಇದು ದಿವಸಾನೂ ಒಳ್ಳೆ ತಿಂಡಿ ಕೊಟ್ಟಿದೀಯಾ ಕಣಯ್ಯಾ.ದೇವರು ನಿನ್ನ ಚೆನಾಗಿ ಇಟ್ಟಿರ್ತಾನೆ. ನಿನ್ನ ಕಷ್ಟ ಏನೇ ಇದ್ರೂ ಪರಿಹಾರ ಆಗತ್ತೆ ನೋಡ್ತಿರು. ಇಲ್ಲಿಗೆ ಬಂದ ಕೆಲಸ ಮುಗೀತು ನಾನು ಹೊರಡ್ತೀನಿ" ಎಂದು ಕೈ ಮುಗಿದ. ಮಂಜನೂ ಕೂಡ ಧನ್ಯತೆಯ ಭಾವದಿಂದ ನಮಸ್ಕರಿಸಿದ.

ಸಂಜೆಯಾಗುವುದರೊಳಗೆ ಮಂಜು ಸಾಕಷ್ಟು ದಣಿದಿದ್ದ. ಅಂದಿನ ಹೋಟೆಲ್ ಕಲೆಕ್ಷನ್ ಕೂಡ ಭರ್ಜರಿಯಾಗಿತ್ತು. ರಾಮಣ್ಣನ ಮುಖವೂ ಸಂತಸದಿಂದ ಅರಳಿತ್ತು. ಸಂಜೆ ಆರು ಗಂಟೆಗೆ ಹೋಟೆಲಿನ ಎಲ್ಲಾ ಕೆಲಸ ಮುಗಿಸಿ ಮಂಜು ಮನೆಗೆ ಹೊರಟಿದ್ದ. ರಾಮಣ್ಣ ಮಂಜುವನ್ನು ಕರೆದು,"ತಗೋ ಇದನ್ನ. ಬರೀ ತಾಯಿಗೆ ತಂಗಿಗೆ ಅಷ್ಟೇ ಬಟ್ಟೆ ತಗೋಳೋದಲ್ಲ. ನೀನೂ ತಗೋಬೇಕು ಸರೀನಾ"ಎಂದು ಪ್ರೀತಿಯಿಂದ ಗದರಿ ಅವನ ಜೇಬಿಗೆ ಮೂರು ಸಾವಿರ ರುಪಾಯಿಗಳನ್ನಿಟ್ಟರು."ಇಷ್ಟೊಂದ್ ಬೇಡ ಅಣ್ಣಾ.."ಎಂದು ಹುಬ್ಬೇರಿಸಿದ. "ಇದನ್ನೇನು ಲೆಕ್ಕಕ್ಕೆ ಹಾಕಲ್ಲಾ ಅಯ್ತಾ..ಸುಮ್ನೆ ತಗೋ"ಎಂದರು. ಮಂಜುವಿನ ಮುಖ ಅರಳಿತು."ನನ್ನ ಗಾಡೀಲೇ ಹೋಗಾಣ ಬಾರೋ " ತಮ್ಮ ಬೈಕ್ ಅನ್ನು ಸ್ಟಾರ್ಟ್ ಮಾಡುತ್ತಾ ಮಂಜುವನ್ನು ಕರೆದರು. "ಇಲ್ಲಾ ನೀವು ಹೊರಡಿ, ಹಬ್ಬಕ್ಕೆ ಒಂದು ಸ್ವಲ್ಪ ಸಾಮಾನು ಖರೀದಿ ಮಾಡ್ಬೇಕು, ನನ್ನ ಸೈಕಲ್ ನಲ್ಲಿ ಬರ್ತೀನಿ" ಎಂದ. "ಸರಿ, ಹುಷಾರು ಮಾರಾಯ. ಸುತ್ತನೂ ದಟ್ಟವಾದ ಕಾಡು, ಯಾವಾನಾದ್ರು ಏನಾದ್ರೂ ಮಾಡುದ್ರು ಒಂದು ಸುಳಿವು ಸಿಗಲ್ಲ. ಬೇಗ ಮನೆ ಸೇರ್ಕೋ ಆಯ್ತಾ" "ಅಯ್ಯಾ ಹೊಸ ಹುಡ್ಗಂಗೆ ಹೇಳೋ ಥರಾ ಹೇಳ್ತಾ ಇದೀರಲ್ಲಾ.. ನಾನು ಬರ್ತೀನಿ ನೀವು ನಡೀರಿ" ಎಂದ.

ಮಂಜು ತನ್ನ ಸೈಕಲ್ ನಲ್ಲಿ ಒಂದಷ್ಟು ತರಕಾರಿ ಹಾಗು ದಿನಸಿ ಸಾಮಾನುಗಳನ್ನ ಹೇರಿಕೊಂಡು ನಿಧಾನಕ್ಕೆ ಬರುತ್ತಿದ್ದ. ಇನ್ನು ಅರ್ಧ ದಾರಿ ದಾಟಿರಲಿಲ್ಲ.ಅವನಿಂದ ಒಂದು ಹತ್ತು ಹೆಜ್ಜೆ ಮುಂದಕ್ಕೆ, ಒಬ್ಬ ಕಾವಿ ತೊಟ್ಟ ವ್ಯಕ್ತಿ, ಮತ್ತೊಬ್ಬ ವಯಸ್ಸಾದ ವ್ಯಕ್ತಿಯನ್ನ ಕೆಳಕ್ಕೆ ನೂಕಿ ಚಾಕುವಿನಿಂದ ಎರಡು ಬಾರಿ ಇರಿದುಬಿಟ್ಟ. ಗಾಬರಿಗೊಂಡಿದ್ದರೂ ಮಂಜು ಜೋರಾಗಿ ಕೂಗು ಹಾಕಿದ. ಸುತ್ತಲೂ ದಟ್ಟವಾದ ಕಾಡಿದ್ದ ಕಾರಣ ಇವನ ಕೂಗು ಯಾರಿಗೂ ಕೇಳಿಸಲಿಲ್ಲ.ಮಂಜುವಿನ ಕೂಗಿಂದ ಪ್ರೇರಿತನಾಗಿ ಆ ಕಾವಿ ವ್ಯಕ್ತಿಯು ಒಮ್ಮೆ

ಕುಹಕ ನಗೆ ನಕ್ಕು ಮತ್ತೊಂದು ಬಾರಿ ಆತನಿಗೆ ಇರಿದುಬಿಟ್ಟ. ಆ ವ್ಯಕ್ತಿಯ ಪ್ರಾಣ ಪಕ್ಷಿ ಹಾರಿ ಹೋಗಿತ್ತು. ಮಂಜುವಿನೆಡೆಗೆ ಕಾವಿಧಾರಿ ನಿಧಾನವಾಗಿ ಬರತೊಡಗಿದ. ಅವನ ಮುಖ ಸ್ಪಷ್ಟವಾಗಿ ಗೋಚರವಾಯಿತು. ಬೆಳಿಗ್ಗೆ ತಾನೆ ಮಂಜುವಿನ ಕೈ ರುಚಿಯನ್ನ ಹಾಡಿ ಹೊಗಳಿದ್ದ ವ್ಯಕ್ತಿ!!. ಅದೇ ಕಾವಿಧಾರಿ. ಶಾಂತತೆಯಿಂದ ಕಂಗೊಳಿಸುತ್ತಿದ್ದ ಮುಖ ಈಗ ರೌದ್ರಾವತಾರ ತಾಳಿತ್ತು. ಮಂಜು ಏನೂ ಮಾತನಾಡದೇ ಸುಮ್ಮನೇ ನಿಂತಿದ್ದ. "ನೋಡು ಮರಿ, ನೀನು ಇವತ್ತು ಈ ಕಡೆ ಬಂದೇ ಇಲ್ಲ ಏನನ್ನೂ ನೋಡಿಲ್ಲ. ಅರ್ಥ ಆಯ್ತಾ?"ಎಂದು ಸಮಾಧಾನವಾಗಿಯೇ ಮಂಜುವನ್ನ ಕೇಳಿದ. ಮಂಜು ಏನೂ ಮಾತನಾಡದೇ ಸುಮ್ಮನೆ ತಲೆ ಆಡಿಸಿದ. ಕಾವಿಧಾರಿ ಮಂಜುವಿಗೆ ಏನೂ ಮಾಡದೇ ಕಾಡಿನೊಳಗೆ ಮರೆಯಾಗಿಬಿಟ್ಟ. ಸತ್ತ ವ್ಯಕ್ತಿ ಯಾರೆಂದು ಗಮನಿಸಲು ತನ್ನ ಸೈಕಲ್ ಅನ್ನು ಅಲ್ಲೇ ಬಿಟ್ಟು ದೌಡಾಯಿಸಿದ. ಮಂಜುವಿಗೆ ದಿಗಿಲು ಬಡಿದಂತಾಗಿತ್ತು. ಉಗ್ರಪ್ಪ ಚಿರನಿದ್ದೆಗೆ ಜಾರಿ ಹತ್ತು ನಿಮಿಷಗಳಾಗಿದ್ದವು.ಕೊಲೆ ಮಾಡುವಂಥಹ ದ್ವೇಷ ಆದರೂ ಏನಿತ್ತು ಆ ಕಾವಿಧಾರಿಗೆ. "ಬಂದ ಕೆಲಸ ಮುಗೀತು "ಎಂದು ಹೇಳಿದ್ದನಲ್ಲ. ಐದು ದಿನಗಳ ಕಾಲ ಉಗ್ರಪ್ಪನಿಗಾಗಿಯೇ ನಮ್ಮ ಉರಲ್ಲಿ ಬೀಡು ಬಿಟ್ಟಿದ್ದನಾ? ಉಗ್ರಪ್ಪ ಬರುವುದು ಇವನಿಗೇ ಮುಂಚೆಯೇ ತಿಳಿದಿತ್ತಾ? ಉಗ್ರಪ್ಪನಿಗೂ ಆ ಕಾವಿಧಾರಿಗೂ ಯಾವ ರೀತಿಯ ಸಂಬಂಧ? ಮಂಜುವಿನ ಮನಸಲ್ಲಿ ಸಾವಿರ ಪ್ರಶ್ನೆಗಳು ಏಳುತ್ತಿದ್ದವು. ಕತ್ತಲಾಗುತ್ತ ಬಂದಿತ್ತು. ಹುಲಿ ಚಿರತೆ ಓಡಾಡುವ ಜಾಗ ಬೇರೆ. ಆ ಕಾರಣಕ್ಕೆ ಕಾವಿಧಾರಿ ಇಲ್ಲಿ ಹತ್ಯೆ ಮಾಡಿ ಓಡಿ ಹೋಗಿದ್ದಾನೆಂದು ಭಾವಿಸಿ ನಿನ್ನ ಕರ್ಮಕ್ಕೆ ನಿಂಗೆ ಸರಿ ಆಯ್ತು ಎಂದು ಹೇಳಿ ಅಲ್ಲಿಂದ ಹೊರಡಲು ಸಿದ್ದನಾದ. ಅಲ್ಲೇ ಇದ್ದ ಹಸಿರು ಚೀಲವೊಂದು ಅವನ ಗಮನಕ್ಕೆ ಬಂತು.

"ರಾಮಣ್ಣ ಬಂದು ಆಗ್ಲೇ ಒಂದೂವರೆ ಗಂಟೆ ಆಯ್ತು. ನೀನು ಎಲ್ ಹಾಳಾಗೋಗಿದ್ದೆ ಇಷ್ಟೊತ್ತು? ಜೀವ ಢವ ಢವ ಅಂತಿತ್ತು ನಂಗೆ. ಅವರ ಜೊತೆ ಗಾಡೀಲಿ ಬರೋದಕ್ಕೆ ಏನು ಧಾಡಿ ನಿಂಗೆ? ಮಂಜುವಿಗೆ ಅವನ ತಾಯಿ ಶಾಂತಮ್ಮ ದಬಾಯಿಸುತ್ತಿದ್ದಳು. ಮಂಜು ಒಂದು ಹಸಿರು ಚೀಲವನ್ನ ಕೊಟ್ಟ. ಅದರಲ್ಲಿದ್ದ ರಾಶಿ ಹಣವನ್ನ ನೋಡಿ ಶಾಂತಮ್ಮ ಒಮ್ಮೆ ದಂಗಾದಳು. "ಎಲ್ಲಿತ್ತೋ ಇಷ್ಟೊಂದು ದುಡ್ಡು??" ಗಾಬರಿಯಿಂದ ಕೇಳಿದಳು. ಮಂಜು ಏನೂ ಆಗದವನಂತೆ,"ಇಪ್ಪತ್ತು ವರ್ಷದ ಹಿಂದೆ ಅಡಿಕೆ ಮಾರಿದ್ದು, ಈಗ ಸಿಕ್ಕಿದೆ. ಬಡ್ಡಿ ಸಮೇತ. ಒಳಗಿಡು"

ಪಲಾಯನ..

"ಗೌರಿ, ನೀನು ಹು ಅನ್ನು ಸಾಕು, ನಿನ್ನ ಎತ್ತಾಕೊಂಡ್ ಹೋಗಿ ಮದ್ವೆ ಆಗ್ತೀನಿ." ರಮೇಶನ ಮಾತುಗಳಲ್ಲಿ ತೊದಲಿಕೆ ಇರಲಿಲ್ಲ. ತನ್ನ ಪ್ರೀತಿಯನ್ನ ಪ್ರಾಮಾಣಿಕವಾಗಿ ವ್ಯಕ್ತಪಡಿಸಿದ್ದ. ಆದರೆ, ನಾನು ಮಾತ್ರ, "ನಾ ಸತ್ರೆ ನನ್ನ ಹೆಣಕ್ಕೆ ತಾಳಿ ಕಟ್ಟು ಹಾಳಾದೋನೆ.."ಎಂದು ದಬಾಯಿಸಿ ಅವನತ್ತ ತಿರುಗಿಯೂ ನೋಡದೆ ಮನೆಯ ದಾರಿ ಹಿಡಿದಿದ್ದೆ. ಎಷ್ಟು ನೊಂದುಕೊಂಡನೋ ಏನೋ!! ನಿಜವಾಗಿಯೂ ನನಗೆ ಅವನ ಮೇಲೆ ಪ್ರೀತಿ ಇರಲಿಲ್ಲವಾ..?

ಅಥವಾ ಅವನ ಜೀವನದ ದೃಷ್ಟಿಕೋನ ನನ್ನನ್ನ ಅವನೆಡೆಗೆ ಸೆಳೆಯದಂತೆ ಮಾಡಿತ್ತಾ? "ಹೋಗೇಲೇ.. ನಾನು ಏನಂದ್ರು ನಮ್ಮಳ್ಳಿ ಬಿಟ್ಟು ಬೇರೆ ಕಡೆ ಹೋಗಲ್ಲ. ಡಿಗ್ರಿ ಅಂತ ಒಂದು ಆದ್ರೆ ಸಾಕು ಇರೋ ಜಮೀನಲ್ಲೇ ಕೆಲ್ಸ ಮಾಡಿ ಜೀವನ ಸಾಗಿಸ್ತೀನಿ. ನಮ್ಮೂರಲ್ಲಿ ನಾವೇ ರಾಜ್ರು ".ಈ ಪುಣ್ಯಾತ್ಮನಿಗೆ ಕನಸುಗಳೇ ಇಲ್ಲ ಅಂತನಿಸಿತ್ತು. ನಿಜ ಕಣ್ಣಿಲ್ಲದಿರುವವನ ಜೊತೆ ಬಾಳಬೋದು, ಕನಸೇ ಇಲ್ಲದಿರುವವನ ಜೊತೆ ಹೇಗೆ ಬಾಳೋದು? ಈ ಕಾರಣಕ್ಕೆ ಇರಬೇಕು ಅವನಲ್ಲಿ ನನಗೆ ಸಲುಗೆ ಇದ್ದರೂ ಮನಸ್ಸು ಅವನನ್ನ ಅಂದು ಒಪ್ಪಿಕೊಳ್ಳೋದಕ್ಕೆ ಹಿಂದೇಟು ಹಾಕಿತ್ತು.

ಈ ಘಟನೆಯೆಲ್ಲಾ ನಡೆದು ಎರಡು ವರ್ಷಗಳೇ ಕಳೆದವೇನೋ. ಬಿ. ಎ. ಮುಗಿದಕೂಡಲೇ ಬೆಂಗಳೂರು ಬಸ್ ಹತ್ತಿದ್ದೆ ನಾನು. ಮೊದಲಿನಿಂದಲೂ ನನ್ನ ಕಾಲ ಮೇಲೆ ನಾನು ನಿಲ್ಲಬೇಕೆಂಬ ಹಂಬಲ. ಈ ಹಳ್ಳಿಲೇ ಇದ್ದರೆ, ಮನೆಯವರೆಲ್ಲಾ ಸೇರಿ ನನ್ನನ್ನ ಯಾವುದಾದ್ರು ಗುಗ್ಗುಗೆ ಕಟ್ಟುತ್ತಾರೆನ್ನುವ ಭಯ ಬೇರೆ. ಅದರ ಜೊತೆಗೆ ಪಟ್ಟಣದಲ್ಲಿ ವಾಸಿಸುವ ಹಂಬಲ. ಅಲ್ಲಿನ ಜನರ ಜೀವನ ನನ್ನನ್ನ ಬಹಳವಾಗಿ ಆಕರ್ಷಿಸಿತ್ತು. ಅವರನ್ನ ನೋಡಿ ಹಳ್ಳಿಯ ಜನರು ನಿರ್ಜೀವ ವಸ್ತುಗಳಂತೆ ಗೋಚರಿಸುತ್ತಿದ್ದರು. ಎದುರು ಮನೆಯ ಪಂಕಜ ಬೆಂಗಳೂರಿನ ಒಂದು ಕಾಲ್ ಸೆಂಟರಿನಲ್ಲಿ ಕೆಲಸ ಗಿಟ್ಟಿಸಿದ್ದಳು. ಕೈ ತುಂಬಾ ಅಲ್ಲದಿದ್ದರೂ ತಕ್ಕಮಟ್ಟಿಗೆ ಸಂಬಳ ಬರುತ್ತಿತ್ತು. ಪಟ್ಟಣಕ್ಕೆ ಹೋಗಿ ಕೆಲಸ ಮಾಡುವ ನನ್ನ ಆಸೆಗೆ ನೀರೆರೆದಿದ್ದು ಇವಳೇ. ಅಪ್ಪ ಅಮ್ಮನಿಗೆ ಗೋಳಾಡಿ ಒಪ್ಪಿಸಿದ್ದಾಯಿತು.

ಪಂಕಜ ಇದ್ದ ಪಿ. ಜಿ ಗೆ ನಾನು ಸೇರಿದೆ.ಬಿ ಎ ನಲ್ಲಿ ಇಂಗ್ಲಿಷ್ ಮೇಜರ್ ಮಾಡಿದ್ದರಿಂದ ನನಗೂ ಒಂದು ಕಾಲ್ ಸೆಂಟರ್ ಅಲ್ಲಿ ಕೆಲಸ ಸಿಗುವುದು ಕಷ್ಟವಾಗಲಿಲ್ಲ. ಆದರೆ ನಾನು ಕಲ್ಪಿಸಿದ್ದ ಬೆಂಗಳೂರು ಇದಾಗಿರಲಿಲ್ಲ.

ನಾನಿದ್ದ ಪಿ.ಜಿ ದೇವರಿಗೇ ಪ್ರೀತಿ. ನಮ್ಮ ಮನೆಯ ಬಚ್ಚಲಷ್ಟಿದ್ದ ಒಂದು ರೂಮಿನಲ್ಲಿ ನಾಲ್ಕು ಜನ ಹುಡುಗಿಯರು. ಅಲ್ಲಿನ ಊಟ ತಿಂಡಿಯನ್ನ ಬಾಯಿಗೆ ಇಡುವುದಕ್ಕೂ ಭಯ. ಆದರೂ ಪ್ಲೇಟಿನಲ್ಲಿ ಒಂದು ಇಡ್ಲಿ ಜಾಸ್ತಿ ಕಂಡರೂ ಕೆಕ್ಕರಿಸಿಕೊಂಡು ನೋಡುತ್ತಿದ್ದ ಪಿ. ಜಿ ಓನರ್. ಅಪ್ಪ ಅಮ್ಮನ ನೆನಪು ಇನ್ನಿಲ್ಲದಂತೆ ಕಾಡುವುದಕ್ಕೆ ಶುರುವಾಗಿತ್ತು.ಅಪ್ಪ ಅಂತೂ, ನಾನು ತಿಂಡಿ ತಿಂದಿಲ್ಲ ಎಂದು ತಿಳಿದ ಕೂಡಲೇ ಪ್ರೀತಿಯಿಂದ ಅವರೇ ತಿನ್ನಿಸುತ್ತಿದ್ದರು. ಅಮ್ಮ ಬೈತಾ ಇದ್ದರು ಎಷ್ಟೊಂದು ಅಕ್ಕರೆ ಅವಳಿಗೆ ನನ್ನಲ್ಲಿ. ಒಂದು ವಾರಕ್ಕೆ ಹಳ್ಳಿಗೆ ವಾಪಸ್ಸು ಹೊರಡುವ ಯೋಚನೆ ಮನದಲ್ಲಿ ಹರಿದಿತ್ತು. ಪಂಕಜ ಇರದಿದ್ದರೇ ಅಂದೇ ಹಳ್ಳಿಗೆ ಹೊರಟುಬಿಡುತ್ತಿದ್ದೆ." ಗೌರಿ, ಇದೆಲ್ಲಾ ಸ್ವಲ್ಪ ದಿನ ಕಣೇ. ನಾನು ನಿನ್ನ ಹಾಗೆ ಆಡ್ತಾ ಇದ್ದೆ. ಈಗ ನೋಡು ನಂಗಂತೂ ಬೆಂಗಳೂರನ್ನ ಬಿಟ್ಟು ಹೋಗುವ ಮನಸ್ಸಿಲ್ಲ. ನೀನೂ ಸೆಟ್ ಅಗ್ತೀಯ ಬಿಡು" ಎಂದು ತಿಳಿ ಹೇಳಿದ್ದಳು.ಹೇಗೋ ಎರಡು ವರ್ಷ ಸವೆಸಿದ್ದಾಯಿತು.

ಈ ಎರಡು ವರ್ಷದಲ್ಲಿ ರಮೇಶನಿಗೆ ನಾನು ನೆನಪಿಗೂ ಬಂದಿಲ್ಲ ಅನ್ನಿಸತ್ತೆ. ಹೇಗೆ ನೆನಪಾಗ್ತೀನಿ? ಅವನೇ ಬಂದಾಗ ದೂರ ತಳ್ಳಿದೋಳು ನಾನು. ಹಬ್ಬಗಳಿಗೆ ಊರಿಗೆ ಹೋದಾಗ ಸಿಗುತ್ತಿದ್ದ. ನೋಡೋದಕ್ಕೆ ಗುಂಡಗೆ ಆಗಿದ್ದಾನೆ. ಆದರೆ ಮೊದಲಿನ ಆತ್ಮೀಯತೆ ಈಗ ಅವನ್ನಲ್ಲಿ ಕಾಣಿಸಲಿಲ್ಲ. ಆದರೂ ತುಂಬಾ ಖುಷಿಯಾಗಿದ್ದ. ನನಗಿಂತ ಖುಷಿಯಾಗಿದ್ದ ರಮೇಶ.!!ನಾನ್ಯಾಕೆ ಭ್ರಮೆಯ ಸುಳಿಯಲ್ಲಿ ಸಿಲುಕಿದೆನೋ ತಿಳಿಯಲಿಲ್ಲ.ಮಳೆ ಬಂದಾಗೆಲ್ಲ ರಮೇಶ ನೆನಪಾಗೋನು. ಕಾಲೇಜಿಗೆ ಹೋಗುವಾಗಲೂ ಮಳೆಗಾಲದಲ್ಲಿ ನಾನು ಕೊಡೆಯನ್ನ ತೆಗೆದುಕೊಂಡು ಹೋಗುತ್ತಿರಲಿಲ್ಲ. ರಮೇಶ ಹೇಗೂ ತಂದಿರುತ್ತಿದ್ದ. ಒಂದೆರಡು ಮಳೆಯ ಹನಿ ,ಭೂಮಿಗೆ ಬೀಳುವ ಮೊದಲೇ ರಮೇಶ ಕೊಡೆಯೊಂದಿಗೆ ಹಾಜರ್.ಆದರೆ ಈ ಪಟ್ಟಣದಲ್ಲಿ ನನಗೇ ಅಂತ ಕೊಡೆ ಹಿಡಿಯೋರು ಯಾರು?. ಎರಡು ವರ್ಷದಲ್ಲಿ ಒಂದು ದಿನವೂ ಅವನು ನನಗೆ ಕರೆ ಮಾಡಲಿಲ್ಲ, ಹೇಗಿದ್ದೀಯಾ ಅಂತ ವಿಚಾರಿಸಲಿಲ್ಲ. ನಾನು ಅಷ್ಟೇ. ಈ ಅವಧಿಯಲ್ಲಿ, ಅವನು ನನ್ನನ್ನು ಸಂಪೂರ್ಣ ಮರೆತಿದ್ದ.ಊರಿನ ಬಗ್ಗೆ ಕೆಲಸದ ಬಗ್ಗೆ ಪ್ರೀತಿಯಂತೂ ಹುಟ್ಟಲಿಲ್ಲ. ವೀಕೆಂಡ್ ಶಾಪಿಂಗ್, ಮೋಜು ಮಸ್ತಿಗಳಲ್ಲಿ ಆಸಕ್ತಿ

ಕಳೆದು ಬಹಳ ದಿನಗಳಾಗಿತ್ತು.ಹೀಗೆ ಎಲ್ಲವನ್ನೂ ನೆನಪಿಸಿಕೊಳ್ಳುವಾಗ ,ಕಂಪನಿ ಕ್ಯಾಬ್ ಆಫೀಸ್ ತಲುಪಿಯಾಗಿತ್ತು.

ಗ್ರಾಹಕರ ದೂರವಾಣಿ ಕರೆಯನ್ನ ಸ್ವೀಕರಿಸಿ ಅವರಿಗೆ ಮಾಹಿತಿ ನೀಡುತ್ತಿದ್ದೆ.ಹಿಂದೆಯಿಂದ ಮ್ಯಾನೇಜರ್ ಶರ್ಮಾ," ಗೌರಿ, ಪ್ಲೀಸ್ ಕಮ್ ಟು ಮೈ ಚೇಂಬರ್" ಎಂದು ಗಡಸು ಧ್ವನಿಯಲ್ಲಿ ಹೇಳಿದ್ದು ಕೇಳಿಸಿತು.ಇನ್ಯಾವ ರಾಮಾಯಣನಪ್ಪಾ ,ಎಂದು ಎದ್ದು ಹೋದೆ. " ಸೀ, ಐ ಆಮ್ ಅಬ್ಸರ್ವಿಂಗ್ ಯು ಫ್ರಮ್ ಪಾಸ್ಟ್ ಫ್ಯು ಮಂತ್ಸ್. ಯು ಆರ್ ನಾಟ್ ಆಕ್ಟೀವ್. ನಿಮ್ಮ ಇಂಗ್ಲಿಷ್ ಕೂಡ ಸ್ಪೀಡ್ ಅಪ್ ಆಗ್ತಾ ಇಲ್ಲ. ಕಸ್ಟಮರ್ಸ್ ಇಂದನೂ ತುಂಬಾ ಕಂಪ್ಲೇಂಟ್ಸ್ ಇದೆ ನಿಮ್ಮ ಮೇಲೆ. ಇದೇ ಕಂಟಿನ್ಯೂ ಆದ್ರೆ ಯು ಮೇ ಲೂಸ್ ಯುರ್ ಜಾಬ್." ಒಂದೇ ಉಸಿರಿನಲ್ಲಿ ಶರ್ಮಾ ಹೇಳುವುದನ್ನ ಹೇಳಿ ಮುಗಿಸಿದ್ದ. ನನಗೂ ಸಿಟ್ಟು ನುಗ್ಗಿ ಬಂತು. ನಾನು ಗಟ್ಟಿಯಾಗಿ ಹೇಳಿದೆ."ಯಾವಾಳಿಗೆ ಬೇಕು ನಿನ್ ಕೆಲ್ಸ. ನಾನೇ ಬಿಡಾಣ ಅಂತ ಇದ್ದೆ. ಇಲ್ಲಿ ಸಾಯೋ ಬದ್ಲು ನಮ್ಮೂರಲ್ಲಿ ಧನ ಮೇಯ್ಸ್ಕೊಂಡ್ ಇರ್ತೀನಿ. ನನ್ನ ಇಂಗ್ಲಿಷ್ ಚೆನಾಗಿಲ್ಲ ಅಂತೀಯಾ..!! ಮಗನೇ ಇಂಗ್ಲಿಷ್ ಮೇಜರ್ ನಾನು. ಇಡೀ ನಮ್ಮ ಕಾಲೇಜ್ ಗೆ ಟಾಪರ್. ನೀನು ಬೇಡ, ನಿನ್ನ ಕೆಲಸನೂ ಬೇಡ. ಐ ಆಮ್ ರಿಸೈನಿಂಗ್ ದಿಸ್ ಜಾಬ್" ಎಂದು ಹೇಳಿ ಹೊರನಡೆದೆ. ನನಗೆ ನನ್ನ ಮೇಲೆ ಹಿಡಿತವಿರಲಿಲ್ಲ. ಅರೇ ಕ್ಷಣದಲ್ಲಿ ಎಲ್ಲವೂ ಮುಗಿದಿತ್ತು. ಆದರೆ ಬಹಳ ದಿನಗಳ ನಂತರ ಮನಸ್ಸು ನಿರಾಳವಾಗಿತ್ತು.ನಡೆದ ಘಟನೆಯನ್ನ ಅಮ್ಮನ ಬಳಿ ಹೇಳಿದೆ."ಅಯ್ಯೋ ಹುಚ್ ಹುಡ್ಗಿ, ಹೋಗ್ಲಿ ಬಾ ಮನೆಗೆ ಅಲ್ಲಿದ್ದು ಏನ್ ಮಾಡ್ತೀಯಾ?" ಎಂದಳು. ರೋಗಿ ಬಯಸಿದ್ದು ಹಾಲು ಅನ್ನ ವೈದ್ಯ ಹೇಳಿದ್ದು ಹಾಲು ಅನ್ನ. ನನ್ನ ಬ್ಯಾಗ್ ಪ್ಯಾಕ್ ಮಾಡಿಕೊಂಡು ಸೀದಾ ಹಳ್ಳಿಗೆ ಬಂದಿಳಿದೆ.

ಹಳ್ಳಿಗೆ ಬಂದದ್ದಾಯಿತು. ಆದರೆ ಇಲ್ಲಿ ಮಾಡೋದೇನು? ಖಾಲಿಯಿದ್ದಾಗ ಮುಂದಿನ ಭವಿಷ್ಯದ ಬಗ್ಗೆ ಗೊಂದಲಗಳು ಮೂಡುವುದಕ್ಕೆ ಶುರುವಾಯಿತು."ವಾಪಸ್ ಹೋಗಿಬಿಡಲಾ ...?" ಎನಿಸುತ್ತಿತ್ತು. ಅಷ್ಟರಲ್ಲಾಗಲೇ ನೆರೆಹೊರೆಯವರ ಕೊಂಕು ಮಾತುಗಳು ನನ್ನ ಕಿವಿಗೂ ಬೀಳುತ್ತಿತ್ತು."ರೀ ವಿಶಾಲಮ್ನೋರೇ... ನಾನು ನಿಮ್ಗೆ ಅವತ್ತೆ ಹೇಳಿದ್ದೆ. ಒಂದು ಮದ್ವೆ ಅಂತ ಮಾಡಿ ಮುಗ್ಸಿ ಅಂತ. ನಿಮ್ ಹುಡ್ಗಿ ಈ ಕಡೆ ಸರಿಯಾಗಿ ಕೆಲ್ಸನೂ ಮಾಡ್ಲಿಲ್ಲ, ಮದ್ವೇನೂ ಆಗ್ಲಿಲ್ಲ." ಪಕ್ಕದಮನೆ ಶಾರದಮ್ಮ ಅಮ್ಮನ ಕಿವಿ ಚುಚ್ಚುತ್ತಿದ್ದರು. ಹೌದು, ಏನೂ ಸಾಧಿಸಲೇ ಇಲ್ಲ ನಾನು. ಹೆದರಿ ಓಡಿ ಬರುವುದಕ್ಕಿಂತ ಅಲ್ಲೇ ಇದ್ದಿದ್ದರೆ ಚೆನ್ನಾಗಿತ್ತಾ..? ಗೊತ್ತಿಲ್ಲ. ಆ ವಾತಾವರಣದಲ್ಲಿ ಉಸಿರಾಡೋದಕ್ಕೂ

ಕಷ್ಟವಾಗುತ್ತಿತ್ತು ನನಗೆ.ಹಾಗಾದರೆ ಇಲ್ಲಿಗೆ ಬಂದು ಸಾಧಿಸಿದ್ದಾದರು ಏನು? ಬರೀ ಗೊಂದಲವುಂಟುಮಾಡುವ ಪ್ರಶ್ನೆಗಳೇ ಮನದ ತುಂಬಾ ಆವರಿಸಿತ್ತು.

ನಾನು ವಾಪಸ್ ಬಂದಿದ್ದ ವಿಷಯ ತಿಳಿದಿದ್ದರೂ, ರಮೇಶ ಒಂದು ದಿನವೂ ಮನೆಯ ಹತ್ತಿರ ಸುಳಿಯಲಿಲ್ಲ. ಸತ್ತಿದ್ದೀನೋ ಬದುಕಿದ್ದೀನೋ ಅಂತನೂ ಬಂದು ನೋಡಲಿಲ್ಲ. ಸ್ವಾರ್ಥಿ ಅವನು.ನಾನೇ ಅವನೆದುರು ಹೋಗಿ ಎಲ್ಲಾ ಹೇಳಿಬಿಡಬೇಕೆನ್ನಿಸಿತು. ಅವನೆದುರೇ ಜೋರಾಗಿ ಅತ್ತುಬಿಡಬೇಕು. ಅವನು ಸಾಂತ್ವನ ಹೇಳಬೇಕು. ಛೇ, ಬರೀ ಹುಚ್ಚು ಕನಸುಗಳು. ಇಲ್ಲ ನಾನೇ ಅವನ ಬಳಿ ಹೋದರೆ ನನ್ನನ್ನ ಯಾವ ರೀತಿ ನೋಡ್ತಾನೋ ಏನೋ..ಬೇಡ, ಇದು ಆಗದಿರುವ ವಿಷಯ. ರಮೇಶ ಪದೇ ಪದೇ ಕಾಡ್ತಾ ಇದಾನೆ. ನಿಜವಾಗಿಯೂ ನಾನವನನ್ನ ಪ್ರೀತಿಸ್ತಾ ಇದೀನಾ? ಅಥವಾ ಇದು ಬರಿ ಆಕರ್ಷಣೇನಾ? ಮನೆಯಲ್ಲೇ ಇದ್ದು ಒಂಟಿತನ ಕಾಡುವುದಕ್ಕೆ ಶುರುವಾಗಿತ್ತು. ಅಪ್ಪ ನನ್ನ ಕೋಣೆಗೆ ಬಂದು," ಪುಟ್ಟಿ , ಇಲ್ಲೇ ಇದ್ರೆ ನಿಂಗೂ ಹೊತ್ ಹೋಗಲ್ಲ ನಮ್ಮ ತೋಟನ ಒಂದು ಸುತ್ತು ಹಾಕೊಂಡ್ ಬಾ, ಮನಸ್ಸಿಗೂ ಹಿತ ಅನ್ಸತ್ತೆ" ಎಂದರು.

ದಾರಿಯಲ್ಲಿ ಸಿಕ್ಕವರಿಗೆಲ್ಲಾ ವಾಪಸ್ಸು ಹಳ್ಳಿಗೆ ಬಂದಿರುವುದಕ್ಕೆ ಸಮಜಾಯಿಷಿ ಕೊಟ್ಟು ಸಾಕಾಯಿತು. ಸಿಕ್ಕವರೆಲ್ಲಾ ಅಪಹಾಸ್ಯ ಮಾಡುತ್ತಿರುವಂತೆ ಭಾಸವಾಗುತ್ತಿತ್ತು. ದು:ಖ ಉಮ್ಮಳಿಸಿ ಬರುತ್ತಿತ್ತು. ಎಲ್ಲರಿಂದಲೂ ತಪ್ಪಿಸಿಕೊಂಡು ತೋಟಕ್ಕೆ ಬಂದೆ. ಜೋರಾದ ಮಳೆ ಶುರುವಾಯಿತು.ಅಳುವ ಮನಸ್ಸಾಯಿತು. ಎಲ್ಲಿದ್ದೇನೋ ಅಲ್ಲೇ ಕೂತು ಸಮಾಧಾನವಾಗುವಷ್ಟು ಅಳುತ್ತಿದ್ದೆ.ಮಳೆಯಲ್ಲಿ ನೆನೆಯುತ್ತಿದ್ದರೂ ಅಳುತ್ತಿರುವುದಕ್ಕೋ ಏನೋ ಮೈಯಲ್ಲಿ ಶಾಖ ಹೆಚ್ಚುತ್ತಿತ್ತು. ಹಿಂದೆಯಿಂದ ಯಾರೋ ಬಂದ ಸಪ್ಪಳ ಬೇರೆ. ಮಳೆಯೂ ನಿಂತಂತೆ ಭಾಸವಾಯಿತು.ತಲೆ ಎತ್ತಿ ನೋಡಿದರೆ ರಮೇಶ ಕೊಡೆ ಹಿಡಿದು ನಿಂತಿದ್ದ. ಸಂತೋಷ ದು:ಖ ಒಮ್ಮೆಲೇ ಬಂದಂತಾಗಿತ್ತು."ಲೇ ಹುಚ್ಚಿ , ಮಳೇಲಿ ನೆನುದ್ರೆ ಶೀತ ಆಗತ್ತೆ ಅಂತ ಗೊತ್ತಿಲ್ವಾ..?ಎಂದು ರೇಗಿಸಿದ. ಏನನ್ನೂ ಯೋಚಿಸದೆ ಅವನ ತೋಳಲ್ಲಿ ಬಂಧಿಯಾದೆ. ಕ್ಷಣ ಹೊತ್ತು ಇಬ್ಬರೂ ಮಾತನಾಡಲಿಲ್ಲ."ರಮೇಶ, ನನ್ನ ಬಿಟ್ ಹೋಗ್ಬೇಡ್ವೋ."ನಾನೇ ಮೌನ ಮುರಿದೆ. ಅವನು ಒಮ್ಮೆ ನಕ್ಕು" ಬಿಟ್ಟು ಓಡಿ ಹೋದೋಳು ನೀನು" ಎಂದ."ಆಯ್ತು ಮಾರಾಯ, ಇನ್ಮೇಲೆ ಎಲ್ಲಿಗೂ ಹೋಗಲ್ಲ ಜೀವನಪೂರ್ತಿ ನಿಂಗೆ ಬೇಯಿಸಿ ಹಾಕೊಂಡ್ ಮನೇಲೆ ಬಿದ್ದಿರ್ತೀನಿ ಆಯ್ತಾ" ಸಿಟ್ಟಲ್ಲೇ ಹೇಳಿದೆ. "ಅದೆಲ್ಲಾ ಏನು ಬೇಡ.. ಮೊನ್ನೆ ನಮ್ ಇಂಗ್ಲಿಷ್ ಲೆಕ್ಚರರ್

ಸದಾಶಿವಯ್ಯನೋರು ಸಿಕ್ಕಿದ್ರು. ನಮ್ಮ ಕಾಲೇಜಿಗೆ ಇನ್ನೊಬ್ರು ಇಂಗ್ಲಿಷ್ ಲೆಕ್ಚರರ್ ಅವಶ್ಯಕತೆ ಇದೆ ಅಂತೆ. ನೀನ್ಯಾಕೆ ಪ್ರಯತ್ನ ಮಾಡಬಾರ್ದು?" ರಮೇಶ ಹೇಳಿದ್ದು ಸರಿ ಅನ್ನಿಸಿತು. "ಆಯ್ತಾಪ್ಪಾ ಮಾರಾಯ , ಇನ್ಮೇಲೆ ನೀನ್ ಹೇಳಿದಹಾಗೆ ಕೇಳ್ತೀನಿ ಸರೀನಾ" ನನ್ನ ಮಾತಿಗೆ ಅವನಿಗೂ ನಗು ಬಂತು." ಸರಿ ನಿನ್ನ ಇವಾಗ ಮಚ್ಚಲ್ಲಿ ಕೊಚ್ಚಿ ಸಾಯಿಸ್ಲಾ? ಅಥವಾ ದೊಣ್ಣೆನಲ್ಲಿ ಹೊಡೆದು ಸಾಯಿಸ್ಲಾ?" ರಮೇಶ ಈ ಪ್ರಶ್ನೆಯನ್ನ ಕುತೂಹಲದಿಂದ ಕೇಳಿದ. ಗಾಬರಿಗೊಂಡು ನಾನು "ಯಾಕೆ.. ಹೆಂಗಿದೆ ಮೈಗೆ??" ಎಂದೆ. ಅಲ್ವೇ," ನೀನ್ ಸತ್ರೆ ತಾನೇ,   ನಾನು ನಿಂಗೆ ತಾಳಿ ಕಟ್ಟೋದಕ್ಕಾಗೋದು??"

ಪ್ರೀತಿಯ ಕನ್ನಡ ಟೀಚರ್ ಗೆ

ಅನುಪಮ ಮೇಡಮ್, ಮೊದಲ ಸಾಲು ಓದಿದ ತಕ್ಷಣ ಭಯ ಬೀಳೋದು ಅಥವಾ ಸಿಟ್ಟಲ್ಲಿ ಈ ಪತ್ರವನ್ನ ಹರಿದು ಹಾಕೋದು ಮಾಡುವಹಾಗಿಲ್ಲ. ಅವೆರಡೂ ಸಂಪೂರ್ಣ ನಿಷಿದ್ಧ. ಸರಿ ಮುಂದೆ ಓದಿಕೊಂಡು ಹೋಗಿ.ಕೆಲಸ ಸಿಕ್ಕಿದ ಮೊದಲ ದಿನ.ತರೀಕೆರೆ ಬ್ರ್ಯಾಂಚ್ಗೆ ಪೋಸ್ಟಿಂಗ್. ಶಿವಮೊಗ್ಗದಿಂದ ತರೀಕೆರೆಗೆ ಹೊರಡಲು ರೈಲು ಹತ್ತಿ ಕುಳಿತಿದ್ದೆ.ನನ್ನಂತೆ ಬಹಳ ಜನ ವಿವಿಧ ಇಲಾಖೆಯಲ್ಲಿ ಕೆಲಸ ಮಾಡುವವರು ಆ ರೈಲು ಹತ್ತಿ ಕುಳಿತಿದ್ದರು. ನನ್ನೆಲ್ಲಾ ಡಾಕ್ಯುಮೆಂಟ್ಸ್ ಅನ್ನು ಪಕ್ಕದ ಸೀಟಲ್ಲಿ ಹರಡಿಕೊಂಡು ಪರಿಶೀಲಿಸುತ್ತಿದ್ದೆ."ಸ್ವಲ್ಪ ನಿಮ್ಮ ಪೇಪರ್ಸ್ ನ ಎತ್ತಿಟ್ಕೊಳಿ" ಎಂದು ಜೋರಾಗಿ ಹೇಳಿ "ರೈಲ್ ತುಂಬಾ ಇವ್ರ್ ಲಗೇಜೇ ಇದ್ರೆ ಜನ ಇವ್ರ್ ತಲೆ ಮೇಲ್ ಕೂರ್ಬೇಕಾ?"ಎಂದು ಗೊಣಗಿದಿರಿ.ಪಕ್ಕದಲ್ಲಿ ಕುಳಿತು ಎದುರಿಗಿದ್ದವರನ್ನ ಉದ್ದೇಶಿಸಿ "ಸರಿತಾ ಮೇಡಂ, ಇವತ್ತು ಲೇಟ್ ಆಯ್ತು.."ಎಂದು ಸಣ್ಣದಾಗಿ ನಕ್ಕಿರಿ. ರೈಲು ಶಿವಮೊಗ್ಗ ಬಿಟ್ಟು ತರೀಕೆರೆ ತಲುಪುವಷ್ಟರಲ್ಲಿ ನಾನು ಗಮನಿಸಿದ ಹಾಗೆ ಅರೆ ಕ್ಷಣವೂ ನೀವು ಮಾತನಾಡದೇ ಸುಮ್ಮನೆ ಕೂರಲಿಲ್ಲ.ನೀವು ಮಾತನಾಡುವ ಶೈಲಿಯನ್ನ ಗಮನಿಸಿದಾಗಲೇ, ನೀವು ಶಿಕ್ಷಕಿ ಅನ್ನುವುದು ತಿಳಿಯಿತು.ಮೊದಲದಿನ ನಿಮ್ಮನ್ನ ನೋಡಿದಾಗ "ಏನ್ ಟಾರ್ಚರ್ ಗುರು ಈಯಮ್ಮಾ.."ಎಂದು ಮನದಲ್ಲೇ ಬೈದುಕೊಂಡಿದ್ದೆ.ನಿಮ್ಮ ಲೆಕ್ಚರ್ ಕೇಳುವ ಮಕ್ಕಳ ಸ್ಥಿತಿಯನ್ನ ಕಲ್ಪಿಸಿಕೊಂಡು ಬೇಸರವಾಗಿದ್ದು ಸತ್ಯ.ಆದರೆ ಪ್ರತಿ ಮಗುವಿಗೂ ನೀವು ತೋರಿಸುತ್ತಿದ್ದ ಕಾಳಜಿಯನ್ನ ನಿಮ್ಮ ಸಹ ಉದ್ಯೋಗಿಗಳೇ ಹೇಳುತ್ತಿದ್ದನ್ನ ಗಮನಿಸಿ ನನ್ನ ತಪ್ಪು ಕಲ್ಪನೆಗೆ ನನಗೇ ನಗು ಬಂದಿತ್ತು. ನಂತರದ ದಿನಗಳಲ್ಲಿ, ನೀವು ಬದುಕನ್ನ ಪ್ರೀತಿಸುವ ರೀತಿ ನನಗೂ ಇಷ್ಟವಾಗುತ್ತಾ ಹೋಯ್ತು.ಇತ್ತೀಚೆಗೆ, ನಿಮ್ಮ ಕೆದರಿದ ಕೂದಲು, ಇಸ್ತ್ರಿಯನ್ನೇ ಕಾಣದ ಸುಕ್ಕು ಸೀರೆ, ಪೌಡರ್ ಅನ್ನು ಜೀವಮಾನದಲ್ಲಿಯೇ ತಾಕಿಸದ ಆ ನಿಮ್ಮ ಸಹಜ ಸುಂದರ ಮುಖ ತುಂಬಾ ಇಷ್ಟವಾಗ್ತಾ ಇದೆ ರೀ..

ರೈಲಿನಲ್ಲಿ ಉಭಯಕುಶಲೋಪರಿಗೆ ಸೀಮಿತವಾಗಿದ್ದ ಪರಿಚಯ ಮುಂದುವರಿದು,ನನ್ನಲ್ಲಿ ಈ ಮಟ್ಟಿಗೆ ಗಾಢವಾದ ಪರಿಣಾಮ ಬೀರತ್ತೆ ಅಂತ

ಖಂಡಿತ ಅಂದುಕೊಂಡಿರಲಿಲ್ಲ.ಸಾವಿರ ನೋವುಗಳನ್ನ ಮೆಟ್ಟಿ ನಿಂತು, ನಗುಮೊಗದಿಂದ ಕಷ್ಟಗಳನ್ನ ಪರಿಹರಿಸೋ ನಿಮ್ಮ ಗುಣ ನಿಜಕ್ಕೂ ಕಾಡ್ತಿದೆ."ನೀವು ಕ್ಯಾಶಿಯರ್ ಅಲ್ವಾ? ದಿನ ೫೦೦ ರುಪಾಯಿನ ನಿಮ್ಮ ಮ್ಯಾನೇಜರ್ ಗೆ ತಿಳಿಸದೆ ನಂಗೆ ತಂದುಕೊಡಿ. ನನ್ನ ತಂಗಿ ಮದ್ವೆಗೆ ಮಾಡಿದ್ದ ಸಾಲ ತೀರಿಸಿಕೊಳ್ತೀನಿ." ಎಂದು ರೇಗಿಸುವಾಗ ನಿಮ್ಮ ನಗುವಲ್ಲೂ ನೋವಿತ್ತು."ಅನು ಮೇಡಂ ಇವತ್ತು ಸಂಜೆ ಟ್ರೈನ್ ಕ್ಯಾನ್ಸಲ್ ಆಗಿದೆ.ಬನ್ನಿ ನನ್ ಫ್ರೆಂಡ್ ಬೈಕ್ ಇದೆ. ಅದ್ರಲ್ಲೇ ಇವತ್ತು ಶಿವಮೊಗ್ಗ ಹೋಗೋಣ" ಹಾಗೆ ಸುಮ್ಮನೆ ಒಂದು ಪ್ರಯತ್ನ ಮಾಡಿದ್ದೆ. "ಬೈಕ್ ಓಡ್ಸೋದಿಕ್ಕೆ ಬರತ್ತೇನ್ರಿ ನಿಮ್ಗೆ? ನೀವು ಬಿದ್ರೂ ನನ್ನ ಬೀಳಿಸ್ಬೇಡಿ ಆಯ್ತಾ?" ಏನೂ ಯೋಚಿಸದೇ ಬಂದು ಬೈಕಲ್ಲಿ ನನ್ನ ಹಿಂದೆ ಕುಳಿತಾಗ ಸ್ವರ್ಗಕ್ಕೆ ಮೂರೇ ಗೇಣು. ದಿನವೂ ಟ್ರೈನ್ ಕ್ಯಾನ್ಸಲ್ ಆಗ್ಲಿ ಅಂತ ದೇವರಲ್ಲಿ ಅಪ್ಲಿಕೇಷನ್ ಕೂಡ ಹಾಕಿದ್ದಾಯಿತು.ಬೈಕ್ ನಿಧಾನಕ್ಕೆ ಓಡಿಸೋದ್ರಲ್ಲೂ ಒಂದು ಸೊಗಸಿದೆ ಅಂತ ನೀವು ಹತ್ತಿದಮೇಲೆ ತಿಳಿದದ್ದು. ಸಣ್ಣ ಮಗು ಹೊಸ ಪ್ರಪಂಚವನ್ನ ಕಣ್ಣರಳಿಸಿ ನೋಡುವ ಹಾಗೆ ಪ್ರತಿ ಸನ್ನಿವೇಶವನ್ನ ಸಂತಸದಿಂದ ಅನುಭವಿಸುತ್ತಿದ್ದಿರಿ ನೀವು. ನಮ್ಮ ಬಗ್ಗೆ ಹೇಳೋದು ಬೇಡ ಬಿಡಿ. ನಾನು ಭೂಮಿ ಮೇಲಂತೂ ಇರಲಿಲ್ಲ. ಬೈಕಲ್ಲಿ ನಿಮ್ಮ ಜೊತೆ ಶಿವಮೊಗ್ಗಕ್ಕೆ ಬರುವಾಗಿನ ಪಯಣ ನನ್ನ ಜೀವನದ ಅತ್ಯಮೂಲ್ಯ ಘಳಿಗೆಯಲ್ಲೊಂದು.ಆ ನೀರವ ಮೌನದಲ್ಲಿ ನಿಮ್ಮ ಪಿಸುಮಾತು, ಸಣ್ಣ ಚಳಿ, ಆ ಚಳಿಗೋ ಏನೋ ನಿಮ್ಮಿಂದ ಹಿತವಾದ ಸ್ಪರ್ಶ. ಇಬ್ಬರಲ್ಲೂ ಒಂದಷ್ಟು ಭಯ. ಆ ಪಯಣ ಮುಗಿಯದೇ ನಿರಂತರವಾಗಿ ಸಾಗುವಂತಿದ್ದರೆ ಬೇರೆ ಇನ್ನೇನು ಬೇಕ್ರಿ? ನನ್ನ ಭಾವನೆಗಳನ್ನ ತಡೆಯಲಾಗಲಿಲ್ಲ. ನಿಮ್ಮ ಮನೆಯ ಹತ್ತಿರ ನೀವು ಇಳಿದಾಗ ನಿಮ್ಮ ಮೇಲಿದ್ದ ಪ್ರೀತಿಯನ್ನ ವ್ಯಕ್ತಪಡಿಸಿಬಿಟ್ಟೆ. ನಾನು ಹೇಳುವುದು ಮೊದಲೇ ತಿಳಿದವರಂತೆ ನಕ್ಕು, "ನಿಮ್ಮ ಹಾಗೆ ಅಲ್ಲ ನನ್ನ ಜೀವನ. ನಂಗೆ ನನ್ನದೇ ಆದ ಜವಾಬ್ದಾರಿಗಳಿದೆ.ತಮ್ಮ ಓದ್ತಿದಾನೆ. ತಂಗಿದು ಈಗಷ್ಟೇ ಮದ್ವೆ ಆಗಿದೆ. ಒಂದು ಕ್ಷಣ ಮೈಮರೆತು ನಿಮ್ಮ ಜೊತೆ ಸಲಿಗೆ ಇಂದ ವರ್ತಿಸಿದ್ರೆ ಕ್ಷಮೆ ಇರ್ಲಿ." ಎಂದು ಹೇಳಿ ಹೋದಾಗ ಸಿಡಿಲು ಬಡಿದಂತಾಗಿತ್ತು ಮನಸ್ಸಿಗೆ. ಮಾರನೇ ದಿನ ನೀವು ನಾನಿದ್ದ ಬೋಗಿಯಲ್ಲಿ ಕೂರದೇ ಮುಂದಿನ ಬೋಗಿಯ ಕಡೆ ನಡೆದಿರಿ. ಅಂಥ ಸಿಟ್ಟು ಯಾಕೆ ನನ್ನ ಮೇಲೆ?

ಅನು ಮೇಡಂ, ನಾನು ನಿಮ್ಮಷ್ಟು ಬದುಕು ಕಂಡವನಲ್ಲ. ಹಾಗಂತ ಇನ್ನೊಬ್ಬರ ನೋವಲ್ಲಿ, ನಲಿವಲ್ಲಿ ಭಾಗಿಯಾಗದಷ್ಟು ಕಟುಕನೂ ಅಲ್ಲ. ಏನೋ

ಒಂದು ಆಗತ್ತೆ ಬಿಡಿ. ನಾನು ನಿಮ್ಮ ಜೊತೆ ಇರ್ತೀನಿ. ಯಾವುದೇ ಬವಣೆಗಳಿಲ್ಲದೇ ಆರಾಮಾಗಿ ಬೆಳೆದವನು ನಾನು.ಸಣ್ಣ ವಯಸ್ಸಲ್ಲೇ ತಂದೆಯನ್ನ ಕಳೆದುಕೊಂಡು ಸಂಸಾರದ ನೊಗ ಹೊತ್ತವರು ನೀವು. ಒಳ್ಳೆ ಜೋಡಿ ಅನ್ಸತ್ತೆ ಇಬ್ರುದು. ನೀವು ಬದುಕನ್ನ ಕಲಿಸಿ, ನಾನು ಕನಸು ಕಾಣೋದು ಕಲಿಸ್ತೀನಿ. ನೀವು ವಾಸ್ತವದಲ್ಲಿರಿ , ನಾನು ಕಾಲ್ಪನಿಕ ಲೋಕಕ್ಕೆ ನಿಮ್ಮನ್ನ ಕರೆದುಕೊಂಡು ಹೋಗ್ತೀನಿ.ಅದ್ರೆ ಟೀಚರ್ ಮಾತ್ರ ನೀವೇ. ನಾನು ಯಾವತ್ತಿಗೂ ನಿಮ್ಮ ವಿಧೇಯ ವಿದ್ಯಾರ್ಥಿ.ಇತ್ತೀಚೆಗೆ, ನೀವು ಸರಿಯಾಗಿ ಪ್ರತಿಕ್ರಿಯಿಸದ ಕಾರಣ ಈ ಪತ್ರವನ್ನ ನಿಮ್ಮ ಶಾಲೆಗೆ ಬಂದು ನಿಮಗೆ ತಲುಪಿಸಿದ್ದೇನೆ.ಒಮ್ಮೆ ತಿಳಿ ಮನಸ್ಸಿನಿಂದ ಓದಿ ನಿಮ್ಮ ಅಭಿಪ್ರಾಯ ತಿಳಿಸಿ.ಟೀಚರ್ ನೀವು. ಈ ಪತ್ರಕ್ಕೆ ಒಪ್ಪಿಗೆ ನೀಡಿದರೆ ಪರೀಕ್ಷೆಯಲ್ಲಿ ನೂರು ಅಂಕಗಳಿಸಿದ ವಿದ್ಯಾರ್ಥಿಯಂತೆ ಹೆಮ್ಮೆಯಿಂದ ಬೀಗುತ್ತೇನೆ. ಸಾಧ್ಯ ಆದ್ರೆ ಒಪ್ಪಿಬಿಡಿ.ನಿಮಗೋಸ್ಕರ ನಾಳೆ ಅದೇ ರೈಲಿನ ಅದೇ ಬೋಗಿಯಲ್ಲಿ ಕಾಯ್ತಾ ಇರ್ತೀನಿ. ಒಪ್ಪಿಗೆ ಇದ್ರೆ ಬಂದು ಪಕ್ಕ ಕುಳಿತುಕೊಳ್ಳಿ. ಹೇಳಬೇಕೆನಿಸಿದ್ದನ್ನ ಸಂಪೂರ್ಣವಾಗಿ ಹೇಳಿ ಮುಗಿಸಿದ್ದೇನೆ. ಬರ್ತೀರಾ ಅಲ್ವಾ? ಅದೇ ಸಹಜ ಸುಂದರ ಮೊಗದೊಂದಿಗೆ.

ಇಂತಿ:

ನಿಮ್ಮವ(?!!)

ತೇಪೆ

ಬಸ್ಸು ಬಸ್ ನಿಲ್ದಾಣವನ್ನ ಬಿಟ್ಟು ಆಚೆ ಬಂದು ನಿಂತಿತ್ತು. ಕಂಡಕ್ಟರ್ ಬಸ್ಸಿನ ಹೊರಗೆ ನಿಂತು "ತೀರ್ಥಳ್ಳಿ ತೀರ್ಥಳ್ಳಿ..." ಎಂದು ಬೊಬ್ಬೆ ಇಡುತ್ತಿದ್ದ. ಯಾರೊಬ್ಬರೂ ಬರುವ ಲಕ್ಷಣಗಳು ಕಾಣಿಸುತ್ತಿರಲಿಲ್ಲ. ಬಸ್ಸಿನಲ್ಲಿದ್ದವರಿಗೆಲ್ಲ ರೋಸಿ ಹೋಗಿ ಕಿಡಕಿ ಆಚೆ ಕಂಡಕ್ಟರ್ನನ್ನ ನೋಡಿ ಮನಸಿನಲ್ಲೇ ಹಿಡಿ ಶಾಪ ಹಾಕುತ್ತಿದ್ದರು.ಅನಂತರಾಯರು ತಮ್ಮ ಬ್ಯಾಗಿನಿಂದ ಉದ್ದನೆಯ ಫ್ಲಾಸ್ಕ್ ತೆಗೆದು ಬಿಸಿ ನೀರನ್ನ ಒಂದು ಗುಟುಕು ಬಾಯಿಗಿರಿಸಿದರು."ಲೇ ಹುಡ್ಗ.. ಟೈಮ್ ಆಯ್ತು ಕಣೋ" ಎಂದು ಸಣ್ಣದಾಗಿ ಗದರಿದರು. "ಸಾರ್, ನಿಮ್ ಕಾಲೇಜಿಗೆ ಕರೆಕ್ಟ್ ಟೈಮ್ ಗೆ ಹೋಗ್ತೀರಾ ,ಆರಾಮಾಗಿ ಕೂತ್ಕೊಳಿ. ಹತ್ತೂ ಸೀಟ್ ಆಗಿಲ್ಲ ಅಂದ್ರೆ ಹೆಂಗ್ ಹೋಗೋದು?" ಎಂದು ಗೋಳಾಡಿದ. ಅವನ ಮಾತಿಗೆ ನಕ್ಕು ಸೀಟಿಗೆ ವರಗಿಕೊಂಡರು.ಶಿವಮೊಗ್ಗದ ಪ್ರತಿಷ್ಟಿತ ಕಾಲೇಜಾದ ಆರ್. ಎಮ್.ಸಿ ಯಲ್ಲಿ ಗಣಿತಶಾಸ್ತ್ರವನ್ನ ಭೋಧಿಸುತ್ತಿದ್ದರು ಅನಂತರಾಯರು. ನಿವೃತ್ತಿ ಹೊಂದಿ ಒಂದು ವಾರವಷ್ಟೇ ಕಳೆದಿತ್ತು. ವಿಷಯವನ್ನ ಆಳವಾಗಿ ತಿಳಿದಿದ್ದರೂ, ಅಷ್ಟೇ ಸರಳವಾಗಿ ವಿದ್ಯಾರ್ಥಿಗಳಿಗೆ ಭೋಧಿಸುತ್ತಿದ್ದರು.ಹಾಗಾಗಿ ಅವರನ್ನ ಕಂಡರೆ ಕಾಲೇಜಿನ ಎಲ್ಲಾ ವಿದ್ಯಾರ್ಥಿಗಳಿಗೂ ಅಚ್ಚುಮೆಚ್ಚು. ನಗರದ ಉಳಿದ ಕಾಲೇಜಿನವರು ಲಕ್ಷಗಟ್ಟಲೆ ಸಂಬಳವನ್ನ ಕೊಟ್ಟು ಅವರನ್ನ ಕಾಲೇಜಿಗೆ ಬಂದು ಪಾಠ ಮಾಡುವಂತೆ ಮನವಿ ಮಾಡಿದರೂ ಸಹ ಅವರ ಮನಸ್ಸು ವಾಲಿದ್ದು ತೀರ್ಥಹಳ್ಳಿಯಲ್ಲಿನ ಒಂದು ಎನ್.ಜಿ.ಓ ನಡೆಸುತ್ತಿದ್ದ ಕಾಲೇಜಿಗೆ. ಜೀವನಕ್ಕೆ ದುಡಿದು ಮಾಡಿಟ್ಟದ್ದಾಯ್ತು. ಮನಸ್ಸಿಗೆ ಖುಶಿ ಕೊಡುವ ಕೆಲಸ ಮಾಡಬೇಕೆಂದು ನಿರ್ಧರಿಸಿದ್ದರು.ಬಸ್ಸು ಹೊರಡುವುದನ್ನೇ ಕಾದು ಕಾದು ಅನಂತರಾಯರಿಗೆ ಸಣ್ಣ ಮಂಪರು ಹತ್ತಿತ್ತು. ಒಂದಿಬ್ಬರು ಹತ್ತಿದ ತಕ್ಷಣ ಬಸ್ಸು ಹೊರಟಿತು.ಬಸ್ಸಿನ ಶಬ್ದಕ್ಕೆ ಮತ್ತೆ ಎಚ್ಚರ ಬಂದಿತ್ತು.

ಬಸ್ಸು ಗಾಜನೂರು ಅಣೆಕಟ್ಟು ದಾಟಿ ಸಕ್ರೆಬೈಲಿಗೆ ಬಂದಿತ್ತು. ಆಗ ತಾನೆ ಹಚ್ಚ ಹಸಿರಿನ ಕಾಡು ಪ್ರಾರಂಭವಾಯಿತು. ಕಿಡಕಿಯ ಬಳಿ ಎಲ್ಲವನ್ನೂ ನೋಡುತ್ತ ಆಸ್ವಾದಿಸುತ್ತಿದ್ದರು ಅನಂತರಾಯರು."ಎಷ್ಟು ದಿನಗಳಾಗಿತ್ತು ಈ ದಾರಿಗೆ ಬಂದು?" ಮನದಲ್ಲಿ ಲೆಕ್ಕ ಹಾಕತೊಡಗಿದರು.ನಿವೃತ್ತಿ ಜೀವನವನ್ನ

ಆರಾಮಾಗಿ ಕಳೆಯುವ ಆಸೆ ಅವರಿಗ್ಗಿದ್ದರೂ ಒಬ್ಬನೇ ಮನೆಯಲ್ಲಿ ಕೂತು ಕಾಲ ಕಳೆಯುವ ಮನಸ್ಸಿರಲಿಲ್ಲ ಅನಂತರಾಯರಿಗೆ. ಹೆಂಡತಿ ತೀರಿ ಬಹಳ ದಿನಗಳು ಕಳೆದಿತ್ತು. ಮಗಳು ಮದುವೆಯಾಗಿ ಅಮೇರಿಕಾದ ಪಾಲಾಗಿದ್ದಳು. ಅವಳು ಸದ್ಯಕ್ಕೆ ಇಲ್ಲಿಗೆ ಬರುವುದಿಲ್ಲ. ಇವರಿಗೂ ಅಲ್ಲಿಗೆ ಹೋಗುವ ಮನಸಿರಲಿಲ್ಲ.ಮಕ್ಕಳಿಗೆ ಪಾಠ ಮಾಡಿಯೇ ಜೀವ ಸವೆಸಿದರಾಯ್ತು ಎನ್ನುವ ನಿರ್ಧಾರಕ್ಕೆ ಬಂದಿದ್ದರು.

ಖಾಲಿ ಇದ್ದ ಬಸ್ಸು ಕ್ರಮೇಣ ಭರ್ತಿಯಾಗಲಾರಂಭಿಸಿತು. ಹಸಿರನ್ನ ಇನ್ನೂ ಜನರು ಉಳಿಸಿರೋದಕ್ಕೆ ಸ್ವಲ್ಪ ಸಮಾಧಾನವಾಯಿತು.ಬಸ್ಸು ಮುಡುಬಾ ತಲುಪಿದಾಗ ಅನಂತರಾಯರ ಮುಖದಲ್ಲಿ ಮಂದಹಾಸ ಮಾಯವಾಯಿತು.ಕಾರಣ ಆ ಊರಿನಲ್ಲಿ ಹತ್ತಿದ ಒಬ್ಬ ವ್ಯಕ್ತಿ.ದೊಗಲ ಅಂಗಿ ಅದಕ್ಕೆ ಸರಿ ಹೊಂದದ ಬಣ್ಣ ಮಾಸಿದ ಪ್ಯಾಂಟ್, ಮುಖದ ತುಂಬಾ ಸೋಡಾ ಕನ್ನಡಕ.ಯಾವ ವ್ಯಕ್ತಿಯನ್ನ ತಮ್ಮ ಸ್ಮೃತಿ ಪಟಲದಿಂದ ಸಂಪೂರ್ಣವಾಗಿ ಮಾಯವಾಗಿಸಿದ್ದರೋ ಅದೇ ವ್ಯಕ್ತಿ ಅಲ್ಲಿ ಬಂದು ನಿಂತಿದ್ದ!!.ವೃತ್ತಿಜೀವನದಲ್ಲಿ ಆದ ದೊಡ್ಡ ಆಘಾತಕ್ಕೆ ಒಂದು ಗೋಡೆ ಕಟ್ಟಿದ್ದರು. ಅದು ಸಣ್ಣದಾಗಿ ಬಿರುಕು ಬಿಡುತ್ತಿರುವಂತೆ ಭಾಸವಾಯಿತು. ಅವರದ್ದೇ ಮುಖಭಾವ ಆ ವ್ಯಕ್ತಿಯದ್ದೂ ಆಗಿದ್ದರಿಂದ ಇಬ್ಬರಿಗೂ ಮಾತು ಶುರುಮಾಡುವ ಆಸೆ ಇರಲಿಲ್ಲ.ಅವನೂ ಬೇರೆಯ ಸೀಟಿನಲ್ಲಿ ಕುಳಿತ.ತೀರ್ಥಹಳ್ಳಿ ಬಸ್ ಸ್ಟ್ಯಾಂಡ್ ಬಂದಾಗ ಇಬ್ಬರೂ ಬಸ್ಸನ್ನ ಇಳಿದು ಬೇರೆ ಬೇರೆ ದಿಕ್ಕುಗಳಲ್ಲಿ ಸಂಚರಿಸಿದರು. ಕಾಲೇಜಿನ ಪ್ಯೂನ್ ಒಬ್ಬ ಅನಂತರಾಯರಿಗೆ ಕಾಯುತ್ತಿದ್ದ.ಅವರು ಬಂದ ತಕ್ಷಣ ಅವರನ್ನ ಬರಮಾಡಿಕೊಂಡು ಕಾಲೇಜಿನ ಕಡೆ ಕರೆದುಕೊಂಡು ಹೋದ.

ಕಾಲೇಜಿನ ವಾತಾವರಣ ಅನಂತರಾಯರಿಗೆ ಬಹಳವಾಗಿ ಹಿಡಿಸಿತು.ತಂಪಾದ ಪ್ರದೇಶ ಹಿತವಾದ ಗಾಳಿ ಒಳ್ಳೆಯ ವಿದ್ಯಾರ್ಥಿ ಬಳಗ ಎಲ್ಲವೂ ಆಪ್ತವೆನಿಸಿತು. ಆದರೆ ಪ್ರತಿ ದಿನ ಮುಡುಬಾದಲ್ಲಿ ಸಿಗುವ ಆ ವ್ಯಕ್ತಿಯಿಂದ ಅವರ ಮನಸ್ಸು ಕಸಿವಿಸಿಗೊಳ್ಳುತ್ತಿತ್ತು. ಅವನ ಸಹವಾಸವೇ ಬೇಡ ಎಂದು ಬೇರೆ ಬಸ್ಸನ್ನ ಹತ್ತಿದ್ದರೆ ಕಾಲೇಜಿಗೆ ತಡವಾಗಿ ವಿದ್ಯಾರ್ಥಿಗಳೆದುರು ಮುಜುಗರಕ್ಕೀಡಾಗುವ ಪ್ರಸಂಗ ಎದುರಾಯಿತು.ಪುನ: ಮತ್ತೆ ಅದೇ ಬಸ್ಸಿಗೆ ತಮ್ಮ ದಿನನಿತ್ಯದ ಪ್ರಯಾಣ ಶುರುಮಾಡಿದರು. ಆ ವ್ಯಕ್ತಿಯನ್ನ ಪ್ರತಿನಿತ್ಯ ಎದುರಿಸುವುದು ಅನಂತರಾಯರಿಗೆ ಅಷ್ಟು ಸುಲಭದ ವಿಷಯ ಎನಿಸಲಿಲ್ಲ. ಆ ವ್ಯಕ್ತಿಯನ್ನ ಬಸ್ಸಿನಲ್ಲಿ ನೋಡಿದಾಗಲೆಲ್ಲ ತಮ್ಮ ಅಪರಾಧಿ ಭಾವ

ಜಾಗೃತಗೊಳ್ಳುತ್ತಿತ್ತು. ತೀರ್ಥಹಳ್ಳಿ ಕಾಲೇಜಿಗೆ ಸೇರುವ ತಮ್ಮ ನಿರ್ಧಾರಕ್ಕೆ ಪ್ರತಿ ದಿನವೂ ತಮ್ಮನ್ನ ತಾವೇ ಬೈದುಕೊಳ್ಳುತ್ತಿದ್ದರು. ಬಸ್ಸು ತನ್ನ ವೇಗ ಹೆಚ್ಚಿಸಿಕೊಂಡು ಮುಂದೆ ಸಾಗುತ್ತಿದ್ದರೆ ಅನಂತರಾಯರ ಮನಸ್ಸು ಹಿಂದಿನ ಘಟನೆಗಳಿಗೆ ವಾಲುತ್ತಿತ್ತು.

ಸುಮಾರು ಹದಿನೈದು ವರ್ಷದ ಹಿಂದಿನ ಘಟನೆ.ಆರ್. ಎಮ್.ಸಿ ಪದವಿಪೂರ್ವ ಕಾಲೇಜು ಆವರಣದಲ್ಲಿ ಎಲ್ಲರಿಗೂ ಕಾಣುವಂತೆ ಒಬ್ಬ ವಿದ್ಯಾರ್ಥಿಗೆ ಅನಂತರಾಯರು ಕಪಾಳಕ್ಕೆ ಬಾರಿಸಿದ್ದರು!!. ಹೊಡೆದ ರಭಸಕ್ಕೆ ಹುಡುಗ ಸ್ವಲ್ಪ ಮುಂದೆ ಹೋಗಿ ಬಿದ್ದ. ಅಲಿದ್ದವರಿಗೆಲ್ಲ ಅನಂತರಾಯರ ಈ ರೀತಿಯ ವರ್ತನೆ ಅಚ್ಚರಿ ಮೂಡಿಸಿತ್ತು.ಅವರೆಂದೂ ತಮ್ಮ ತಾಳ್ಮೆ ಕಳೆದುಕೊಂಡವರಲ್ಲ. ಶಿಸ್ತಿನ ಮನುಷ್ಯರಾದರೂ ಯಾವ ವಿದ್ಯಾರ್ಥಿಗೂ ಹೊಡೆದವರಲ್ಲ."ಎಷ್ಟ್ ಧೈರ್ಯ ಇದ್ರೆ ನನ್ನೆದ್ರಿಗೆ ಸಿಗರೇಟ್ ಸೇದ್ತೀಯಾ? ಇನ್ನೂ ಸರಿಯಾಗಿ ಮೀಸೆ ಚಿಗುರಿಲ್ಲ ಆಗ್ಲೇ ಈ ಥರಾ ಶೋಕಿ. ಮತ್ತೆ ರಿಪೀಟ್ ಆದ್ರೆ ಸರಿ ಇರಲ್ಲ" ಎಂದು ಉಗಿದು ತಮ್ಮ ಕೊಠಡಿಯ ಒಳ ಹೊಕ್ಕರು. ಹುಡುಗ ಕೆಳಗೆ ಬಿದ್ದಿದ್ದ ತನ್ನ ಕನ್ನಡಕವನ್ನ ಹಾಕಿಕೊಂಡು ಸುತ್ತಲೂ ಒಮ್ಮೆ ನೋಡಿದ. ಎಲ್ಲರೂ ಅವನನ್ನೇ ದುರುಗುಟ್ಟಿಕೊಂಡು ನೋಡುತ್ತಿದ್ದರು. ಯಾರನ್ನೂ ಎದುರಿಸಲು ಆಗದೇ ಅಲ್ಲಿಂದ ಹೊರಟ.

"ನೀವೇನೆ ಹೇಳಿ ಸರ್. ಫಣೀಂದ್ರನಿಗೆ ಎಲ್ಲರೆದ್ರಿಗೂ ಕಪಾಳಕ್ಕೆ ಹೊಡಿಬಾರ್ದಿತ್ತು.ಅಂತ ಬ್ರೈಟ್ ಸ್ಟೂಡೆಂಟ್ ಎಲ್ಲಿ ಸಿಗ್ತಾನೆ? ನೀವಿದನ್ನ ವೈಯಕ್ತಿಕ ದೃಷ್ಟಿಲಿ ನೋಡ್ಬಾರ್ದಿತ್ತು." ಕಾಲೇಜಿನ ಗಣಿತಶಾಸ್ತ್ರದ ಹೆಚ್.ಓ.ಡಿ ಸುರೇಶ್ ಅವರು ಅನಂತರಾಯರಿಗೆ ತಿಳಿ ಹೇಳಿದರು. "ಸರ್ ಇನ್ನು ಸಣ್ ವಯಸ್ಸು ಈಗ್ಲೇ ಸಿಗರೇಟ್ ಕುಡಿತ ಎಲ್ಲ ಶುರು ಮಾಡ್ಕೊಂಡ್ರೆ ಮುಂದೆ ಅವನ ಜೀವನ?" ಅನಂತರಾಯರು ಮರು ಉತ್ತರಿಸಿದರು."ಅವನು ಕಾಲೇಜಲ್ಲಿ ಆ ರೀತಿ ಕೆಲ್ಸ ಮಾಡಿದ್ರೆ ನಾನೇ ಅವನಿಗೆ ಸರಿಯಾಗಿ ಬುದ್ಧಿ ಕಲಿಸ್ತಿದ್ದೆ. ಅವನು ಸೇದಿರೋದು ಅದೆಲ್ಲೋ ೩ ಕಿಲೋಮೀಟರ್ ದೂರ ಇರೋ ಅಂಗಡಿಲಿ. ಎಷ್ಟ್ ಜನ ಕಾಲೇಜ್ ಹುಡುಗ್ರು ಸೇದಲ್ಲ? ಅವರ್ನೆಲ್ಲ ಹುಡುಕ್ಕೊಂಡು ಹೋಗಿ ಹೀಗೆ ಕಪಾಳಕ್ಕೆ ಹೊಡೀತೀರಾ?ನಿಮಗೆ ಒಳ್ಳೆ ಹೆಸರಿದೆ ಹಾಳ್ ಮಾಡ್ಕೋಬೇಡಿ. ನಿಮಗೆ ಅವನಮೇಲೆ ಅಕ್ಕರೆ ಇದ್ರೆ ಕೂರ್ಸಿ ಬುದ್ಧಿ ಹೇಳಿ. ನೀವು ಲೆಕ್ಚರರ್ ಟೀಚರಲ್ಲ" ಎಂದು ಸುರೇಶ್ ತಮ್ಮ ಕ್ಲಾಸಿಗೆ ನಡೆದರು. ಇದ್ಯಾವುದೂ ತಿಳಿಯದಿರುವಷ್ಟು ದಡ್ಡರಲ್ಲ ಅನಂತರಾಯರು. ಆದರೆ ತನಗಿಂತಲೂ ಗಣಿತದಲ್ಲಿ ಹೆಚ್ಚು

ಬುದ್ಧಿವಂತನಾಗಿರುವ ಫಣೀಂದ್ರನನ್ನ.

ಅವರಿಗೆ ಸಹಿಸಲಾಗುತ್ತಿರಲಿಲ್ಲ. ಕಾಲೇಜಿನ ಸಾಕಷ್ಟು ವಿದ್ಯಾರ್ಥಿಗಳು ಅವರ ಮನೆ ಪಾಠಕ್ಕೆ ಬಂದರೂ ಫಣೀಂದ್ರನಷ್ಟು ಅಧ್ಭುತ ವಿದ್ಯಾರ್ಥಿಯನ್ನ ಅವರು ನೋಡಿರಲಿಲ್ಲ. ಕ್ಲಾಸಿನಲ್ಲಿ ಲೆಕ್ಕ ಬಿಡಿಸುವ ಅವನ ನಿಪುಣತೆಗೆ ಮಾರು ಹೋಗದವರಿರಲಿಲ್ಲ. ಅನಂತರಾಯರೂ ಒಮ್ಮೆ ಅವನ ಜಾಣ್ಮೆಗೆ ತಲೆ ಬಾಗಿದ್ದರು. ಆದರೆ ಅವನ ಬ್ಯಾಚಿನ ವಿದ್ಯಾರ್ಥಿಗಳೆಲ್ಲರೂ ಇವರು ಮಾಡಿದ ಪಾಠ ಅರ್ಥವಾಗದಿದ್ದರೆ ಸೀದಾ ಓಡುತ್ತಿದ್ದದ್ದು ಫಣೀಂದ್ರನ ಹತ್ತಿರ.ಪಾಸೇ ಆಗದ ಹುಡುಗರೆಲ್ಲ ಮೊದಲನೇ ವರ್ಷದ ಪದವಿಪೂರ್ವ ಕೋರ್ಸ್ ಅನ್ನು ಇವನು ಹೇಳಿಕೊಟ್ಟದ್ದಕ್ಕೆ ಗಣಿತದಲ್ಲಿ ಪಾಸಾಗಿದ್ದರು.ರಾಯರು ಅವನ ಮೇಲೆ ಪ್ರೀತಿ ಬೆಳೆಸಿಕೊಳ್ಳುವ ಬದಲು ಅಸೂಯೆ ಪಡುವುದಕ್ಕೆ ಶುರು ಮಾಡಿದ್ದರು. ಮನೆ ಪಾಠಕ್ಕೆ ಬರುವ ಹುಡುಗರೂ ಸಹ ಅರ್ಥ ಆಗದ ವಿಷಯವನ್ನ ಅವನ ಬಳಿ ಹೇಳಿಸಿಕೊಳ್ಳುತ್ತಿದ್ದರು.ಇದನ್ನಂತೂ ಅವರಿಗೆ ಸಹಿಸಲಾಗಲ್ಲಿಲ್ಲ. ಮನೆ ಪಾಠಕ್ಕೆ ಬಂದಾಗ ಆ ಹುಡುಗರನ್ನೆಲ್ಲ ಎಲ್ಲರೆದುರೂ ಬೈದಿದ್ದರು."ನಿಮಗೆ ಅರ್ಥ ಆಗಿಲ್ಲ ಅಂದ್ರೆ ನನ್ನನ್ನ ಕೇಳಿ. ನಿಮ್ ಅಪ್ಪ ಅಮ್ಮ ಟ್ಯೂಷನ್ ಫೀ ಏನ್ ದಂಡಕ್ಕೆ ಕೊಡ್ತಿದಾರಾ?" ಎಂದು ತಮಗೆ ಫಣೀಂದ್ರನ ಮೇಲಿದ್ದ ಸಿಟ್ಟನ್ನ ಪರೋಕ್ಷವಾಗಿ ಹೊರಹಾಕಿದ್ದರು.ಗಣಿತದಲ್ಲಿ ಹೆಚ್ಚು ಅಂಕ ತೆಗೆದವರಿಗೆ ನೀಡುತ್ತಿದ್ದ ಸ್ಕಾಲರ್ಶಿಪ್ ಅನ್ನು ಅವನಿಗೆ ಕೊಡಿಸದೇ ತನ್ನ ಮಗಳಿಗೆ ಬರುವ ಹಾಗೆ ಮಾಡುವುದರಲ್ಲಿ ಯಶಸ್ವಿಯಾಗಿದ್ದರು. ಇದೆಲ್ಲವೂ ಗೊತ್ತಿದ್ದರೂ ಫಣೀಂದ್ರ ಅದರ ಬಗ್ಗೆ ಯೋಚಿಸಲಿಲ್ಲ. ಅವನ ಮುಖ್ಯ ಗುರಿ ಇದ್ದದ್ದೇ ಗಣಿತದಲ್ಲಿ ಏನಾದರೂ ಸಾಧಿಸುವ ಅದಮ್ಯ ಉತ್ಸಾಹ.ಮುಂದೆ ಅದರಲ್ಲೇ ಪಿ.ಹೆಚ್.ಡಿ ಮಾಡುವ ಹಂಬಲವಿತ್ತು. ಎಷ್ಟೇ ದ್ವೇಶಿಸಿದರೂ ಅವನಿಂದ ಯಾವುದೇ ರೀತಿಯ ಪ್ರತಿಕ್ರಿಯೆ ಬರದೇ ಅವನ ಪಾಡಿಗೆ ಅವನಿರುವುದೇ ಇವರಿಗೆ ಹುಚ್ಚು ಹಿಡಿಸಿತ್ತು.

ಎರಡನೇ ವರ್ಷದ ಪದವಿಪೂರ್ವ ಪರೀಕ್ಷೆಗಳಿಗೆ ಇನ್ನೇನು ಪ್ರಾರಂಭದ ಹಂತದಲ್ಲಿದ್ದವು. ಕಾಲೇಜಿನಲ್ಲಿಯೂ ಅದರ ತಯಾರಿ ಜೋರಿತ್ತು.ಇದೇ ಸಮಯಕ್ಕೆ ಕಾಲೇಜಿನ ಹಾಸ್ಟೆಲ್ ಅಲ್ಲಿ ಒಂದಷ್ಟು ಉತ್ತರ ಭಾರತದ ವಿದ್ಯಾರ್ಥಿಗಳು ಡ್ರಗ್ಸ್ ತೆಗೆದುಕೊಳ್ಳುವಾಗ ಸಿಕ್ಕಿ ಬಿದ್ದರು.ಕಾಲೇಜು ಹಾಸ್ಟೆಲ್ಲಿನ ವಾರ್ಡನ್ ಸಹ ಆಗಿದ್ದ ಅನಂತರಾಯರು ಈ ಅನಾಚಾರವನ್ನ ಸಹಿಸಲಿಲ್ಲ.ಡ್ರಗ್ಸ್ ಸೇವನೆಯಲ್ಲಿ ಭಾಗಿಯಾದವರನೆಲ್ಲ ಪೋಲಿಸ್ ಕಸ್ಟಡಿಗೆ ಒಪ್ಪಿಸಿದರು. ಫಣೀಂದ್ರನ ಜೊತೆಯಿದ್ದ ರೂಮೇಟ್ ಸಹ ಡ್ರಗ್ಸ್ ಸೇವಿಸಿ ಸಿಕ್ಕಿ

ಬಿದ್ದಿದ್ದ.ಫಣೀಂದ್ರನ ಬೀರುವನ್ನ ಶೋಧಿಸಿದಾಗ ಡ್ರಗ್ಸ್ ಸಿಕ್ಕಿದ್ದರಿಂದ, ಅನಂತರಾಯರು ಮುಲಾಜಿಲ್ಲದೆ ಫಣೀಂದ್ರನನ್ನೂ ಈ ಹಗರಣದಲ್ಲಿ ಸೇರಿಸಿದರು.ಅವನ ರೂಮೇಟ್ ಮಾಡಿದ ಅಚಾತುರ್ಯಕ್ಕೆ ಫಣೀಂದ್ರ ಸಿಕಿಬಿದ್ದ.ಅವನೆಷ್ಟೇ ಸಮಜಾಯಿಷಿ ಕೊಟ್ಟರೂ ಅವನ ಮಾತು ಯಾರು ಕೇಳುವವರಿರಲಿಲ್ಲ. ಅನಂತರಾಯರೂ ಸತ್ಯಾಸತ್ಯತೆ ನೋಡುವ ಗೋಜಿಗೆ ಹೋಗದೇ,ಈ ಘಟನೆಯನ್ನು ಅವನನ್ನ ಹಣಿಯುವ ಸದಾವಕಾಶವೆಂದು ಭಾವಿಸಿದರು. ಫಣೀಂದ್ರ ಎಷ್ಟೇ ಅಂಗಲಾಚಿದರೂ ಅನಂತರಾಯರ ಮನಸ್ಸು ಕರಗಲಿಲ್ಲ. “ಸಿಗರೇಟ್ ಸೇದಿರೋನ್ಗೆ ಡ್ರಗ್ಸ್ ತಗೋಳೋದು ಕಷ್ಟ ನಾ” ಎಂದು ಅಪಹಾಸ್ಯ ಮಾಡಿದರು. ಅಷ್ಟುದಿನ ಸುಮ್ಮನಿದ್ದವನು ಪೋಲಿಸ್ ಕರೆದುಕೊಂಡು ಹೋಗುವಾಗ “ನನ್ ಬದುಕು ನಾಶ ಮಾಡಿದಿರಾ ನೀವ್ ಚೆನಾಗಿರ್ತೀರಾ ಸರ್?” ಎಂದು ನಕ್ಕು ಪೋಲಿಸ್ ಜೀಪ್ ಹತ್ತಿದ. ಫಣೀಂದ್ರನನ್ನೂ ಸೇರಿಸಿ ಅಷ್ಟೂ ಜನರನ್ನ ಕಾಲೇಜ್ ಡಿಸ್ಮಿಸ್ ಮಾಡಿತು. ಅವರ ಪರೀಕ್ಷೆಗಳನ್ನ ರದ್ದು ಮಾಡಿತು.ಅವರ ಫೋಟೋಗಳೆಲ್ಲವೂ ಟಿ.ವಿ. ಪೇಪರ್ ಗಳಲ್ಲಿ ಹರಿದಾಡಿತು. ನಿಜವಾದ ಹೊಡೆತ ಬಿದ್ದದ್ದು ಮಾತ್ರ ಏನೂ ಮಾಡದೇ ಸಿಕ್ಕಿಹಾಕಿಕೊಂಡ ಫಣೀಂದ್ರನಿಗೆ. ಗಣಿತದಲ್ಲಿ ಎಮ್.ಎಸ್ಸಿ ಮಾಡಿ ಪಿ.ಹೆಚ್.ಡಿ ಮಾಡುವ ಕನಸು ಸದ್ಯಕ್ಕೆ ನುಚ್ಚುನೂರಾಗಿತ್ತು. ಆ ಹುಡುಗರ ತಂದೆ ತಾಯಿಗಳೆಲ್ಲ ಶ್ರೀಮಂತರಾದ್ದರಿಂದ ಡ್ರಗ್ಸ್ ಕೇಸ್ ಅಲ್ಲಿಗೆ ಖುಲಾಸೆಯಾಯಿತು.ಸಾಕ್ಷ್ಯಾಧಾರದ ಕೊರತೆಯಿಂದ ಫಣೀಂದ್ರನನ್ನೂ ಸೇರಿಸಿ ಎಲ್ಲರನ್ನೂ ಬಿಡುಗಡೆ ಮಾಡಿದರು. ಕೇಸ್ ಖುಲಾಸೆ ಆದರೂ ಡ್ರಗ್ ಅಡಿಕ್ಟ್ ಎಂಬ ಹಣೆಪಟ್ಟಿ ಫಣೀಂದ್ರನನ್ನ ಯಾವ ಕಾಲೇಜಿಗೂ ಹೋಗದಂತೆ ಮಾಡಿತು. ಉತ್ತರಭಾರತದ ಹುಡುಗರು ಶಿವಮೊಗ್ಗ ಬಿಟ್ಟು ಬೇರೆ ಊರಿನ ಕಾಲೇಜ್ ಸೇರಿದರು.ಶಿವಮೊಗ್ಗದ ಯಾವ ಕಾಲೇಜಿನವರು ಫಣೀಂದ್ರನನ್ನ ಸೇರಿಸಿಕೊಳ್ಳದಿದ್ದಾಗ ತೀರ್ಥಹಳ್ಳಿಯ ಸರ್ಕಾರಿ ಕಾಲೇಜಿನಲ್ಲಿ ಮತ್ತೊಮ್ಮೆ ಎರಡನೇ ವರ್ಷದ ಪದವಿಪೂರ್ವ ಕಾಲೇಜಿಗೆ ಸೇರಿದ.

ಇದೆಲ್ಲ ಮುಗಿದು ಮೂರು ತಿಂಗಳ ನಂತರ ಅನಂತರಾಯರು ತಮ್ಮ ಬೆಳಗಿನ ವಾಕಿಂಗ್ ಮುಗಿಸಿ ಮನೆಗೆ ತೆರಳಿದರು. ಬೆಳಗ್ಗೆ ಎಂಟಾದರೂ ಮಗಳು ವರ್ಷ ಎದ್ದಿರಲಿಲ್ಲ. ಎಲ್ಲ ಪರೀಕ್ಷೆಗಳು ಮುಗಿದದ್ದರಿಂದ ಅನಂತರಾಯರು ಚೆನ್ನಾಗಿ ಮಲಗಲಿ ಎಂದು ಸುಮ್ಮನಿದ್ದರು. ಹೆಂಡತಿ ಕ್ಯಾನ್ಸರಿಂದ ಸತ್ತು ಹತ್ತು ವರ್ಷ ಕಳೆದಿದ್ದವು. ಹಾಗಾಗಿ ಅಡಿಗೆ ತಿಂಡಿ ಎಲ್ಲವೂ ರಾಯರದ್ದೆ. ತಾಯಿ ಇಲ್ಲದ ಮಗಳೆಂಬ ಅಕ್ಕರೆ ಸ್ವಲ್ಪ ಜಾಸ್ತಿಯೇ ಇದ್ದದ್ದರಿಂದ ಮುದ್ದಾಗಿ ಸಾಕಿದ್ದರು. ಮಗಳು

ಇನ್ನು ಎದ್ದಿಲ್ಲದ ಕಾರಣ ಅವಳ ಕೊಠಡಿಗೆ ಹೋಗಿ ಎಬ್ಬಿಸಲು ಮುಂದಾದರೆ, ವರ್ಷ ಅತಿಯಾದ ಡ್ರಗ್ ಸೇವನೆಯಿಂದ ಎಚ್ಚರತಪ್ಪಿ ಬಿದ್ದಿದ್ದಳು!!. ಅವಳ ಸ್ಥಿತಿಯನ್ನ ನೋಡಿ ಅನಂತರಾಯರಿಗೆ ಒಮ್ಮೆಲೇ ತಲೆ ತಿರುಗಿದಂತಾಯಿತು.ತಕ್ಷಣ ಆಸ್ಪತ್ರೆಗೆ ಸೇರಿಸಿ ಅವಳನ್ನ ಕಷ್ಟಪಟ್ಟು ಉಳಿಸಿಕೊಂಡರು. ಹೇಗೋ ತಮ್ಮ ಅಧಿಕಾರದ ಬಲದಿಂದ ಎಲ್ಲವನ್ನ ಮುಚ್ಚಿಟ್ಟರು. ಅವಳನ್ನ ಬೆಂಗಳೂರಿನ ರಿಹೆಬಿಲಿಟೇಷನ್ ಸೆಂಟರ್ ಗೆ ಸೇರಿಸಿ ಮೊದಲ ಸ್ಥಿತಿಗೆ ಬರುವಂತೆ ನೋಡಿಕೊಂಡರು. ಶಿವಮೊಗ್ಗ ಬಿಡಿಸಿ ಚಿಕ್ಕಮಗಳೂರಿನಲ್ಲಿದ್ದ ತನ್ನ ತಂಗಿಯ ಮನೆಯಲ್ಲಿ ವರ್ಷಳನ್ನ ಡಿಗ್ರಿಗೆ ಸೇರಿಸಿದರು. ಇದಾದ ಮೇಲೆ ರಾಯರಿಗೆ ವರ್ಷಳ ಮೇಲಿದ್ದ ಪ್ರೀತಿ ಮಾಯವಾಗಿತ್ತು. ಅವಳೂ ಕೂಡ ಮಾತನಾಡುವುದನ್ನೇ ಬಿಟ್ಟಿದ್ದಳು. ಇದೆಲ್ಲದರ ನಡುವೆ ಅವರನ್ನ ಕಾಡಿದ್ದು ಫಣೀಂದ್ರ ಹೇಳಿದ್ದ ಕೊನೆಯ ಮಾತು. ತಮ್ಮ ಅಹಂಗೆ ಸ್ವಂತ ಮಗಳೇ ಬಲಿಯಾದದ್ದು ಅವರನ್ನ ಹಣ್ಣಾಗಿಸಿತು.ಫಣೀಂದ್ರನನ್ನ ಹುಡುಕಿ ಕ್ಷಮೆ ಕೇಳಬೇಕೆಂದು ಪ್ರಯತ್ನಿಸಿದರು. ನಂತರದ ದಿನಗಳಲ್ಲಿ ಯಾವ ವಿದ್ಯಾರ್ಥಿಯ ಮೇಲೂ ಅಸೂಯೆ ಪಡುವ ಮಟ್ಟಕ್ಕೆ ಹೋಗಲಿಲ್ಲ. ಎಲ್ಲರನ್ನೂ ಪ್ರೀತಿಸುವ ಪ್ರಯತ್ನ ಮಾಡಿದರೂ ಯಾರನ್ನೂ ದ್ವೇಶಿಸುವುದಕ್ಕಂತೂ ಹೋಗಲಿಲ್ಲ.ಫಣೀಂದ್ರನ ಬಗ್ಗೆ ಅವನ ಸ್ನೇಹಿತರನ್ನ ವಿಚಾರಿಸಿದಾಗ ಆ ಘಟನೆ ನಡೆದ ಬಳಿಕ ಅವನು ಯಾರ ಬಳಿಯೂ ಸಂಪರ್ಕದಲ್ಲಿಲ್ಲ ಎನ್ನುವ ಸುದ್ದಿ ಬಂತು. ಕಾಲೇಜಿನ ಅಡ್ಮಿಶನ್ ಬುಕ್ ತೆಗೆದು ಅವನ ದೂರವಾಣಿ ಸಂಖ್ಯೆಗೆ ಕರೆ ಮಾಡಿದರೆ ಅಸ್ತಿತ್ವದಲ್ಲಿಲ್ಲ ಎನ್ನುವ ಧ್ವನಿ.ಎಲ್ಲವನ್ನೂ ಮುಚ್ಚಿಟ್ಟು ಮಗಳ ಡಿಗ್ರಿ ಮುಗಿದ ಬಳಿಕ ಮದುವೆ ಮಾಡಿದರು.ಬೇಕಂತಲೇ ಅಮೆರಿಕದಲ್ಲಿರುವ ಹುಡುಗನಿಗೆ ಮದುವೆ ಮಾಡಿ ಅವಳಿಗೆ ಇಲ್ಲಿಯ ಸಂಪರ್ಕವನ್ನ ಕಡಿತಗೊಳಿಸಿದರು.ವರುಷಗಳು ಉರುಳಿ, ರಾಯರು ತಮ್ಮ ವೃತ್ತಿಯಲ್ಲಿ ಹೆಚ್ಚು ತೊಡಗಿಕೊಂಡರು. ಫಣೀಂದ್ರ ಅವರಿಂದ ಮರೆಯಾಗಿದ್ದ. ಮಗಳೂ ಕೂಡ ದೂರವಿದ್ದದ್ದರಿಂದ ಒಂಟಿತನ ಮೊದಲು ಕಷ್ಟವಾದರೂ ಅದೇ ಕಡೆಗೆ ಆಪ್ತವೆನಿಸಿತು.ಮರೆಯಾದವನು ಹದಿನೈದು ವರ್ಷದ ನಂತರ ಬಸ್ಸಿನಲ್ಲಿ ಪ್ರತ್ಯಕ್ಷನಾಗಿದ್ದ.

ಅಂದು ಬಸ್ಸಿನಲ್ಲಿ ಅಷ್ಟೇನೂ ಜನರಿರಲಿಲ್ಲ.ಮುಡುಬಾ ಬಂದಾಗ ಇವನೊಬ್ಬನೇ ಹತ್ತಿದ. ಬಸ್ಸಿನಲ್ಲಿ ಸೀಟುಗಳು ಭರ್ತಿಯಾಗಿದ್ದರೂ ರಾಯರ ಪಕ್ಕದಲ್ಲಿ ಸೀಟು ಖಾಲಿ ಇತ್ತು.ಫಣೀಂದ್ರ ಕೂರದೇ ನಿಂತಿದ್ದ. ಕಂಡಕ್ಟರ್ "ಸರ್

ಅಲ್ಲಿ ಸೀಟಿದ್ರೂ ಕೂರಲ್ಲ ಅಂತೀರಲ್ಲಾ ಕುತ್ಕಳಿ" ಎಂದು ದಬಾಯಿಸಿದ. ಒಲ್ಲದ ಮನಸ್ಸಿನಿಂದ ಅಲ್ಲಿಗೆ ಹೋಗಿ ಕುಳಿತ.ಇಬ್ಬರಲ್ಲೂ ಮಾತಿರಲಿಲ್ಲ. ದೃಷ್ಟಿ ಬದಲಿಸುವ ಪ್ರಯತ್ನ ಮಾಡಿದರು. ಬಸ್ಸು ತೀರ್ಥಹಳ್ಳಿಗೆ ತಲುಪುವುದಕ್ಕೆ ಹತ್ತು ಕಿಲೋಮೀಟರ್ ಇತ್ತು. ಅನಂತರಾಯರಿಗೆ ಸುಮ್ಮನೆ ಕೂರಲು ಆಗಲಿಲ್ಲ. ಅವನ ಬದುಕಿನ ಬಗ್ಗೆ ತಿಳಿದುಕೊಳ್ಳುವ ಹುಚ್ಚು ಕುತೂಹಲವಿತ್ತು. ಮಾತನಡಿಸಿದರೆ ಎಲ್ಲಿ ರೇಗಾಡುತ್ತಾನೋ ಎನ್ನುವ ಭಯ ಬೇರೆ.ತಮ್ಮಲ್ಲಿರುವ ಅಷ್ಟೂ ಧೈರ್ಯವನ್ನ ಒಗ್ಗೂಡಿಸಿ "ಹೇಗಿದ್ದೀಯೋ?" ಎಂದು ಕೇಳಿಯೇಬಿಟ್ಟರು. ಫಣೀಂದ್ರ ತಕ್ಷಣಕ್ಕೆ ಪ್ರತಿಕ್ರಿಯೆ ನೀಡದಿದ್ದರೂ ಒಂದೆರಡು ನಿಮಿಷದ ನಂತರ "ನಿಮ್ಮಷ್ಟ್ ಆರಾಮಾಗಿಲ್ಲ ಸರ್. ಹೇಗೋ ನಡೀತಿದೆ ಜೀವನ. ನೆಮ್ಮದಿ ಅಂತೂ ಇದೆ."ಎಂದ. "ಏನ್ ಮಾಡ್ತಿದೀಯ ಇವಾಗ?"ರಾಯರು ಕೇಳಿದರು." ತೀರ್ಥಹಳ್ಳಿ ಸರ್ಕಾರಿ ಕಾಲೇಜಲ್ಲಿ ಅತಿಥಿ ಉಪನ್ಯಾಸಕ ಆಗಿದೀನಿ. ತಿಂಗ್ಳಿಗೆ ಹತ್ತು ಸಾವಿರ ಬರತ್ತೆ. ಊರಲ್ಲಿ ಸ್ವಲ್ಪ ಜಮೀನಿದೆ ಹೇಗೋ ನಡೀತಿದೆ" ಎಂದ. "ಪಿ.ಹೆಚ್.ಡಿ ಮಾಡ್ತಿನಿ ಅಂತಿದ್ದೆ?" ಅವರ ಮಾತಿಗೆ ನಕ್ಕು"ಈಗ್ಲೂ ಆಸೆ ಇದೆ.ನೆಟ್ ಎಕ್ಸಾಮ್ ಪಾಸ್ ಆಗಿದೀನಿ ಇಂಟರ್ವ್ಯೂ ಕೂಡ ಆಗತ್ತೆ. ಆದ್ರೆ ಗಣಿತದಲ್ಲಿ ನಿಮ್ಮಷ್ಟೇ ಪ್ರತಿಭೆ ಇರೋ ಮೇಷ್ಟ್ರನ್ನ ಗೈಡ್ ಆಗಿ ಹುಡುಕ್ತಿದೀನಿ ಇನ್ನೂ ಸಿಕ್ಕಿಲ್ಲ. ಎಲ್ರೂ ನಿಮ್ ಥರಾನೆ ಸರ್. ಬರೀ ಸಭ್ಯರಿಗೆ ಮಾತ್ರನೇ ಗೈಡ್ ಮಾಡೋದು ನಾವು ಅಂತಾರೆ."ಎಂದು ಕುಹಕವಾಡಿದ. ಫಣೀಂದ್ರನ ಮಾತಿಗೆ ರಾಯರು ಮರುಮಾತನಾಡಲಿಲ್ಲ. ತೀರ್ಥಹಳ್ಳಿ ಬಸ್ ನಿಲ್ದಾಣ ಬಂದಿತು. ಅವನು ಇಳಿದು ಹೋದ.ಅನಂತರಾಯರಿಗೆ ಅವನ ಮಾತು ಬೇಸರತಂದರೂ ಅವರ ತಪ್ಪನ್ನ ತಿದ್ದಿಕೊಳ್ಳುವ ಅವಕಾಶ ಕಾಣತೊಡಗಿತು. "ಹೌದಲ್ವ? ಇವನಿಗೆ ಸರಿಯಾಗಿ ಮಾರ್ಗದರ್ಶನ ನೀಡಿದರೆ ಗಣಿತದಲ್ಲಿ ಫಣೀಂದ್ರನನ್ನ ಮೀರಿಸೋರು ಇಡೀ ಶಿವಮೊಗ್ಗ ಜಿಲ್ಲೆಯಲ್ಲಿ ಯಾರೂ ಸಿಗಲಿಕ್ಕಿಲ್ಲ. ಹಾಗೆ ಯೊಚನೆ ಬಂದದ್ದೇ ತಡ ತಮ್ಮ ಆತ್ಮೀಯ ಸ್ನೇಹಿತ ರಂಗನಾಥ್ ಅವರಿಗೆ ಕರೆ ಮಾಡಿದರು.

ಮಾರನೆಯ ದಿನ ಫಣೀಂದ್ರ ಸಿಕ್ಕಾಗ, "ನನ್ನ ಸ್ನೇಹಿತ ರಂಗನಾಥ್ ಮೇಷ್ಟ್ರು ನಿಂಗೆ ಗೈಡ್ ಆಗೋದಕ್ಕೆ ಒಪ್ಪಿದಾರೆ. ಆ ಮನುಷ್ಯ ಒಬ್ರಿಗೆ ಮಾತ್ರ ಗೈಡ್ ಆಗೋದಕ್ಕೆ ಒಪ್ಕೊಳೋದು. ನಿನ್ ಬಗ್ಗೆ ಹೇಳಿದಿನಿ. ಅವರಿಗೂ, ವಿಷಯದ ಮೇಲೆ ನಿಂಗೆ ಇರೋ ಆಸಕ್ತಿ ಗೊತ್ತಿದೆ. ಸಂಜೆ ನನ್ ಜೊತೆ ಶಿವಮೊಗ್ಗ ಬಾ" ಎಂದರು.ಅವರ ಮಾತಿಗೆ ನಕ್ಕು, "ನೀವು ಈಗಾಗ್ಲೇ ನನ್ನ ಬದುಕಿಗೆ ಸಾಕಷ್ಟು ಸಹಾಯ ಮಾಡಿದೀರಾ. ಅದರ ಫಲವನ್ನ ಇನ್ನೂ ಅನುಭವಿಸ್ತಾ ಇದೀನಿ.

ದಯವಿಟ್ಟು ಬೇಡ ಸಾರ್" ಫಣೀಂದ್ರ ಕೈ ಮುಗಿದ.ಮಾತಿನಲ್ಲಿ ವ್ಯಂಗ್ಯ ಇತ್ತು. ರಾಯರು ಮಾತನಾಡಲಿಲ್ಲ. ಅಂದು ಕಾಲೇಜಲ್ಲಿ ಪಾಠ ಮಾಡುವ ಮನಸ್ಸಿರಲಿಲ್ಲ. ಮಕ್ಕಳಿಗೆ ಮನೆಗೆ ಹೋಗಲು ಹೇಳಿ ಅವರೂ ಬೇಗ ಹೊರಟು ಬಂದರು.

ಮಾರನೆಯ ದಿನ ಬಸ್ಸು ಮುಡುಬಾ ತಲುಪಿದಾಗ ಫಣೀಂದ್ರನ ಕಣ್ಣುಗಳು ರಾಯರನ್ನೇ ಹುಡುಕುತ್ತಿದ್ದವು. ಬಸ್ಸು ಹತ್ತಿದವನು ಸೀದಾ ರಾಯರ ಬಳಿ ಬಂದು,"ರಂಗನಾಥ ಮೇಷ್ಟ್ರು ನಿಮ್ಗಿಂತ ಟ್ಯಾಲೆಂಟಡ್ ಅಂತೀರಾ ಸರ್" ಎಂದ. ಅವನ ಮಾತಿಗೆ ನಕ್ಕು," ಹಾ ಬುದ್ಧಿವಂತ್ರೆ ಆದ್ರೆ ನಿನ್ನಷ್ಟ್ ಅಲ್ಲ" ಎಂದರು. ಅತಿಶಯೋಕ್ತಿ ಎನಿಸಿದರೂ ಫಣೀಂದ್ರ ನಕ್ಕ. "ಇವತ್ತಾದ್ರೂ ಬರ್ತೀಯಾ ಶಿವಮೊಗ್ಗಕ್ಕೆ?" ಎಂದು ಅಧಿಕಾರದ ಧ್ವನಿಯಲ್ಲಿ ಕೇಳಿದರು.ಅವರ ಮಾತಿಗೆ ಸುಮ್ಮನೆ ತಲೆಯಾಡಿಸಿದ. ಫಣೀಂದ್ರನಿಗೆ ಎಲ್ಲಿಲ್ಲದ ಸಂತೋಷವಾದರೂ ವ್ಯಕ್ತಪಡಿಸುವುದಕ್ಕೆ ಹೋಗಲಿಲ್ಲ. ಒಂದು ರೀತಿಯ ಭಾಂಧವ್ಯ ಇಬ್ಬರಲ್ಲೂ ಮೂಡುವುದಕ್ಕೆ ಶುರುವಾಯಿತು. ಹೆಸರಿಗಷ್ಟೇ ರಂಗನಾಥ ಮೇಷ್ಟ್ರು , ಅವನ ಪಿ.ಹೆಚ್.ಡಿಯ ಸಂಪೂರ್ಣ ಜವಾಬ್ದಾರಿ ಇವರೇ ಹೊತ್ತಿದ್ದರು.ಅನಂತರಾಯರಿಗೆ ತಮ್ಮಲ್ಲಿದ್ದ ತಪ್ಪಿಸ್ಥಭಾವ ಕ್ರಮೇಣ ಕಮ್ಮಿಯಾಗುತ್ತ ಹೋಯಿತು.ಅವರೇ ಹಾಳು ಮಾಡಿದ್ದ ಬದುಕಿಗೆ ತೇಪೆ ಹಚ್ಚುವ ಕೆಲಸ ಮಾಡುತ್ತಿದ್ದರು. ದಿನಾ ಬಸ್ಸಿನಲ್ಲಿ ಇವರು ಫಣೀಂದ್ರನಿಗೆ ಶಿವಮೊಗ್ಗದಿಂದಲೇ ಸೀಟು ಹಿಡಿಯುವುದಕ್ಕೆ ಶುರುವಿಟ್ಟರು. ಅವನೂ ಕೂಡ ತೋಟದಲ್ಲಿ ಬೆಳೆದಿದ್ದ ಹಣ್ಣುಗಳನ್ನ ತರಕಾರಿಗಳನ್ನ ತಂದು ಕೊಡುತ್ತಿದ್ದ.ಸಂಜೆ ತಡವಾದರೆ ಮುಡುಬಾದ ಫಣೀಂದ್ರನ ಮನೆಯಲ್ಲೇ ಉಳಿಯುತ್ತಿದ್ದರು. ಅವನಿಗೂ ಮದುವೆ ಆಗಿರಲಿಲ್ಲ. ತಂದೆ ತಾಯಿ ತೀರಿ ಹೋಗಿ ಸುಮಾರು ವರ್ಷಗಳು ಉರುಳಿದ್ದವು.ಅವನೂ ಒಬ್ಬಂಟಿ.

ಅಂದು ಸಂಜೆ ಇಬ್ಬರಿಗೂ ತಡವಾಗಿತ್ತು. ಕಾಲೇಜುಗಳಲ್ಲಿ ಪರೀಕ್ಷೆಯ ಸಮಯ. ಇಬ್ಬರೂ ತಮ್ಮ ತಮ್ಮ ಕಾಲೇಜಿನಲ್ಲಿ ಪಾಠ ಪ್ರವಚನ ಮುಗಿಸಿ ಬರುವಷ್ಟರಲ್ಲಿ ರಾತ್ರಿ ಏಳಾಗಿತ್ತು. ರಾಯರು ಸ್ವಲ್ಪ ದಣಿದಿದ್ದರು.ವಿಪರೀತ ಸುಸ್ತಾಗಿದ್ದರಿಂದ ಮಾತಿಗೆ ಇಳಿಯಲಿಲ್ಲ. ಮಲಗುವ ಪ್ರಯತ್ನ ಮಾಡುತ್ತಿದ್ದರು. "ಸರ್ ನಿಮಿಗೆ ಯಾಕೆ ಸರ್ ಈ ವಯಸ್ಸಲ್ಲಿ ಇದೆಲ್ಲ. ಆರಾಮಾಗಿ ಮನೇಲಿರ್ಬಾರ್ದ? ಯಾರಿಗೋಸ್ಕರ ದುಡೀಬೇಕು ನೀವು? ಮಗಳ ಮನೆಗಾದ್ರು ಹೋಗ್ಬಾರ್ದ?" ಫಣೀಂದ್ರ ಅಕ್ಕರೆಯಿಂದಲೇ ಕೇಳಿದ. "ಏನಾದ್ರು ಆದ್ರೆ ನೀನಿದಿಯಲ್ಲೋ" ಎಂದರು. "ಏನೂ ಆಗಲ್ಲ ಬಿಡಿ. ನೀವು ಮಲಗಿ ನಾನು

ಶಿವಮೊಗ್ಗಕ್ಕೆ ಬರ್ತೀನಿ ಇವತ್ತು. ನಿಮ್ಮನ್ನ ಒಬ್ರೆ ಕಳ್ಸೋಕ್ಕೆ ಯಾಕೋ ಭಯ ಆಗ್ತಿದೆ" ಎಂದ. ರಾಯರು ಬೇಡವೆನ್ನಲಿಲ್ಲ. ಸ್ವಲ್ಪ ದಾರಿ ಸವೆದ ಬಳಿಕ ರಾಯರಿಗೆ ವಿಪರೀತ ಎದೆನೋವು ಕಾಣಿಸಿಕೊಂಡಿತು. ಫಣೀಂದ್ರನ ಭುಜವನ್ನ ಗಟ್ಟಿಯಾಗಿ ಹಿಡಿದಾಗಲೇ ಅವನಿಗೆ ಎಚ್ಚರವಾಗಿದ್ದು. ತಕ್ಷಣ ನೀರು ಕುಡಿಸಿದ. ಆದರೂ ಅದು ಉಪಯೋಗಕ್ಕೆ ಬರಲಿಲ್ಲ.ಬಸ್ಸಿನಲ್ಲಿದ್ದವರಿಗೆಲ್ಲ ಗಾಬರಿ ಆಗಿತ್ತು. ಕ್ಷಣ ಹೊತ್ತು ಏನು ಮಾಡುವುದೆಂದು ತೋಚದೆ ಮುಡುಬಾದಲ್ಲಿದ್ದ ತನ್ನ ಸ್ನೇಹಿತನಿಗೆ ಕಾರ್ ತರಲು ಹೇಳಿದ. ಕೆಲವು ನಿಮಿಷದಲ್ಲಿ ಬಸ್ ಮುಡುಬಾ ತಲುಪಿತು. ಅವನ ಸ್ನೇಹಿತನ ಜೊತೆ ಸೇರಿ ಫಣೀಂದ್ರ ರಾಯರನ್ನ ಕಾರಿಗೆ ಸಾಗಿಸಿದ. ತನ್ನ ಗೆಳೆಯನನ್ನ ರಾಯರ ಜೊತೆ ಹಿಂಬದಿ ಸೀಟಿನಲ್ಲಿ ಕೂರಿಸಿ, ಗಾಡಿಯನ್ನ ವೇಗವಾಗಿ ಚಲಾಯಿಸಿದ. ಸುಮಾರು ಐವತ್ತು ನಿಮಿಷದ ಪ್ರಯಾಣದ ನಂತರ ಕಾರು ಶಿವಮೊಗ್ಗ ಸಿಟಿ ಆಸ್ಪತ್ರೆ ತಲುಪಿತು. ರಾಯರನ್ನ ಅಡ್ಮಿಟ್ ಮಾಡಿಕೊಳ್ಳಲಾಯಿತು.

ಫಣೀಂದ್ರನ ಗೆಳೆಯ ಶಶಿ ಅವನ್ನನ್ನೇ ಅನುಮಾನದ ಕಣ್ಣುಗಳಿಂದ ನೋಡುತ್ತಿದ್ದ. ಫಣೀಂದ್ರ, ವೈದ್ಯರು ಹೇಳಿದ ಮಾತ್ರೆಗಳನ್ನ ತರುಲು ಹೋದವನು ವಾಪಸ್ಸು ಬಂದು, "ಹೇಗಿದಾರೆ?" ಎಂದ.ಶಶಿ ಅವನ ಮಾತಿಗೆ ಉತ್ತರಿಸದೇ "ನಾವು ಬರೋ ದಾರೀಲೇ ಎರಡು ಆಸ್ಪತ್ರೆ ಇದ್ವು. ನೀನು ಅಲ್ಲಿ ಇವರನ್ನ ಅಡ್ಮಿಟ್ ಮಾಡೋ ಬದ್ಲು ಇಷ್ಟು ದೂರ ಇರೋ ಸಿಟಿ ಆಸ್ಪತ್ರೆಗೆ ಯಾಕೆ ಕರ್ಕೊಂಡ್ ಬಂದೆ? ದಾರಿ ಮಧ್ಯದಲ್ಲೇ ಪ್ರಾಣ ಹೋಗಿದ್ರೆ ಏನ್ ಗತಿ?" ಎಂದ. ಫಣೀಂದ್ರನ ಮುಖ ಬಿಳುಚಿಕೊಂಡಿತು. ಅಲ್ಲಿನ ನರ್ಸ್ ಒಬ್ಬರು ಬಂದು ,"ಫಣೀಂದ್ರ ಅಂದ್ರೆ ಯಾರು? ಪೇಶಂಟ್ ಕರೀತಿದಾರೆ" ಎಂದಳು. ಫಣೀಂದ್ರ ಒಳ ಹೋದ. ರಾಯರ ಪಕ್ಕದಲ್ಲಿ ಹೋಗಿ ಕುಳಿತ.ಫಣೀಂದ್ರನನ್ನ ನೋಡಿ ಅವರ ಕಣ್ಣುಗಳಲ್ಲಿ ನೀರು ತುಂಬಿತ್ತು. ತಮ್ಮ ಎರಡು ಕೈಗಳನ್ನ ಜೋಡಿಸಿ, "ಕ್ಷಮಿಸಿಬಿಡೋ ಹುಡ್ಗ. ನನ್ನ ಅಸೂಯೆಯಿಂದ ಇವತ್ತು ನೀನ್ ಅನುಭವಿಸ್ತಾ ಇರೋ ನೋವು ಇಷ್ಟ್ ಕಠೋರವಾಗಿದೆ ಅಂತ ಗೊತ್ತಿರ್ಲಿಲ್ಲ. ನಿಮ್ಮ ಮನೆಗೆ ಬಂದಾಗ್ಲೇ ಗೊತ್ತಾಗಿದ್ದು.ನಿಮ್ಮ ತಂದೆ ನೀನ್ ಡ್ರಗ್ಸ್ ಕೇಸಲ್ಲಿ ಸಿಕ್ಕಾಕೊಂಡ ವಿಷಯ ಕೇಳಿ ಆತ್ಮಹತ್ಯೆ ಮಾಡ್ಕೊಂಡ್ರು ಅಂತ.ನಿಮ್ ಪಕ್ಕದ ಮನೆಯವರು ಹೇಳಿದ್ರು. ಮನಸಲ್ಲಿ ಅಷ್ಟ್ ನೋವಿದ್ರೂ ನನ್ನನ್ನ ದ್ವೇಷಿಸಲಿಲ್ಲ. ಸೇಡು ತೀರಿಸಿಕೊಳ್ಳೋ ಪ್ರಯತ್ನ ಮಾಡ್ಲಿಲ್ಲ. ಸ್ವಂತ ಮಗಳೇ ನಾನ್ ಸತ್ತಿದೀನೋ ಬದುಕಿದ್ದೀನೋ ಕೇಳಲ್ಲ. ನಿನ್ ಜೀವನ ಹೀಗ್ ಮಾಡಿದ್ದಕ್ಕೆ ಇವತ್ತು ಬೇವರ್ಸಿ ಥರಾ ಬೆಡ್ ಅಲ್ಲಿ

ಬಿದ್ದಿದ್ದೀನಿ,   ನಾನು ಈಗ ಏನೇ ಸಹಾಯ ಮಾಡಿದ್ರು ಅದು ನಿನ್ನ ಬದುಕಿಗೆ ಆದ ಗಾಯಕ್ಕೆ ಒಂದು ತೇಪೆ ಅಷ್ಟೇ. ಸಾಧ್ಯ ಆದ್ರೆ ಕ್ಷಮಿಸು" ಎಂದರು. ಫಣೀಂದ್ರ ಏನೂ ಮಾತನಾಡದೆ ತಂದಿದ್ದ ಮಾತ್ರೆಗಳನ್ನ ಅವರ ಪಕ್ಕದಲ್ಲಿಟ್ಟು ಅಲ್ಲಿಂದ ನಡೆದ. ಸಿಟ್ಟಲ್ಲಿ ಬುಸುಗುಡುತ್ತಿದ್ದ ಫಣೀಂದ್ರ.ಎಲ್ಲವೂ ನೆನಪಿಗೆ ಬಂದು ಮನಸ್ಸು ಹದೆಗೆಟ್ಟಿತ್ತು. ಆಸ್ಪತ್ರೆಯ ಅದೇ ನರ್ಸ್ ಬಂದು "ರಿಕವರ್ ಆಗ್ತಿದಾರೆ. ಏನೂ ಪ್ರಾಬ್ಲಮ್ ಇಲ್ಲ" ಎಂದಳು. "ಪಾಪಿ ಚಿರಾಯು.." ಎಂದು ಅಲ್ಲಿದ್ದ ಗೋಡೆಗೆ ಒಂದು ಗುದ್ದು ಕೊಟ್ಟು ಹೊರನಡೆದ.

ಅನು...

"ಸೋ ಯು ಡಿಸೈಡೆಡ್?" ತುಂಬಾ ನೋವಿನಿಂದ ಈ ಪ್ರಶ್ನೆಯನ್ನ ಕೇಳಿದ್ದೆ ಅನುಗೆ. ಕ್ಯಾಂಟೀನ್ ಅಲ್ಲಿ ಜ್ಯೂಸ್ ಹೀರುತ್ತಾ "ಹು" ಎಂದು ತಲೆ ಅಲ್ಲಾಡಿಸಿದಳು. ಅವಳ ಮುಖದಲ್ಲಿ ಯಾವುದೇ ಭಾವವು ಸ್ಪಷ್ಟವಾಗಿ ಗೋಚರಿಸಲಿಲ್ಲ. ತನ್ನ ಲಗ್ನಪತ್ರಿಕೆಯನ್ನ ನನ್ನ ಕೈಲಿಟ್ಟು "ಖಂಡಿತಾ ಬಾ, ನಂಗೆ ನೀನೊಬ್ನೆ ಕಣೋ ಬೆಸ್ಟ್ ಫ್ರೆಂಡ್ ಹುಡುಗ್ರಲ್ಲಿ" ಅಂದಳು. ಆ ಮಾತಿಗೆ ಸಿಟ್ಟು ಬಂದರೂ ಅವಳೆದುರು ವ್ಯಕ್ತಪಡಿಸಲಿಲ್ಲ. "ಬರೀ ಫ್ರೆಂಡ್ ಅಷ್ಟೆ ಅಲ್ವಾ ನಾನು ನಿಂಗೆ??" "ಇಲ್ಲ... ಯು ಆರ್ ಮೈ ಬೆಸ್ಟ್ ಫ್ರೆಂಡ್ " ಎಂದು ನಕ್ಕಳು. "ಅನು ಇವಾಗಿನ್ನೂ ಡಿಗ್ರಿ ಮುಗ್ದಿದೆ ಕಣೇ, ಮತ್ತೆ ನಿಂಗೆ ಇನ್ನೂ ೨೧ ವಯಸ್ಸು. ಇಷ್ಟ್ ಬೇಗ ಮದ್ವೆ ಮಕ್ಳು ಸಂಸಾರ ಅಂತಂದ್ರೆ ನಿನ್ ಜೀವನವನ್ನ ಯಾವಾಗ ಎಂಜಾಯ್ ಮಾಡ್ತೀಯಾ ಹೇಳು?? ಇವಾಗ್ಲು ನಿಮ್ಮಪ್ಪನ ಹತ್ರ ಇದನ್ನ ಹೇಳಿ ಈ ಮದ್ವೆ ನಿಲ್ಸು. ನಮಿಗಿರೋದು ಒಂದೇ ಜೀವನ.. ಅರ್ಥ ಆಯ್ತಾ??"ಈ ಮಾತು ಖಂಡಿತಾ ನನ್ನ ಮನಸ್ಸಿನಿಂದ ಬಂದ ಮಾತಾಗಿರ್ಲಿಲ್ಲ ನಾನು   ಪ್ರೀತಿಸ್ತಾ ಇದ್ದ ಹುಡುಗಿ ಇದ್ದಿಕ್ಕಿದ್ದ ಹಾಗೆ ಅವಳ ಲಗ್ನಪತ್ರಿಕೆಯನ್ನ ಕೊಟ್ಟಾಗ ಕಾದ ಎಣ್ಣೆಯನ್ನ ಎದೆಗೆ ಹಾಕಿದಹಾಗಿತ್ತು ನನ್ನ ಪರಿಸ್ಥಿತಿ. ಅನು," ನೋಡು, ನೀನು ಏನಕ್ಕೆ ಈ ರೀತಿ ರಿಯಾಕ್ಟ್ ಮಾಡ್ತಿದೀಯಾ ನಂಗಂತೂ ಗೊತ್ತಿಲ್ಲ.. ನನ್ನ ಇಷ್ಟದ ಪ್ರಕಾರನೇ ಈ ಮದ್ವೆ ನಡೀತಿರೋದು. ಹುಡ್ಗ ಇಂಜಿನಿಯರ್, ಒಳ್ಳೆ ಕೆಲ್ಸ. ಬೆಂಗ್ಳೂರ್ ನಲ್ಲಿ ಸ್ವಂತ ಮನೆ. ಮುಂದೆ ಫಾರಿನ್ ಗೆ ಹೋಗೋ ಚಾನ್ಸು ಇದೆ, ನೋಡಕ್ಕು ಚೆನಾಗಿದಾರೆ ಇನ್ನೇನ್ ಬೇಕು ಹೇಳು? ಸೋ ಒಪ್ಕೊಂಡೆ" ಎಂದು ಒಂದೇ ಉಸಿರಿನಲ್ಲಿ ಹೇಳಿ ಮುಗಿಸಿದಳು. ನಾನು ಸೋಲಬಾರದೆಂಬಂತೆ," ಏನ್ ಚೆನಾಗಿದಾನೆ?? ಒಳ್ಳೆ ಶಿಳ್ಳೆ ಕ್ಯಾತ ಇದ್ದಂಗಿದಾನೆ" ಎಂದೆ ಸಿಟ್ಟಿನಿಂದ. "ನಾನ್ ಹೊರಡ್ತೀನಿ, ನಂಗ್ ಸಕತ್ ಹರ್ಟ್ ಆಯ್ತು ಮನು, ಬೈ"ಎಂದು ಹೇಳಿ ಹೊರನಡೆದಳು. ನಾನು ಅವಳನ್ನ ಹಿಂಬಾಲಿಸಿ "ಆಯ್ತಮ್ಮಾ ಸಾರಿ.. ಓಕೆ ನಾ??" ಮನಸ್ಸಿಲ್ಲದಿದ್ದರೂ ಕ್ಷಮೆಯಾಚಿಸಿದೆ. "ಯಾಕ್ ಇಷ್ಟೊಂದ್ ಇರಿಟೇಟ್ ಮಾಡ್ತಿದಿಯಾ ಇವತ್ತು??"ಸಿಟ್ಟಿನಿಂದ ಕೇಳಿದಳು."ಯಾಕಂದ್ರೆ ನಿನ್ನ ಪ್ರಿತಿಸ್ತಾ ಇದೀನಿ ಅದಿಕ್ಕೆ. ಇದನ್ನ ನಿನ್ ಹತ್ರ ಸಾವಿರ ಸತಿ ಹೇಳಿದೀನಿ." "ನಾನು ಕೂಡ, ನನಿಗೆ ನಿನ್ ಮೇಲೆ ಆ ರೀತಿ

ಭಾವನೆಗಳಿಲ್ಲ ಅಂತ ಲಕ್ಷ ಸತಿ ಹೇಳಿದೀನಿ" ಅವಳೆಂದಳು. "ಸರಿ ಹಾಗಾದ್ರೆ ಆ ಕಿತ್ತೋಗಿರೋ ನನ್ ಮಗನ್ನೆ ಮದ್ವೆ ಆಗು.. ಗುಡ್ ಬೈ. ಇನ್ಯಾವತ್ತು ನನ್ನ ಮಾತಾನಾಡಿಸ್ಬೇಡ.." ಎಂದು ಹೊರನಡೆದೆ. ಮಾತಿನ ಹಿಡಿತ ತಪ್ಪಿದ್ದು ನನ್ನ ಅರಿವಿಗೆ ಬರಲೇ ಇಲ್ಲ. ಸುಮ್ಮನೆ ಬಂದು ಸಿಟಿ ಬಸ್ಸಿನಲ್ಲಿ ಕುಳಿತುಕೊಂಡೆ. ಅವಳು ಬಂದಳು. ಬರುತ್ತಿದ್ದ ಕಣ್ಣೀರನ್ನು ತಡೆದಿದ್ದರಿಂದ ಏನೋ ಅವಳ ಕಣ್ಣು ಕೆಂಪಾಗಿತ್ತು. ಎಂದಿನಂತೆ ನನ್ನ ಬಳಿ ಕೂರದೆ ಮುಂದಿನ ಸಾಲಿನಲ್ಲಿ ಕೂತಳು. ನಮ್ಮಿಬ್ಬರ ನಿಲ್ದಾಣವೂ ಬಂದಿತು. ಅವಳು ನನ್ನನ್ನ ಲೆಕ್ಕಿಸದೆ ತನ್ನ ಮನೆಯ ದಾರಿ ಹಿಡಿದಳು. ನಾನು ಆಚೆ ಬದಿಯ ಬಸ್ಸು ನಿಲ್ದಾಣದಲ್ಲಿ ಕುಳಿತುಕೊಂಡೆ. ನಾನು ಅನುನ ಮೊದಲ ಬಾರಿ ನೋಡಿದ್ದು ಅದೇ ಜಾಗದಲ್ಲೇ. ಮನಸ್ಸು ಹಿಂದಿನದನ್ನ ನೆನೆಸುವುದಕ್ಕೆ ಶುರುಮಾಡಿತು.

ಮೂರು ವರ್ಷದ ಹಿಂದೆ ಕಾಲೇಜ್ ಗೆ ಹೋಗಲು ಬಸ್ಸಿಗೆ ಕಾಯ್ತಾ ಇದ್ದಾಗ, ಬಸ್ ನಿಲ್ದಾಣದಲ್ಲಿ ಒಂದು ಹುಡುಗಿ ತನ್ನ ಬ್ಯಾಗನ್ನ ಹೆಗಲಿಗೆ ಹಾಕಿಕೊಂಡು ಕೂತಿದ್ದಳು. ಆದರೆ ಅವಳಿಗೆ ವಿಪರೀತ ಶೀತ. ಅವಳ ಬಳಿ ಇದ್ದ ಕರವಸ್ತ್ರ ತೋಯ್ದು ತೊಪ್ಪೆಯಾಗಿತ್ತು. ಆದರೂ ಅದರಲ್ಲೇ ಮೂಗನ್ನ ಒರೆಸುತ್ತಿದ್ದಳು. ನನಗೆ ಅವಳ ಅವಸ್ಥೆಗೆ ಮರುಕ ಹುಟ್ಟಿದರೂ ನನ್ನೊಳಗೇ ನಕ್ಕಿದ್ದೆ.ಬಸ್ ಬಂತು ಇಬ್ಬರೂ ಹತ್ತಿದೆವು. ನಮ್ಮ ಕಾಲೇಜ್ ಬಳಿ ಅವಳೂ ಇಳಿದಾಗಲೇ ಗೊತ್ತಾಗಿದ್ದು ಅವಳು ನನ್ನ ಹಾಗೆಯೇ ಹೊಸ ವಿದ್ಯಾರ್ಥಿ ಎಂದು. ಮಾರನೆಯ ದಿನವೂ ಅದೇ ಘಟನೆ ಮತ್ತೆ ಮರುಕಳಿಸಿತು. ಬಸ್ ನಿಲ್ದಾಣದಲ್ಲಿ ಮತ್ತೆ ಅದೇ ಹುಡುಗಿ ಮೂಲೆಯಲ್ಲಿ ಕುಳಿತು ಶೀತಭಾದೆಯಿಂದ ಬಳಲುತ್ತಿದ್ದಳು. ಸ್ವಲ್ಪ ಹತ್ತಿರ ಹೋಗಿ ಅವಳ ಮುಖವನ್ನೊಮ್ಮೆ ನೊಡಿದೆ. ಮೊದಲ ನೋಟಕ್ಕೆ ಯಾರಿಗಾದರೂ ಇಷ್ಟವಾಗುವಂತಹ ಮುಗ್ಧ ಮುಖ. ಇನ್ನು ಅವಳನ್ನ ಮಾತನಾಡಿಸದಿದ್ದರೆ ಗಂಡು ಜಾತಿಗೆ ಅವಮಾನ ಎಂದು ತಿಳಿದು ನನ್ನ ಕರವಸ್ತ್ರವನ್ನ ತೆಗೆದು ಅವಳ ಮುಂದೆ ಇಟ್ಟೆ. "ನೋಡಿ ನಿಮ್ ಕರ್ಚೀಫ್ ತುಂಬಾ ಒದ್ದೆ ಆಗಿದೆ ಅದರಲ್ಲಿ ಮತ್ತೆ ಮೂಗನ್ನ ಒರೆಸಿಕೊಂಡ್ರೆ ಇನ್ನು ಜಾಸ್ತಿ ಶೀತ ಆಗತ್ತೆ, ದಯವಿಟ್ಟು ನನ್ ಕರ್ಚೀಫ್ ತಗೋಳಿ..." ಇನ್ನು ನಾನು ನನ್ನ ಮಾತೇ ಮುಗಿಸಿರಲಿಲ್ಲ ಸರಕ್ಕನೆ ನನ್ನ ಕರ್ಚೀಫ್ ಅನ್ನು ಕಸಿದುಕೊಂಡು ಅವಳ ಮೂಗನ್ನ ಒರೆಸುತ್ತಿದ್ದಳು. ನಾನು ನನ್ನ ಕರ್ಚೀಫ್ ಗೆ ಆದ ಪರಿಸ್ಥಿತಿಯನ್ನ ಗಾಬರಿಯಿಂದ ನೋಡುತ್ತಿದ್ದೆ. ಇನ್ನು ಆ ಕರ್ಚೀಫ್ ಗೆ ಆಸೆ ಪಡುವುದು ಮೂರ್ಖತನವೆಂದು ಸುಮ್ಮನಾಗಿಬಿಟ್ಟೆ. ಅವಳು ತನ್ನ ಮೂಗನ್ನ

ಒರೆಸಿಕೊಂಡಮೇಲೆ ಗಾಬರಿಗೊಂಡು "ಥೋ!!! ಆಮ್ ಸೋ ಸಾರಿ ನಾನು ನಿಮ್ ಕರ್ಚೀಫ್ ನ ... " ಇನ್ನು ಏನೋ ಹೇಳುತ್ತಿದ್ದಳು. ನಾನು ಅವಳನ್ನೇ ನೋಡುತ್ತಿದ್ದೆ. ಆ ಶೀತದ ಮುಖದಲ್ಲೂ ತುಂಬಾ ಮುದ್ದಾಗಿ ಕಾಣಿಸುತ್ತಿದ್ದಳು. ನಾನು ಅವಳ ಮಾತನ್ನ ಅಲ್ಲಿಯೇ ತಡೆದು," ಅಯ್ಯೋ ಪರ್ವಾಗಿಲ್ಲ ಬಿಡಿ ನಾನೇ ತಾನೆ ಕೊಟ್ಟಿದ್ದು ಇಟ್ಸ್ ಓಕೆ " ಎಂದೆ. "ಇಲ್ಲ ನಾನು ಇದನ್ನ ನಾಳೆ ಕ್ಲೀನಾಗಿ ವಾಶ್ ಮಾಡ್ಕೊಂಡ್ ಬರ್ತೀನಿ" ಎಂದಳು. ನಾನು ಅವಳ ಮಾತಿಗೆ ಏನೂ ಹೇಳದಿದ್ದರೂ ಆ ಕರ್ಚೀಫ್ ನ ತೊಗೋಬೇಡ ಅಂತ ಮನಸ್ಸು ಸಾವಿರ ಸತಿ ಹೇಳಿತ್ತು."ಅಂದಹಾಗೆ ನನ್ನ ಹೆಸರು ಮನು ಅಂತ ನಾನು ನಿಮ್ಮ ಕ್ಲಾಸೆ.." ಒಂದೇ ಉಸಿರಿನಲ್ಲಿ ನನ್ನ ಪರಿಚಯವನ್ನ ಮುಗಿಸಿಬಿಟ್ಟೆ.ಅವಳೂ ಕೂಡ ," ಹಾ ನಿಮ್ಮನ್ನ ನೋಡ್ದೆ ಕ್ಲಾಸಲ್ಲಿ ನಿನ್ನೆ.. ನನ್ ಹೆಸರು ಅನು.. ಅನುಮಮ"ಎಂದಳು. ಹೆಸರಿಗೆ ಸರಿಯಾಗೇ ಇದಾಳೆ ಎಂದೆನಿಸಿತು.

ಹೀಗೆ ನನ್ನ ಮತ್ತು ಅನುವಿನ ಪರಿಚಯ ಆಗಿತ್ತು. ಮೊಬೈಲಿನಲ್ಲಿ ಚಾಟಿಂಗ್, ಕಾಲೇಜಿನ ಭೇಟಿ ಎಲ್ಲವೂ ನಮ್ಮಿಬ್ಬರನ್ನ ಹತ್ತಿರವಾಗಿಸಿದ್ದವು. ಓದಿನಲ್ಲಿ ಸದಾ ಮುಂದಿದ್ದ ಅವಳು, ನಾನು ಪರೀಕ್ಷೆಯಲ್ಲಿ ಕಮ್ಮಿ ಅಂಕ ತೆಗೆದರೆ ತುಂಬಾ ಬೈಯುತ್ತಿದ್ದಳು. ಅವಳ ಮಾತಿಗೆ ಹೇಗೋ ಒಂದಷ್ಟು ಓದಿ ಒಂದು ಗೌರವಾನ್ವಿತ ಅಂಕವನ್ನ ಗಳಿಸುತ್ತಿದ್ದೆ. ಇವತ್ತಿಗೂ ಪುಸ್ತಕದ ವಿದ್ಯೆ ಎನ್ನುವುದು ಜೀವನಕ್ಕೆ ತೀರ ಅಗತ್ಯವಾದ ಒಂದು ಸಾಧನ ಅಂತ ನನಗನಿಸಿಲ್ಲ. ನನ್ನ ಕನಸಿದ್ದದ್ದು ವ್ಯಾಪಾರದ ಕಡೆಗೆ. ಅಪ್ಪನ ಬಟ್ಟೆ ವ್ಯಾಪಾರವನ್ನು ನನ್ನ ಹೊಸ ವ್ಯಾಪಾರ ಮಾರ್ಗದಿಂದ ವಿಸ್ತರಿಸುವುದೊಂದೇ ನನ್ನ ಪರಮ ಗುರಿಯಾಗಿತ್ತು. ಇದು ಅಪ್ಪ ಅಮ್ಮನಿಗೂ ತಿಳಿದದ್ದರಿಂದ ಅವರೂ ಕೂಡ ನನ್ನ ಓದಿನ ಬಗ್ಗೆ ಹೆಚ್ಚು ತಲೆ ಕೆಡಿಸಿಕೊಂಡವರಲ್ಲ.ನಾನು ಅನುವಿಗೆ ಹತ್ತಿರವಾಗುವುದಕ್ಕಿಂತ ಹೆಚ್ಚಾಗಿ ಅವಳೇ ನನಗೆ ಹತ್ತಿರವಾಗುತ್ತಿದ್ದ ವಿಷಯ ನನ್ನ ಮನಸ್ಸಿಗೆ ತಿಳಿಯದ ವಿಷಯವೇನಲ್ಲ. ಇದಕ್ಕೆ ಕಾರಣವೂ ಇತ್ತು.

ಎರಡನೇ ವರ್ಷದ ಡಿಗ್ರಿಯಲ್ಲಿ ಅನುಗೆ ವಿಪರೀತ ಜ್ವರ ಬಂದು ಕಾಲೇಜಿನಲ್ಲೇ ತಲೆ ಸುತ್ತಿ ಬಿದ್ದಿದ್ದಳು. ಅವಳ ಗೆಳತಿ ಕುಮುದಾ ತಕ್ಷಣ ನನಗೆ ಕರೆ ಮಾಡಿದಳು.ಗಾಬರಿಯಿಂದ ಓಡಿದೆ. ಅಲ್ಲೆ ಒಂದು ಕಟ್ಟೆಯ ಮೇಲೆ ಮಲಗಿಸಿದ್ದಳು. ಅವಳು ಅರೆನಿದ್ರಾವಸ್ತೆಯಲ್ಲೇ ಏನೇನೋ ತೊದಲುತ್ತಿದ್ದಳು. "ಅಮ್ಮಾ ಅಮ್ಮಾ " ಎಂದು ಕನವರಿಸುತ್ತಿದ್ದಳು. "ಅನು ನಾನು ಮನು ಬಂದಿದೀನಿ, ಅಮ್ಮ ಆಮೇಲೆ ಬರ್ತಾರೆ " ಎಂದು ಸಮಾಧಾನ ಮಾಡಿದೆ. ಅವಳ

ಸ್ಥಿತಿ ನಿಜಕ್ಕೂ ಸಂಕಟ ತರಿಸಿತ್ತು.ಅವಳ ಸ್ನೇಹಿತೆ ಮತ್ತು ನಾನು ಅನುವನ್ನ ಆಸ್ಪತ್ರೆಗೆ ಕರೆದೊಯ್ಯಲು ನಿರ್ಧರಿಸಿದೆವು.ಆದರೆ ಅನು ನಡೆಯುವ ಸ್ಥಿತಿಯಲ್ಲಿರಲ್ಲಿಲ್ಲ. ಅವಳನ್ನ ಎತ್ತಿಕೊಂಡೇ ಹೊರಟೆ. ಆಟೋದಲ್ಲಿ ಕೂರಿಸಿದ ಮೇಲೆ ನನ್ನ ಕೈಯನ್ನ ಗಟ್ಟಿಯಾಗಿ ಹಿಡಿದ್ದಿದ್ದಳು. ಅನು ಅವತ್ತು ತುಂಬಾ ಹೆದರಿದ್ದಳು ಅಂತ ಕಾಣತ್ತೆ. ನಾನು,"ಏನು ಆಗಲ್ಲ ನಾನಿದೀನಿ" ಎಂದೆ. ನನಗರಿವಿಲ್ಲದೆ ಯಾಕೋ ನಾನು ತುಂಬಾ ಅತ್ತಿದ್ದೆ. ಪಕ್ಕದಲ್ಲಿ ಕೂತಿದ್ದ ಕುಮುದಾ" ಲೋ ಅವಳಿಗೆ ಏನೂ ಆಗಲ್ಲ ಸರಿ ಹೊಗ್ತಾಳೆ ಸುಮ್ನೆ ಹೆದ್ರುಕೋಬೇಡ ಆಯ್ತಾ..." ಎಂದಾಗಲೇ ಕಣ್ಣೀರನ್ನ ಒರೆಸಿಕೊಂಡೆ. ಅನುವಿನ ತಂದೆ ತಾಯಿ ಬಂದು ಧನ್ಯವಾದ ಹೇಳಿದರು.'ನಾನು ಹೊರಡ್ತೀನಿ' ಎಂದಾಗ 'ಇಲ್ಲೇ ಇರು' ಎಂದು ಅನು ಬಲವಂತ ಮಾಡಿದಳು. ಇಲ್ಲ ಎನ್ನಲಾಗಲಿಲ್ಲ ನನಗೆ. ಅವಳ ಕೈಯನ್ನ ಹಿಡಿದೇ ಇದ್ದೆ. ಅವರ ಪೋಷಕರಿಗೆ ಇದು ಇರಿಸುಮುರುಸಾದರು ನನಗೆ ಅವಳು ಸಂಪೂರ್ಣ ಗುಣಮುಖವಾದರೆ ಸಾಕಾಗಿತ್ತು. ವೈದ್ಯರು ಅವಳಿಗೆ ಒಂದು ವಾರ ರೆಸ್ಟ್ ತೆಗೆದುಕೊಳ್ಳಲು ಹೇಳಿ ಅವಳನ್ನ ಡಿಸ್ಚಾರ್ಜ್ ಮಾಡಿದರು. ಹೋದ ಜೀವ ವಾಪಸ್ಸು ಬಂದಿತ್ತು ನನಗೆ.

ಈ ಘಟನೆ ನಡೆದ ಮೇಲೆ ಅವಳಿಗೆ ನನ್ನ ಮೇಲಿನ ಕಾಳಜಿ ಹೆಚ್ಚಾಯಿತು.ಪರೀಕ್ಷೆ ಹತ್ತಿರ ಬಂದಾಗಲೂ ನಾನು ಓದುವುದಿಲ್ಲ ಎಂದು ತಿಳಿದು ಅವಳೂ ಕೂಡ ಮಧ್ಯರಾತ್ರಿಯವರೆಗೂ ಎದ್ದಿರುವುದು, ನನಗಿಷ್ಟವಾದ ತಿಂಡಿಗಳನ್ನ ಮಾಡಿ ತರುವುದು ಇದೆಲ್ಲಾ ಪ್ರೀತಿ ಅಲ್ಲದೆ ಮತ್ತೇನು? ಎನ್ನುವುದು ನನಗೆ ಈಗಲೂ ತಿಳಿಯದ ವಿಷಯ. ಆ ಘಟನೆಯಿಂದ ನನ್ನ ಮನಸ್ಸು ತನ್ನ ಹತೋಟಿಯನ್ನ ಕಳೆದುಕೊಂಡಿತ್ತು. ಅವಳ ಮಾತಿಲ್ಲದಿದ್ದರೇ ಅವಳನ್ನ ನೋಡದಿದ್ದರೆ ಏನೋ ಒಂದು ರೀತಿಯ ಶೂನ್ಯ ಭಾವನೆ. ಅವಳನ್ನ ಸಿನಿಮಾಗೆ ಮತ್ತು ಸುತ್ತಾಟಕ್ಕೆ ಬಲವಂತ ಮಾಡುತ್ತಿದ್ದೆ. ಆದರೆ ಅವಳೆಲ್ಲೂ ಬರುತ್ತಿರಲಿಲ್ಲ."ಯಾವತ್ತು, ಯಾರನ್ನು ಯಾವ ವಿಷಯಕ್ಕೂ ಬಲವಂತ ಮಾಡ್ಬಾರ್ದು ಮನು" ಎನ್ನುತ್ತಿದ್ದಳು. ನಾನೂ ಸುಮ್ಮನಾಗುತ್ತಿದ್ದೆ. ಹಾಗಾಗಿ ನನ್ನ ಮತ್ತು ಅವಳ ಭೇಟಿ ಕಾಲೇಜಿಗೆ ಸೀಮಿತವಾಗಿತ್ತು. ಒಂದು ದಿನ ಅವಳಿಗೆ ನಾನು ಪ್ರೀತಿಸುತ್ತಿರುವುದನ್ನ ಹೇಳಿದೆ ಅವಳು ಒಂದು ನಿಮಿಷ ಮೌನ ವಹಿಸಿ "ನೀನು ನನ್ನ ಪ್ರಾಣಸ್ನೇಹಿತ ಮನು, ಈ ಪ್ರೀತಿಗಿಂತ ಸ್ನೇಹ ದೊಡ್ಡದು. ನಾನು ನಿನ್ನ ತುಂಬಾ ಎತ್ತರದ ಸ್ಥಾನದಲ್ಲಿ ಇಟ್ಟಿದೀನಿ. ದಯವಿಟ್ಟು ಈ ವಿಷಯ ಮತ್ತೆ ಮಾತಾಡ್ಬೇಡ" ಅಂದಳು. ಇದ್ಯಾವುದೋ ಸಿನಿಮಾ ಡಯಲಾಗ್ ಇರ್ಬೇಕು

ಅಂದುಕೊಂಡು ಸುಮ್ಮನಾಗಿದ್ದೆ. ಆದರೆ ಪ್ರತಿ ಬಾರಿ ಈ ವಿಷಯ ಪ್ರಸ್ತಾಪಿಸಿದಾಗಲೂ ಅವಳದ್ದು ಅದೇ ಸಿನಿಮಾ ಸಂಭಾಷಣೆಯೇ.ಆದರೆ ಇವತ್ತು ತನ್ನ ಲಗ್ನಪತ್ರಿಕೆಯನ್ನ ಕೊಟ್ಟಾಗ ಆ ವಿಷಯವನ್ನ ಒಪ್ಪಿಕೊಳ್ಳೋದಾದ್ರು ಹೇಗೆ ??. ನನ್ನ ಸ್ಥಾನದಲ್ಲಿ ಇನ್ನೊಬ್ಬನನ್ನ ಕಲ್ಪಿಸಿಕೊಂಡರೇ ಸಿಟ್ಟು ಬರುತ್ತಿತ್ತು. ಇಡೀ ಬಸ್ ನಿಲ್ದಾಣದ ತುಂಬಾ ನೀರವ ಮೌನ ಆವರಿಸಿದಂತಾಗಿತ್ತು. ನಾನು, ಅನು ಮೊದಲು ಭೇಟಿಯಾದಂತಹ ಜಾಗ ಇದು. ಆದರೆ ಇಂದು ಒಂದು ರೀತಿಯ ಸ್ಮಶಾನದಂತೆ ಭಾಸವಾಗುತ್ತಿತ್ತು.ತಕ್ಷಣ ಅಲ್ಲಿಂದ ಎದ್ದು ಮನೆಯ ದಾರಿ ಹಿಡಿದೆ. ಎರಡು ದಿನ ಅವಳನ್ನ ಬಿಟ್ಟು ಬೇರೆ ಏನು ಚಿಂತಿಸಲಾಗಲಿಲ್ಲ. ನಂತರ ಒಂದು ನಿರ್ಧಾರಕ್ಕೆ ಬಂದೆ. "ನಾನ್ಯಾಕೆ ಇಷ್ಟೊಂದು ತಲೆ ಕೆಡಸ್ಕೋಬೇಕು?. ಅದು ಮದುವೆ ಆಗ್ತಾ ಇರೋ ಹುಡ್ಗಿ ಬಗ್ಗೆ. ಪರಸ್ಪರ ಪ್ರೀತಿಸಿ ಬೇರೆಯಾಗಿದ್ದರೆ ನಾನು ಅನುಭವಿಸ್ತಾ ಇರೋ ನೋವಿಗೆ ಒಂದು ಅರ್ಥ ಇರ್ತಿತ್ತು. ಆದ್ರೆ ಇದು ಏಕಮುಖ ಪ್ರೀತಿ(ಒನ್ ಸೈಡೆಡ್ ಲವ್).ನಾನು ಸುಮ್ಮನೆ ನೋವನ್ನ ಅನುಭವಿಸ್ತಾ ಇದೀನಿ ಅನ್ನೋ ಭಾವನೆ ಉಂಟಾಯಿತು.ಈ ಅರ್ಥವಿಲ್ಲದ ಚಿಂತೆಗಳನ್ನ ಬಿಟ್ಟು ನಮ್ಮ ಬಟ್ಟೆ ಅಂಗಡಿಯ ಬಗ್ಗೆ ಯೋಚಿಸಬೇಕು, ಅಪ್ಪನ ಹತ್ತಿರ ವ್ಯಾಪಾರದ ಕಲೆಯನ್ನ ತಿಳಿದುಕೊಳ್ಳಬೇಕು ಹಾಗೂ ನನ್ನ ವ್ಯಾಪಾರದ ಕೌಶಲವನ್ನ ಕಾರ್ಯಗತಗೊಳಿಸಿ ನಮ್ಮ ವ್ಯಾಪಾರವನ್ನ ವೃದ್ಧಿಸಬೇಕು ಎಂದು ಧೃಡವಾದ ನಿರ್ಧಾರವನ್ನ ಮಾಡಿದೆ.

ಪ್ರತಿದಿನ ಅಪ್ಪನ ಜೊತೆ ನಾನು ಅಂಗಡಿಗೆ ಹೋಗಿ ಬರುತ್ತಿದ್ದೆ. ಕಾಲೇಜ್ ಇದ್ದಾಗ ಅವರೇ ನನಗೆ ಅಂಗಡಿಗೆ ಬಾ ಅಂತ ಒಂದು ದಿನವೂ ಹೇಳಿರಲಿಲ್ಲ. ಆದ್ರೆ ಹಬ್ಬದ ಸೀಸನ್ ಅಲ್ಲಿ ನಾನೇ ಹೋಗಿ ಸ್ವಲ್ಪ ಸಹಾಯ ಮಾಡಿ ಬರುತ್ತಿದ್ದೆ. ಈಗ ಡಿಗ್ರಿ ಮುಗಿದ ನಂತರ ಹೆಚ್ಚು ಸಮಯ ಅಂಗಡಿಯಲ್ಲೇ ಕಳೆಯುತ್ತಿದ್ದೆ. ಇದು ಅನುವನ್ನು ಮರೆಯಲು ಒಂದು ರೀತಿಯಲ್ಲಿ ನಾನು ಕಂಡುಕೊಂಡ ವಿಧಾನ. ಅಪ್ಪ ಅಮ್ಮನಿಗೂ ನನ್ನ ಕಾರ್ಯವೈಖರಿ ಖುಷಿಯನ್ನ ತಂದಿತ್ತು.ಇಡೀ ಅಂಗಡಿಯನ್ನ ನಾನೊಬ್ಬನೇ ನಿಭಾಯಿಸುವ ಚಾಕಚಕ್ಯತೆ ಇರದಿದ್ದರೂ ಬಹಳ ಬೇಗ ಅಪ್ಪ ಹೇಳಿದ ವಿಷಯಗಳನ್ನ ಗ್ರಹಿಸುತ್ತಿದ್ದೆ. ಇದು ಅಪ್ಪನೇ ನನ್ನ ಕೆಲಸವನ್ನ ನೋಡಿ ಹೇಳಿದ ಮಾತು. ಆದ್ರೆ ಬಿಡುಬಿನ ವೇಳೆಯಲ್ಲಿ ಅವಳನ್ನ ನೆನಪಿಸಿಕೊಳ್ಳಬಾರ್ದು ಅಂತೆನಿಸಿದರೂ ಬಿಟ್ಟು ಬಿಡದೇ ನೆನಪಾಗುತ್ತಿದ್ದಳು ಅನು. ನನ್ನ ಸ್ಮೃತಿ ಪಟಲದಲ್ಲಿ ಹಾಗೆ ಉಳಿದುಬಿಟ್ಟಿದ್ದಳು. ಹಾಗೆ ಇವತ್ತಿನ ದಿನಾಂಕವನ್ನ ನೆನಪಿಸಿಕೊಂಡೆ. ಅಯ್ಯೋ ಇನ್ನು ಮೂರು ದಿನಕ್ಕೆ ಅನು ಮದುವೆ. ಆದರೆ ಅವಳ ಮದುವೆಯನ್ನ ಸಹಿಸಿಕೊಳ್ಳುವಷ್ಟು ನನ್ನ ಮನಸ್ಸು

ಗಟ್ಟಿಯಾಗಿತ್ತು.

ಅಂದು ಅಂಗಡಿಯಲ್ಲಿ ಕುಮುದಾ ಸಿಕ್ಕಳು. ನನ್ನ ನೋಡಿ "ಯಾಕೋ ಮನು ಇಷ್ಟೊಂದ್ ಸಣ್ಣ ಆಗಿದೀಯ?? "ಎಂದು ಕೇಳಿದಳು. ನಾನು ಸುಮ್ಮನೆ ಮುಗುಳ್ನಕ್ಕೆ. ಹೌದು ನಾನು ಬಳಲಿರುವುದು ನನ್ನ ಅರಿವಿಗೇ ಬಂದಿತ್ತು. "ನಿನ್ ಹತ್ರ ಸ್ವಲ್ಪ ಮಾತಾಡ್ಬೇಕು ಸಂಜೆ ಸಿಕ್ತೀಯಾ?? " ಎಂದಳು. "ಇಲ್ವೇ ಅಂಗಡೀಲಿ ಸಂಜೆ ತುಂಬಾ ಕೆಲ್ಸ ಇರತ್ತೆ ಆಗಲ್ಲ. ಭಾನುವಾರ ಸಿಕ್ತೀನಿ " ಅಂದೆ. "ನಾನು ನಾಳೆ ಊರಿಗ್ ಹೊರ್ಟಿದೀನಿ ಕಣೊ" ಎಂದಳು. "ಸರಿ ಸಿಕ್ತೀನಿ ಬಿಡು" ಎಂದೆ.

"ಅವಳೂ ನಿನ್ನ ಪ್ರೀತಿಸ್ತಾ ಇದ್ಲು." ಕುಮುದಾ ಈ ಮಾತನ್ನ ಹೇಳ್ದಾಗ ನನ್ನ ಬಾಯಿಂದ ಮಾತೇ ಹೊರಡಲಿಲ್ಲ. "ನೀನ್ ಅವಳನ್ನ ಪ್ರೀತಿಸ್ತಿರೋ ವಿಷಯಾನ ಅವಳ ಹತ್ರ ಹೇಳಿದ್ ಹಿಂದಿನ ದಿನಾನೆ ಅವರ ತಾಯಿಯ ಬಳಿ ಅವಳು ನಿನ್ನ ಪ್ರೀತಿಸ್ತಾ ಇರೋ ವಿಷಯವನ್ನ ಹೇಳಿದಾಳೆ.ಆದ್ರೆ ಅವರಮ್ಮ ಬೇಡ ಅಂದಿದಾರೆ ಸೊ..." ನನಗೆ ಕುಮುದಾಳ ಮಾತನ್ನ ಕೇಳೋ ವ್ಯವಧಾನವಿರಲಿಲ್ಲ. " ಅದಿಕ್ಕೆ ಬೇಡ ಅಂತ ನಿರ್ಧಾರ ಮಾಡ್ಬಿಟ್ಟಾ?? ನನ್ನ ಹತ್ರ ಹೇಳ್ಬೋದಿತ್ತು ತಾನೆ" ನಾನೆಂದೆ. "ನನ್ ಮಾತನ್ನ ಪೂರ್ತಿ ಕೇಳು" . "ಸರಿ ಹೇಳು". "ಅವರಮ್ಮ ಬೇಡ ಅನ್ನೋದಕ್ಕು ಒಂದ್ ಕಾರಣ ಇದೆ." "ಏನದು?" "ಅವರ ತಂದೆಗೆ ಓಪನ್ ಹಾರ್ಟ್ ಸರ್ಜರಿ ಆಯ್ತು. ತುಂಬಾ ದುಡ್ ಖರ್ಚಾಯ್ತಂತೆ. ಅದನ್ನ ಅನು ತಂದೆಯ ಬಾಸ್ ಕೊಟ್ರಂತೆ. ಅನು ತಂದೆ," ನಿಮ್ ಉಪ್ಕಾರಾನ ಬೇಗ ತೀರಿಸ್ತೀನಿ ಸಾರ್" ಅಂದಾಗ ಅವರ ಬಾಸ್." ತೀರ್ಸೋದು ಎಲ್ಲಾ ಏನು ಬೇಡ ನಿಮ್ಮ ಮಗಳನ್ನ ನಮ್ಮ ಮಗನಿಗೆ ಮದ್ವೆ ಮಾಡಿಕೊಡಿ" ಎಂದು ಕೇಳಿದರಂತೆ. ಅನುವಿನ ಅಪ್ಪ ಒಳ್ಳೆ ಸಂಬಂಧ ಯಾಕ್ ಬಿಡ್ಬೇಕು ಅಂತ ಮದುವೆ ನಿಶ್ಚಯಿಸೇ ಬಿಟ್ಟರು. ವಿರೋಧಿಸಿದ್ರೆ ಎಲ್ಲಿ ಅವರ ಅಪ್ಪನ ಆರೋಗ್ಯಕ್ಕೆ ತೊಂದರೆ ಆಗುತ್ತೆ ಅಂತ ಅವಳು ತನ್ನ ಪ್ರೀತಿಯನ್ನ ತ್ಯಾಗ ಮಾಡಿದಾಳೆ" ಇಷ್ಟು ಹೇಳಿ ಸುಮ್ಮನಾದಳು ಕುಮುದಾ." ನಾನೇನು ಮಾತನಾಡುವ ಸ್ಥಿತಿಯಲ್ಲಿರಲಿಲ್ಲ. ಕುಮುದಾನೆ ಮಾತು ಮುಂದುವರೆಸಿ." ನೋಡು ಈ ವಿಷಯಾನ ನಿನ್ ಹತ್ರ ಹೇಳಲ್ಲ ಅಂತ ಅನುಗೆ ಪ್ರಾಮಿಸ್ ಮಾಡಿದ್ದೆ. ಆದ್ರೆ ಅಂಗಡೀಲಿ ನಿನ್ ಅವಸ್ಥೆ ನೋಡಕ್ಕಾಗ್ಲಿಲ್ಲ ಅದಿಕ್ಕೆ ಎಲ್ಲಾ ಹೇಳ್ಬಿಟ್ಟೆ.ನೀನು ಈವಾಗ ಹೋಗಿ ಮದ್ವೆ ನಿಲ್ಸೋ ಪ್ರಯತ್ನ ಎಲ್ಲಾ ಮಾಡ್ಬೇಡ. ಆಮೇಲೆ ಅವರಪ್ಪನ ಆರೋಗ್ಯಕ್ಕೆ ಏನಾದ್ರು ಹೆಚ್ಚುಕಮ್ಮಿ ಆದ್ರೆ ನೀನೇ ಹೊಣೆ ಆಗ್ತೀಯ. ಅನುನ ತ್ಯಾಗಕ್ಕೆ

ಬೆಲೆ ಕೊಡ್ತೀಯಾ ಅಂತ ಭಾವಿಸಿದೀನಿ. ಬರ್ತೀನಿ".

ಏನು ಯೋಚಿಸುವ ಸ್ಥಿತಿಯಲ್ಲಿರಲಿಲ್ಲ. ನನ್ನ ಯೋಚನಾ ಲಹರಿಗೆ ಮಂಕು ಆವರಿಸಿತ್ತು. ಕುಮುದಾನನ್ನು ಯಾಕಾದ್ರು ಭೇಟಿ ಮಾಡಿದೆನೋ ಎಂದನಿಸಿತು. ಬರುತ್ತಿದ್ದ ಅಳುವನ್ನು ತಡೆಯಲಾಗಲಿಲ್ಲ. ಈಗಲೇ ಅನುವನ್ನ ಕರೆದುಕೊಂಡು ಎಲ್ಲಾದರೂ ದೂರ ಹೋಗಿಬಿಡಬೇಕೆನ್ನಿಸಿತು. ಅವಳು ಖಂಡಿತಾ ಬರುವುದಿಲ್ಲ. ಬಂದರೂ ಅವರ ತಂದೆಯ ಪರಿಸ್ಥಿತಿ?? ಈಗ ಹೇಗಿದ್ದೆನೋ ಹಾಗೆ ಇರುವುದು ಒಳ್ಳೆಯದು. ನನ್ನ ಪಾಲಿಗೆ ಅನು ಎಂದೋ ಮುಗಿದ ಅಧ್ಯಾಯ ಎಂದು ನಿರ್ಧಾರ ಮಾಡಿದೆ. ಆದರೆ ಅವಳು ನನ್ನ ಹುಡ್ಗಿ ಅಂತ ಮನಸ್ಸು ಸಾವಿರ ಸಲಿ ಹೇಳುತ್ತಿತ್ತು.

ಮಾರನೆಯ ದಿನ ಅಂಗಡಿಗೆ ಹೋಗುವ ಮನಸ್ಸಾಗಲಿಲ್ಲ. ಅಪ್ಪನೂ ಬಲವಂತ ಮಾಡಲಿಲ್ಲ. ಅವರೂ ನಾಳೆ ಸೂರತ್ ಗೆ ಹೊರಟಿದ್ದರು. ಒಂದಷ್ಟು ರೆಡಿಮೇಡ್ ಬಟ್ಟೆ ತರುವುದಕ್ಕೆ. ನಾಳೆಯೇ ಅವಳ ಮದುವೆ. ಇಲ್ಲಿರಲೂ ಮನಸ್ಸಾಗಲಿಲ್ಲ. ತಕ್ಷಣ ಅಪ್ಪನಿಗೆ ಹೇಳಿದೆ "ಸೂರತ್ ಗೆ ನಾನು ಹೋಗಿಬರ್ತೀನಿ, ನೀವು ಇಲ್ಲೇ ಇರಿ" ಅಪ್ಪ ಒಪ್ಪದಿದ್ದರೂ ನಂತರ ವ್ಯವಹಾರ ಕಲಿತ ಹಾಗೆ ಆಗತ್ತೆ ಅಂತ ಸಮ್ಮತಿಸಿದರು. ನಾನು ಪ್ರೀತಿಸುತ್ತಿರುವ ಹುಡುಗಿಯ ಮದುವೆ. ಹೇಗಿರ್ಲಿ? ಅದು ಅವಳಿಗೂ ನನ್ನ ಮೇಲೆ ಅದೇ ಭಾವನೆ ಇದ್ದಾಗ. ಅನು ಎಷ್ಟು ಸಂಕಟಪಟ್ಟಿದ್ದಳೋ? ನಾನು ಪದೇ ಪದೇ ಅವಳನ್ನ ಪೀಡಿಸುತ್ತಿದ್ದಾಗ. ಈಗ ಅದು ಹೇಗೆ ಅವಳ ಆಸೆಯ ವಿರುದ್ದ ಇನ್ನೊಬ್ಬನನ್ನ ಮದುವೆ ಆಗ್ತಿದಾಳೋ??. ಜೀವನ ಅಂದ್ರೆ ಇಷ್ಟೆ. ಇಲ್ಲಿ ಅಡ್ಜಸ್ಟ್ಮೆಂಟ್ ಅನ್ನೊದು ಅನಿವಾರ್ಯ.

ಬೆಳಗಿನ ಜಾವ ಎದ್ದು ಸೂರತ್ ಗೆ ಹೋಗಲು ಸಿದ್ದನಾದೆ. ದೇವರಿಗೆ ಕೈ ಮುಗಿದು ಅನುಗೆ ಒಳ್ಳೆ ಬದುಕನ್ನ ಕರುಣಿಸು ಎಂದು ಬೇಡಿಕೊಂಡೆ. ನನ್ನ ಮೊಬೈಲ್ ಅಲ್ಲಿ ಒಂದು ಚೂರು ಜೀವ ಇರಲಿಲ್ಲ. ಅನು ಜೊತೆ ಮಾತು ಬಿಟ್ಟಾಗಿನಿಂದ ಮೊಬೈಲ್ ಬಳಕೆ ತುಂಬಾ ಕಡಿಮೆ ಆಗಿತ್ತು. ಎರಡುದಿನದಿಂದ ಚಾರ್ಜ್ ಮಾಡಿರಲಿಲ್ಲ. ಅಲ್ಲೇ ದಾರಿಯಲ್ಲಿ ಮಾಡಿದರಾಯ್ತು ಅಂತ ಅದನ್ನ ತೆಗೆದುಕೊಂಡು ಹೊರಟೆ. ಅದೇ ಬಸ್ ನಿಲ್ದಾಣಕ್ಕೆ ಬಂದು ನಿಂತೆ. ಆಗ ಮೂಲೆಯಲ್ಲಿ ಕೂತು ಯಾರೋ ಸೀನಿದ ಸದ್ದಾಯ್ತು. ಅತ್ತ ಕಡೆ ತಿರುಗಿದಾಗ ಅಲ್ಲಿ ಅನು ಇದ್ದಳು. ಒಂದು ಸಲ ಗಾಬರಿಯಾಯಿತು. ಅರೇ ಇವತ್ತು ಅವಳ ಮದ್ವೆ ಅಲ್ವ??.ಹಾಗೆ ಅವಳನ್ನ ದಿಟ್ಟಿಸಿ ನೋಡಿದೆ. ತಾಳಿ, ಕಾಲುಂಗುರ ಯಾವುದು ಇರಲಿಲ್ಲ. ಹತ್ತಿರಹೋಗಿ ಕೇಳಬೇಕೆನ್ನುವಷ್ಟರಲ್ಲಿ ಅವಳೇ ಹೇಳಿದಳು."ಮದ್ವೆ

ಕ್ಯಾನ್ಸಲ್ ಆಯ್ತು. ಹಿಂದಿನ ದಿನನೇ ನಮ್ಮಪ್ಪನಿಗೆ ಮದ್ವೆ ಗಂಡು ಒಬ್ಬ ಲೋಫರ್ ಅಂತ ಗೊತ್ತಾಯ್ತು. ಮೂರು ಜನ ಹುಡ್ಗೀರ್ ಲೈಫ್ ಅಲ್ಲಿ ಆಟ ಆಡಿದ್ದ. ಅದಿಕ್ಕೆ ಕ್ಯಾನ್ಸಲ್ ಮಾಡುದ್ರು." "ಮತ್ತೆ ಮೊದ್ಲೇ ಯಾಕ್ ಹೇಳ್ಲಿಲ್ಲ **??** " ನಾನು ಕೇಳಿದೆ ಖುಷಿಯಿಂದ. "ಮೊಬೈಲ್ ಸ್ವಿಚ್ ಆಫ್ ಯಾಕ್ ಮಾಡ್ಕೊಂಡಿದ್ದೆ ಗೂಬೆ.ಮನೆಗೆ ಫೋನ್ ಮಾಡ್ದಾಗ ನಿಮ್ಮ ಅಮ್ಮ ಸೂರತ್ ಗೆ ಹೊರಟ ಇವಾಗ ಅಂದ್ರು. ಅದಿಕ್ಕೆ ತಕ್ಷಣ ಇಲ್ಲಿ ಬಂದು ಕೂತ್ಕೊಂಡೆ. ಸಿಕ್ರು ಸಿಕ್ತೀಯಾ ಅಂತ". ಅವಳನ್ನ ಅಲ್ಲೇ ತಬ್ಬಿಕೊಂಡೆ. ಒಂದು ರೀತಿಯ ಹಿತಾನುಭವ. ಅವಳೂ ಸುಮ್ಮನಿದ್ದಳು.

ಬಸ್ ನಿಲ್ದಾಣದಲ್ಲೇ ಸ್ವಲ್ಪ ಹೊತ್ತು ಇರಲು ಇಬ್ಬರ ಮನವು ಬಯಸಿತ್ತು. "ಕುಮುದಾ ಮೊನ್ನೆ ಎಲ್ಲಾ ವಿಷಯಾನು ಹೇಳುದ್ಲು". "ಹು ಗೊತ್ತಾಯ್ತು".ನನ್ನ ಹೆಗಲಿಗೆ ಅವಳ ತಲೆಯನ್ನಿಟ್ಟಿದ್ದಳು." ಸರಿ ಮುಂದೆ ಏನ್ಮಾಡೋದು**??**" ನಾನು ಕೇಳಿದೆ. "ನಂಗ್ ಗೊತ್ತಿಲ್ಲ ನೀನೆ ಹೇಳು." ನಾನು ಮುಗುಳ್ನಕ್ಕು ಹೇಳಿದೆ," ನಂಗೂ ಗೊತ್ತಿಲ್ಲ..."

ಸ್ಮೃತಿ

"ಇನ್ನು ಎಷ್ಟ್ ದಿನ ಅಂತ ಹೀಗೇ ಇರ್ತೀರಿ?" ಹಾಲಿನ ಡೇರಿಯಲ್ಲಿ ಹಾಲು ತಗೊಳ್ತಾ ಶ್ರೀಪತಿಯವರಿಗೆ ಅಶೋಕ್ ಕುಮಾರ್ ಕೇಳುತ್ತಿದ್ದರು. ಶ್ರೀಪತಿಗಳು ಮುಗುಳುನಗುತ್ತಾ.. "ಸಾಯೋ ತನಕ ಹೀಗೆ ಇನ್ನು.." ಎಂದು ಹೇಳಿ ಮುಂದೆ ಹೋದರು.

"ನೀವು ಹು ಅನ್ನೋದಾದ್ರೆ ಒಂದು ಸಜೆಶನ್" ಅಶೋಕ್ ಕುಮಾರ್ ಕೇಳಿದರು.

"ಹೇಳಿ"

"ರಿಟೈರ್ಮೆಂಟ್ ಅಯ್ತು ಸರಿ, ಹಾಗಂತ ನಿಮ್ಮಲ್ಲಿರೋ ಇಂಟಲಿಜೆನ್ಸ್ ಗೆ ಬರ ಬಂದಿಲ್ಲ. ನಿಮಗೆ ಒಪ್ಪಿಗೆ ಇದ್ರೆ ನಿಮ್ಮನ್ನ ಇನ್ವೆಸ್ಟಿಗೇಶನ್ ವಿಂಗ್ ಗೆ ಸೇರಿಸೋ ವ್ಯವಸ್ಥೆ ಮಾಡ್ತೀನಿ. ಏನಂತೀರಾ?"

"ಬೇಡ, ೩೫ ವರ್ಷ ಪೊಲೀಸ್ ಡೀಪಾರ್ಟ್ಮೆಂಟ್ ಅಲ್ಲಿ ದುಡ್ಡಿದೀನಿ. ಅಷ್ಟು ವರ್ಷನೂ ಕೊಲೆ, ಸುಲಿಗೆ, ಮೋಸ ಮಾಡೋರ ಜೊತೇನೆ ಬದುಕಿದೀನಿ. ಮನಸ್ಸಿಗೆ ಶಾಂತಿ ಬೇಕಿದೆ" ಶ್ರೀಪತಿಗಳು ಸ್ಪಷ್ಟವಾಗಿ ಹೇಳಿದರು.

"ಒಂಟಿ ಜೀವನ ಒಳ್ಳೆದಲ್ಲ. ನಿಮ್ಮ ಹೆಂಡತಿ ತೀರಿ ಹೋಗಿ ಒಂದು ವರ್ಷ ಕಳೀತು. ಕಡೇ ಪಕ್ಷ ಮಗನ ಮನೆಗಾದ್ರು ಹೋಗಿ ಇರ್ಬೋದಲ್ಲ?"

"ಅವನಿಗೆ ನಾನು ಬೇಡ, ನನಿಗೂ ಅವನು ಬೇಡ. ಐ ಯಾಮ್ ಎಂಜಾಯಿಂಗ್ ಮೈ ಲೈಫ್. ಥ್ಯಾಂಕ್ಸ್ ಫಾರ್ ಯುವರ್ ಸಜೆಶನ್" ಎಂದು ಹೇಳಿ ಶ್ರೀಪತಿಗಳು ಅಪಾರ್ಟ್ ಮೆಂಟ್ ದಾರಿ ಹಿಡಿದರು.

ಆ ಅಪಾರ್ಟ್ಮೆಂಟಿನ ಮೊದಲನೇ ಅಂತಸ್ತಿನಲ್ಲಿ ಒಂದು ಸುಸಜ್ಜಿತ ಮನೆ, ಶ್ರೀಪತಿಗಳದ್ದು. ತಾವೇ ತಮ್ಮೆಲ್ಲ ಕೆಲಸಗಳನ್ನ ಅಚ್ಚುಕಟ್ಟಾಗಿ ನಿರ್ವಹಿಸುತ್ತ, ನಿವೃತ್ತಿಯ ಬದುಕನ್ನ ಕಳೆಯುತ್ತಿದ್ದರು. ಅವರ ಜೊತೆ ಒಂದಷ್ಟು ಪುಸ್ತಕಗಳು ಅವರ ಜೊತೆಗಾರರಾಗಿದ್ದವು.ಅಪಾರ್ಟ್ಮೆಂಟಿನ ಯಾರೊಡನೆಯೂ ಅಷ್ಟಾಗಿ ಒಡನಾಟವಿರಲಿಲ್ಲ. ಅಡಿಗೆ ಮನೆಯಲ್ಲಿದ್ದ ಹೆಂಡತಿಯ ಫೋಟೋವನ್ನ

ಆಗಾಗ ನೋಡಿ ಮುಗುಳುನಗುತ್ತಿದ್ದದ್ದು ಅವರ ಹವ್ಯಾಸದಲ್ಲೊಂದು.ಇಂದಿಗೂ ಅವರ ಹೆಂಡತಿ ಅವರ ಜೊತೆ ಇದ್ದಾರೆ ಅನ್ನುವ ಭಾವ ಅವರನ್ನ ಬಿಟ್ಟು ಹೋಗಿಲ್ಲ.ಮನೆಯನ್ನ ತಾವೇ ಗುಡಿಸಿ ಸಾರಿಸಿ ಸ್ವಚ್ಛವಾಗಿ ಇಟ್ಟಿದ್ದರು. ಇದು ಸಮಯ ಸಾಗಿಸುವುದಕ್ಕೆ ಒಂದು ನೆಪವೂ ಆಗಿತ್ತು.

ಅದೇ ದಿನ ಬೆಳಿಗ್ಗೆ ಪೇಪರ್ ಓದುತ್ತಾ ಕಾಫಿ ಹೀರುತ್ತಿದ್ದಾಗ ಬೆಲ್ ರಿಂಗಾಯಿಯಿತು. ಸ್ವಲ್ಪ ಅಸಮಾಧಾನಗೊಂಡೇ ಶ್ರೀಪತಿಗಳು ಬಾಗಿಲು ತೆರೆದರು. "ಸಾರ್ ನಮಸ್ಕಾರ, ಒಳಗೆ ಬರಬೋದಾ.." ಪಕ್ಕದ ಮನೆಯ ಸುದರ್ಶನ ಹಲ್ಲು ಗಿಂಜುತ್ತಾ ಕೇಳಿದ. "ಏನ್ ,ವಿಷಯ:?" ಖಾರವಾಗಿ ಕೇಳಿದರು. "ಏನಿಲ್ಲ ನಮ್ಮ್ಮಾಕೆ ಬಿಸಿಬೇಳೆಬಾತ್ ಮಾಡಿದ್ಲು. ನೀವೂ ಪಾಪ ಒಬ್ರೆ. ಸುಮ್ನೆ ಯಾಕೆ ಅಡುಗೆ ತಿಂಡಿ ಅಂತ ಕಷ್ಟ ಪಡಬೇಕು. ತಗೋಳಿ ಬೇಗ ತಿಂದ್ಬಿಡಿ ಆರೋಗತ್ತೆ" ಡಬ್ಬಿಯನ್ನ ಅವರ ಮುಂದೆ ಹಿಡಿದ."

ನೀವ್ಯಾಕ್ರಿ ನಂಗೆ ತಿಂಡಿ ತಂದ್ಕೊಡ್ಬೇಕು?"

"ಹ್ಹ ಹ್ಹ.. ಒಂದೇ ಅಪಾರ್ಟ್ಮೆಂಟು ಒಬ್ರು ಕಷ್ಟಕ್ಕೆ ಇನ್ನೊಬ್ರು ಆಗ್ಬೇಕಲ್ವಾ...ನೀವೂ ಪೋಲೀಸ್ ಆಗಿ ರಿಟೈರ್ ಆದೋರಲ್ವಾ? ನೀವು ತಿಂಡಿ ತಿನ್ತಾ ನಿಮ್ಮ ಸರ್ವಿಸ್ ಅಲ್ಲಿ ಮಾಡಿದ್ದ ಸಾಧನೆಗಳ ಬಗ್ಗೆ ಹೇಳಿ.. ನಂಗೂ ಬೇರೆ ಕ್ಯಾಮೆ ಇಲ್ಲ ಕೇಳ್ತಾ ಕೂರ್ತಿನಿ."

ಸುದರ್ಶನ ಮತ್ತೆ ಹಲ್ಲು ಕಿರಿದ. ಅವನ ಮಾತಿಗೆ ಸಿಟ್ಟು ಬಂದರೂ, ಶ್ರೀಪತಿಗಳು ಸಿಟ್ಟನ್ನು ತಡೆದು, " ನೋಡಿ ಮಿಸ್ಟರ್ ಸುದರ್ಶನ್ ,ನಿಮ್ಗೆ ಕೆಲ್ಸ ಇಲ್ದೆ ಇರ್ಬೋದು, ಆದ್ರೆ ನಂಗೆ ತುಂಬಾ ಕೆಲ್ಸ ಇದೆ. ಹೀಗೆ ಪದೇ ಪದೇ ಬಂದು ದಯವಿಟ್ಟು ಡಿಸ್ಟರ್ಬ್ ಮಾಡ್ಬೇಡಿ. ನಾನು ರಿಟೈರ್ ಆಗಿರ್ಬೋದು ಆದ್ರೆ ನಿಮ್ಮಷ್ಟು ಪುರುಸೊತ್ತಿಲ್ಲ." ಬಾಗಿಲು ಹಾಕಿಕೊಳ್ಳುವುದರಲ್ಲಿದ್ದವರು ಸ್ವಲ್ಪ ತಡೆದು." ಇನ್ನೊಂದ್ ವಿಷ್ಯ.. " ನಿಮ್ ಹೆಂಡತಿಗಿಂತ ನಾನ್ ಮಾಡೋ ಬೇಳೆಬಾತ್ ಸಾವಿರ ಪಾಲು ವಾಸಿ. ಥ್ಯಾಂಕ್ ಉ" ಧಡ್ ಎಂದು ಬಾಗಿಲು ಹಾಕಿಕೊಂಡರು. ಸುದರ್ಶನ ನ ಮುಖ ಪೆಚ್ಚಾಯಿತು.

ಸಂಜೆ ನಾಲ್ಕು ಗಂಟೆಯ ಸಮಯ. ಏನೋ ನೆನಪಾಗಿ ಒಂದಷ್ಟು ಬುಕ್ಸ್ ಗಳನ್ನ ಕೈಯಲ್ಲಿ ಹಿಡಿದು ಮನೆಯಿಂದ ಹೊರನಡೆದರು. ಸೀದಾ ಲೈಬ್ರರಿಗೆ ಅವರ ಪಯಣ ಬಂದು ತಲುಪಿತು. ಅಲ್ಲಿದ್ದ ಲೇಡಿ ಲೈಬ್ರರಿಯನ್ ನೋಡಿ ಸ್ವಲ್ಪ ಅನುಮಾನಿಸಿದರು. ಆಕೆ ಮುಗುಳುನಗುತ್ತಾ, "ಬನ್ನಿ ಸಾರ್ ಬುಕ್ ರಿನೀವಲ್

ಇತ್ತಾ? " ಎಂದು ಕೇಳಿದಳು. " ಸುನಿಲ್ ಬಂದಿಲ್ವಾ?"

"ಇಲ್ಲಾ ಸಾರ್ ಹುಷಾರಿಲ್ಲ ಅವರಿಗೆ. ರಜಾ ಹಾಕಿದಾರೆ.ನನ್ ಹೆಸರು ಸ್ಮೃತಿ ಅಂತ. ನಂಗೆ ಇವತ್ತು ಒಂದು ದಿನದ ಮಟ್ಟಿಗೆ ಇಲ್ಲಿ ಕೆಲಸ.ಏನಾಗ್ಬೇಕಿತ್ತು?"

"ಏನಿಲ್ಲ ಈ ಬುಕ್ಸ್ ವಾಪಸ್ ಮಾಡಕ್ಕೆ ಬಂದೆ ತಗೋಳಿ."

"ಶ್ಯೂರ್ ಸರ್. ಓ ಎಲ್ಲವೂ ಆಧ್ಯಾತ್ಮಕ್ಕೆ ಸಂಬಂಧ ಪಟ್ಟಿರೋ ಪುಸ್ತಕಗಳೇ. ಹೇಗನ್ನಿಸ್ತು ಸರ್ ಇದನ್ನ ಓದಿ?

"ಪರವಾಗಿಲ್ಲ... ಅಷ್ಟೊಂದು ರುಚಿಸಲಿಲ್ಲ. ಅಥವಾ ನಂಗೆ ಆ ಪುಸ್ತಕಗಳನ್ನ ಓದೋ ಪ್ರೌಢಿಮೆ ಇನ್ನು ಬಂದಿಲ್ಲ ಅನ್ಸತ್ತೆ.

ಆ ಹುಡುಗಿ ನಗುತ್ತಾ.."ನಿಮ್ಮನ್ನ ನೋಡಿದ್ರೆ ಅಷ್ಟು ವಯಸ್ಸಾದೋರ ಥರ ಕಾಣಲ್ಲ ಬಿಡಿ."

ಒಮ್ಮೆ ಅವಳನ್ನ ಪ್ರಶ್ನಾತೀತವಾಗಿ ನೋಡಿದರು.ತಕ್ಷಣ ಆ ಹುಡುಗಿ, "ಸಾರಿ ಸರ್ ಏನಾದ್ರು ತಪ್ಪು ಹೇಳಿದ್ನಾ?"

"ಛೆ ಛೆ ಇಲ್ಲ, ಥ್ಯಾಂಕ್ಸ್ **ಫಾರ್** ಯುವರ್ ಕಾಂಪ್ಲಿಮೆಂಟ್ಸ್. ನಂಗೆ ಯಾವ್ದಾದ್ರು ಸಸ್ಪೆನ್ಸ್ ಥ್ರಿಲ್ಲರ್ ಇರುವಂಥ ಕಥೆ ಪುಸ್ತಕಗಳನ್ನ ಕೊಡ್ತೀರಾ..

"ಸರಿ, ನನ್ ಜೊತೆ ಬನ್ನಿ" ಇಬ್ಬರು ಒಂದು ಕಂಪಾರ್ಟ್ಮೆಂಟ್ ಬಳಿ ಬಂದರು. "ಮನೋಚರಿತ್ರ ಅಂತ ಈ ಕಥಾಸಂಕಲನದ ಹೆಸರು. ೧೦ ಸಣ್ಣ ಕಥೆಗಳು ಇದರಲ್ಲಿ ಇದೆ.ಎಲ್ಲವೂ ಸಸ್ಪೆನ್ಸ್ ಓರಿಯಂಟೆಡ್. ಆರಾಮಾಗಿ ಕೂತು ಓದಿ ಸರ್" ಇಷ್ಟನ್ನೂ ಹೇಳಿ ಆ ಹುಡುಗಿ ಬೇರೆ ಕೆಲಸಕ್ಕೆ ಹೊರಟಳು.

ಶ್ರೀಪತಿಗಳು ಯಾರೂ ಇಲ್ಲದ ಜಾಗದಲ್ಲಿ ಕುಳಿತು, ಆ ಪುಸ್ತಕದ ಮೊದಲನೇ ಕಥೆಯನ್ನ ಓದಲು ಶುರು ಮಾಡಿದರು.

"ಕಷ್ಟ ಆಗತ್ತೆ ಕಾರ್ತಿಕ್, ನೀನು ಹೇಳಿದಷ್ಟು ಸುಲಭ ಅಲ್ಲ ಈ ಕೆಲ್ಸ. ನಿನ್ನನ್ನ ನಿನ್ನ ತಂದೆಯಿಂದ ದೂರ ಮಾಡಿದ ಪಾಪ ನಂಗೆ ಬೇಡ. ಅವರು ನೋಡಿದ್ ಹುಡುಗೀನೇ ಮದ್ವೆ ಆಗು." ಸುಸಜ್ಜಿತವಾದ ಒಂದು ಹೋಟೆಲ್ ಅಲ್ಲಿ ಒಬ್ಬ ಹುಡುಗಿ ತನ್ನ ಪ್ರಿಯಕರನಿಗೆ ಹೇಳುತ್ತಿದ್ದ ಮಾತುಗಳು."ಲೂಸ್ ಥರಾ ಮಾತಾಡ್ಬೇಡ. ಬ್ಯಾಂಕ್ ಇಂದ ದುಡ್ಡು ಡ್ರಾ ಮಾಡಿ **ಆಗಿದೆ.ವಿಮಾನದ** ಟಿಕೆಟ್ಸ್

ಕೂಡ ಬುಕ್ ಆಗಿದೆ. ಹೈದರಾಬಾದ್ ಗೆ ಹೊರಡೋದೆ. ಎರಡನೇ ಯೋಚನೆ ಮಾಡ್ದೆಲೆ ಹೊರಡು ಆಯ್ತಾ.." ಕಾರ್ತಿಕ್ ಆ ಹುಡುಗಿಗೆ ಹೇಳುತ್ತಿದ್ದ.ಅವಳು ಏನೂ ಪ್ರತಿಕ್ರಿಯಿಸದೇ ಸುಮ್ಮನೇ ಕುಳಿತಳು.ಅವನೇ ಮಾತು ಮುಂದುವರೆಸುತ್ತಾ.. ಅವಳ ಕೈ ಹಿಡಿದು," ಕ್ಷಮಾ.. ನನ್ ಮೇಲೆ ಪ್ರೀತಿ ಇದಿಯೋ ಇಲ್ಲೋ ನಿಂಗೆ?" "ಕಪಾಳಕ್ಕೆ ಬಾರಿಸ್ತೀನಿ ಇನ್ನೊಂದ್ ಸಲಿ ಹಾಗೆ ಕೇಳಿದ್ರೆ" ಸಿಟ್ಟಲ್ಲಿ ಅವನಿಗೆ ಉತ್ತರ ಕೊಟ್ಟಳು."ಸರಿ ಹಾಗಾದ್ರೆ ನಾಳಿದ್ದು ೭ಗಂಟೆಗೆ ರೆಡಿ ಆಗು. ೯.೩೦ ಗೆ ಹೈದರಾಬಾದ್ ಗೆ **ವಿಮಾನ**." ಕ್ಷಮ ಅವನ ಮಾತಿಗೆ ತಲೆ ಅಲ್ಲಾಡಿಸಿ ಮನೆಯ ದಾರಿ ಹಿಡಿದಳು.

"ನೀನು ಹೇಳಿದ್ ಸರಿ ಅನ್ಸು್ತ . ಅದಿಕ್ಕೆ ದುಡ್ಡನ್ನ ಇಲ್ಲಿಗೇ ತಂದೆ. ನಿನ್ ಹತ್ರ ಇದ್ರೆ ಸೇಫ್ ಅಂತ.ನಮ್ ಮನೇಲಿದ್ರೆ ಅಪ್ಪಂಗೆ ಡೌಟ್ ಬರ್ಬೋದು" ಕಾರ್ತಿಕ್ ಈ ಮಾತು ಹೇಳಿದ ತಕ್ಷಣ, ಕ್ಷಮಾ ಅವನನ್ನ ಪ್ರೀತಿಯಿಂದ ತಬ್ಬಿಕೊಳ್ಳುತ್ತಾಳೆ. "ನಿಮ್ ತಂದೆ ನನ್ನ ಸೊಸೆ ಅಂತ ಒಪ್ಕೋತಾರಾ?"

"ಎರಡು ತಿಂಗಳು ಮಗ ನಾಪತ್ತೆ ಆದ್ರೆ ಒಪ್ಕೋಳ್ಲೇ ಬೇಕು."ಕಾರ್ತಿಕ್ ನುಡಿದ.

"ಸರೀನಪಾ.. ಜ್ಯೂಸ್ ಕುಡಿತೀಯಾ..?"ಎಂದು ಹೇಳಿ ಫ್ರಿಡ್ಜ್ ಇಂದ ಜ್ಯೂಸ್ ಅನ್ನು ಎರಡು ಲೋಟಕ್ಕೆ ಬಗ್ಗಿಸಿ ತರುವಳು. ಜ್ಯೂಸ್ ಹೀರುತ್ತಾ ಕಾರ್ತಿಕ್ ಮಾತು ಮುಂದುವರೆಸಿದ. "ಬಟ್ಟೆಯೆಲ್ಲಾ ಪ್ಯಾಕ್ ಮಾಡ್ಕೊಂಡ್ಬ್ಯ.. ನಾಳೆ ೯.೩೦ ಗೆ **ವಿಮಾನ**."ಇನ್ನು ಏನನ್ನೋ ಹೇಳುತ್ತಿರುವಾಗಲೇ ಕೆಮ್ಮು ಕಾಣಿಸಿಕೊಂಡಿತು. ಒಂದೆರಡು ಬಾರಿ ಕೆಮ್ಮಿದ ನಂತರ, ಕಾರ್ತಿಕ್ ಬಾಯಿಯಿಂದ ರಕ್ತ ಬರಲಾರಂಭಿಸಿತು.ಕಾರ್ತಿಕ್ ಎಚ್ಚರ ತಪ್ಪಿ ಕುಸಿದುಬಿದ್ದ. ಕ್ಷಮಾ ಕುಹಕ ನಗೆ ನಗುತ್ತಾ.. ಮೊಬೈಲ್ ನಲ್ಲಿ ಕಾಲ್ ಮಾಡುತ್ತಾಳೆ. "ಹಲೋ ಇವನ ಕಥೆ ಮುಗೀತು.. ನೀ ಎಲ್ಲಿದೀಯಾ??..ಹೌದಾ ಸರಿ ಬೇಗ ಬಾ..." ಅಷ್ಟರಲ್ಲಿ ಕಾರ್ತಿಕ್ ವಿಲ ವಿಲ ಒದ್ದಾಡಿ ಸಾವನ್ನಪ್ಪಿರುತ್ತಾನೆ. ಅವನ ದೇಹವನ್ನು ಒಮ್ಮೆ ನೋಡಿ, ಅವನ ಹಣೆಗೆ ಮುತ್ತಿಟ್ಟು, "ಸಾರಿ ಕಾರ್ತಿಕ್"ಎಂದು ಹೇಳಿ ಮತ್ತೊಮ್ಮೆ ನಗುತ್ತಾಳೆ. ಮನೆಯ ಬೆಲ್ ರಿಂಗಾಗುತ್ತದೆ. ಹೊರಗೆ ನಿಂತಿದ್ದ ವ್ಯಕ್ತಿಯನ್ನ ಒಳಗೆ ಕರೆದುಕೊಂಡು ಬಾಗಿಲು ಹಾಕಿಕೊಳ್ಳುತ್ತಾಳೆ."ನಂಗೆ ಅಸೈನ್ ಮಾಡಿದ್ ವರ್ಕ್ ಅನ್ನ ಕಂಪ್ಲೀಟ್ ಮಾಡಿದೀನಿ. ಇನ್ನು ಉಳಿದ ಕೆಲಸ ನಿಂದು. ಆ ವ್ಯಕ್ತಿ ಅವಳನ್ನ ಜೋರಾಗಿ ಅಪ್ಪಿಕೊಳ್ಳುತ್ತಾ," ಆಯ್ತು ಮೇಡಮ್. ಇಷ್ಟ್ ಮಾಡಿದ್ರುಲಾ ಸಾಕು.

ಇನ್ನುಳಿದದ್ದು ನಂಗೆ ಬಿಡಿ." ಎನ್ನುತ್ತಾನೆ. "ವಿಜಯ್, ಬಿಡು ಮೊದಲು ಕೆಲ್ಸ ಆಮೇಲೆ ಉಳಿದದ್ದು. ಬೇಗ ಆ ಹೆಣಕ್ಕೆ ಒಂದು ವ್ಯಬಸ್ಥೆ ಮಾಡು."

"ಸರಿ.."

"ವಿಜಯ್, ಏನು ತೊಂದ್ರೆ ಆಗಲ್ಲ ಅಲ್ವಾ?"

"ನಂಗೇನು ಭಯ ಇಲ್ಲ..ನಿಂಗೂ ಭಯ ಬೇಡ. ಭಯ ಪಡೋಕೆ ನೀನು ಇರಲ್ಲ."ಜೋರಾಗಿ ನಗುತ್ತಾನೆ.

"ಅಂದ್ರೆ.." ಗಾಬರಿಯಿಂದ ಕೇಳುತ್ತಾಳೆ.

"ಸಾರಿ ಚಿನ್ನ.. ನೀನು ಕಾರ್ತಿಕ್ ಪ್ರೀತಿಸ್ತಾ ಇದ್ದ ವಿಷ್ಯ ಕಾರ್ತಿಕ್ ಅಪ್ಪಂಗೆ ಇಷ್ಟ ಆಗ್ಲಿಲ್ಲ. ಅದಿಕೆ ನಿನ್ನ ಕೊಲ್ಲೋಕೆ ೫೦ ಲಕ್ಷ ಸುಪಾರಿ ಕೊಟ್ಟಿದಾನೆ.. ನಿಂಗೆ ಗೊತ್ತಲ್ವಾ ಮನಿ ಇಸ್ ಅಲ್ವೇಸ್ ಮೈ **ಫಸ್ಟ್ ಲವ್** "

"ಲೋಫರ್ ನಿನ್ನ ನಂಬಿ ಹಾಳಾದೆ.. " ಎಂದು ಅವನೆಡೀ ಧಾವಿಸುತ್ತಾ ಹೊಡೆಯುವುದಕ್ಕೆ ಮುನ್ನುಗ್ಗುತ್ತಾಳೆ. ವಿಜಯ ಅವಳ ಮುಖಕ್ಕೆ ಖ್ಲೊರಾಫಾರ್ಮ್ ಇರುವ ಕರ್ಚೀಫ್ ಅನ್ನು ಅಡ್ಡ ಹಿಡಿಯುತ್ತಾನೆ. ಕ್ಷಮಾ ಮೂರ್ಚೆ ಹೋಗುತ್ತಾಳೆ. "ರೆಸ್ಟ್ ಮಾಡು ಡಾರ್ಲಿಂಗ್, ಇವನಿಗೆ ಒಂದು ಗತಿ ಕಾಣಿಸಿ ನಿನ್ನ ಸ್ವರ್ಗದ ಬಾಗಿಲಿಗೆ ಮುಟ್ಟುಸ್ತೀನಿ." ಕೆಟ್ಟದಾಗಿ ಒಮ್ಮೆ ನಗುತ್ತಾನೆ. ಕ್ಷಮಾ ಎಚ್ಚರ ತಪ್ಪಿ ಅಲ್ಲೇ ಕುಸಿದು ಬೀಳುತ್ತಾಳೆ.

"ಸರ್, ೭ ಗಂಟೆ ಆಯ್ತು.. ಲೈಬ್ರರಿ ಕ್ಲೋಸ್ ಮಾಡೋ ಟೈಮ್. ಬೇಕಿದ್ರೆ ಈ ಪುಸ್ತಕನ ಮನೆಗೆ ತಗೊಂಡು ಹೋಗಿ." ಆ ಹುಡುಗಿ ಮನವಿ ಮಾಡುತ್ತಾಳೆ. ಶ್ರೀಪತಿಗಳು ಪುಸ್ತಕ ಓದುತ್ತಿದ್ದವರು ಒಮ್ಮೆ ಲೈಬ್ರರಿ ಸುತ್ತ ನೋಡುತ್ತಾರೆ.ಲೈಬ್ರರಿಯಲ್ಲಿ ಯಾರೂ ಇರುವುದಿಲ್ಲ. "ಸಾರಿ, ಟೈಮ್ ಹೋಗಿದ್ದು ಗೊತ್ತಾಗ್ಲಿಲ್ಲ. ಈ ಪುಸ್ತಕ ಇಲ್ಲೇ ಇರ್ಲಿ, ನಾನು ಬೆಳಿಗ್ಗೆ ಬರ್ತೀನಿ." "ಇಂಟರೆಸ್ಟಿಂಗ್ ಅಂತ ಅನ್ಸಿದ್ರೆ ತಗೊಂಡು ಹೋಗಿ ಸರ್, ಹೇಗೂ ಮೆಂಬರ್ಶಿಪ್ ಕಾರ್ಡ್ ಇದಿಯಲ್ಲಾ.." ಹುಡುಗಿ ಒತ್ತಾಯ ಮಾಡಿದಳು. "ಹ್ಹ ಹ್ಹ ಇದು ಮಾಮೂಲಿ ಕಥೆ, ಕುತೂಹಲ ಇರ್ಲಿ ಅಂತ ನಾನೇ ಪುರ್ತಿ ಕ್ಲೈಮ್ಯಾಕ್ಸ್ ಓದಿಲ್ಲ. ಬೆಳಿಗ್ಗೆ ಬೇಗ ಬರ್ತೀನಿ ಅಷ್ಟರಲ್ಲಿ ಆ ಬುಕ್ ನ ಯಾರು ತಗೊಂಡ್ ಹೋಗಿರಲ್ಲ." ಶ್ರೀಪತಿಗಳು ಮನೆಗೆ ನಡೆದರು.

ಬೆಳಿಗ್ಗೆ ಎದ್ದು ಎಲ್ಲಾ ನಿತ್ಯ ಕರ್ಮಗಳನ್ನ ಮುಗಿಸಿ ಲೈಬ್ರರಿಗೆ

ಹೊರಡಲು ಸಿದ್ದರಾದರು. ಎದುರಿಗೆ ಸುದರ್ಶನ ಸಿಕ್ಕ. ಗಾಬರಿಗೊಂಡು ಅವರಿಗೆ ಮುಖ ಕೊಡದೇ ಹೊರಟುಹೋದ. ಶ್ರೀಪತಿಗಳು ಅವನನ್ನೇ ನೊಡುತ್ತಾ ಒಮ್ಮೆ ನಕ್ಕು ಲೈಬ್ರರಿಯ ದಾರಿ ಹಿಡಿದರು. ಲೈಬ್ರರಿಯಲ್ಲಿ ನಿನ್ನೆ ಇದ್ದ ಹುಡುಗಿ ಇರಲಿಲ್ಲ.ಹಳೆಯ ಲೈಬ್ರರಿಯನ್ ಸುನಿಲ ಕಣ್ಣಿಗೆ ಬಿದ್ದ. ಶ್ರೀಪತಿಗಳು ಸಲುಗೆಯಿಂದ "ಏನಪ್ಪಾ ಹೇಗಿದ್ದೀಯಾ? ಹುಷಾರಿಲ್ಲ ಅಂತಿದ್ರು?" ಸುನಿಲ ಅನುಮಾನದಿಂದ "ನಾನು ಕೇಳೋ ಪ್ರಶ್ನೆ ನ ನೀವು ಕೇಳ್ತಾ ಇದಿರಲ್ಲಾ ಸಾರ್, ನೀವು ದಿನಾನು ಬರ್ತಾ ಇದ್ದೋರು ನಿನ್ನ ಯಾಕೆ ಬರ್ಲಿಲ್ಲ?"

"ಏನ್ ತಮಾಷೆ ಮಾಡ್ತಾ ಇದಿಯಾ, ನಿನ್ನೆ ಒಂದು ಹುಡುಗಿ ನಿನ್ನ ಜಾಗದಲ್ಲಿ ಕೂತಿದ್ಲು. ಅವಳು ಹೇಳಿದ್ಲು ಮತ್ತೆ ನಿಂಗೆ ಹುಷಾರಿಲ್ಲ ಅಂತ. "

"ಒಳ್ಳೆ ಕಥೆ ಆಯ್ತಲ್ಲಾ..ಎರಡು ತಿಂಗಳಿಂದ ಒಂದು ರಜಾ ಕೂಡ ಹಾಕಿಲ್ಲ ನಾನು..ನೀವೊಳ್ಳೆ" ಹೀಗೆ ಹೇಳಿ ಬೇರೆ ಕಡೆ ಹೊದ.

ಶ್ರೀಪತಿಗಳಿಗೆ ಗೊಂದಲ ಶುರುವಾಯ್ತು.ಸೀದಾ ಅವರು ನಿನ್ನೆ ಓದುತ್ತಿದ್ದ ಪುಸ್ತಕವನ್ನ ಹುಡುಕುವುದಕ್ಕೆ ಶುರು ಮಾಡಿದರು. ಆ ಪುಸ್ತಕ ಅಲ್ಲಿರಲಿಲ್ಲ. ಆ ಪುಸ್ತಕದ ಹೆಸರು ಅವರ ಅರಿವಿಗೆ ಬರಲಿಲ್ಲ. ಆ ಪುಸ್ತಕದ ಬಗ್ಗೆ ಸುನಿಲ ನ ಬಳಿ ವಿಚಾರಿಸಿದರು. "ಸರ್ ಏನಾಗಿದೆ ನಿಮ್ಗೆ, ಈ ಲೈಬ್ರರಿ ಶುರುವಾಗಿ ಇನ್ನು ೩ ತಿಂಗಳು ಕೂಡ ಆಗಿಲ್ಲ. ಜಾಸ್ತಿ ಬುಕ್ಸ್ ಕೂಡ ಬಂದಿಲ್ಲ. ಇರೋದು ಬರೀ ಅಧ್ಯಾತ್ಮದ ಬುಕ್ಸ್ ಅಷ್ಟೇ..."

ಅವರಿಗೆ ಸಣ್ಣದಾಗಿ ನಡುಕ ಹುಟ್ಟಿತು. ಅಂದ್ರೆ ನಿನ್ನೆ ನಡೆದದ್ದು ಬರೀ ಕನಸಾ.. ಹಾಗಾದ್ರೆ ಈಗ ನಡಿತಿರೋದು ವಾಸ್ತವಾ ನ?.. .. ಕನಸೇ ಆಗಿದ್ರೆ ಇದು ಯಾರ ಕನಸು...

ಕ್ಷಮಾ ನಿಧಾನಕ್ಕೆ ಕಣ್ಣು ತೆರೆದಳು. ಅವಳ ಬಾಯಿಗೆ ಪಟ್ಟಿ ಬಿಗಿದಿದ್ದರು. ಅವಳನ್ನ ಒಂದು ಕಂಬಕ್ಕೆ ವಿಜಯ್ ಕಟ್ಟಿ ಹಾಕಿ ಅವಳ ಎದುರು ಒಂದು ಗನ್ ಹಿಡಿದು ಕೂತಿದ್ದ. ಅವಳಿಗೂ ಅದೇ ಗೊಂದಲ. ಇದು ವಾಸ್ತವನಾ ಅಥವಾ ಕನಸಾ.. ಕನಸಾಗಿದ್ರೆ ಯಾರ ಕನಸು?...

ತಿರುವು

ಸುತ್ತ ಮುತ್ತ ಹಸಿರು ಹೊದ್ದು ಮಲಗಿದ್ದ ಪ್ರದೇಶ. ಮಧ್ಯದಲ್ಲಿ ಎರಡು ಎಕರೆ ಖಾಲಿ ಜಮೀನು. ಏನೂ ಬೆಳೆಯದೇ ಖಾಲಿ ಬಿದ್ದಿದ್ದರೂ ಸುತ್ತಲೂ ಬೇಲಿ ಹಾಕಿದ್ದರು.ಆ ಜಮೀನಿನ ಮಧ್ಯೆ ಒಬ್ಬ ಯುವಕ ಅಲ್ಲಿನ ಪ್ರಶಾಂತತೆಯನ್ನ, ಆ ಕೆಮ್ಮಣ್ಣಿನ ವಾಸನೆಯನ್ನ ಕಣ್ಣು ಮುಚ್ಚಿ ಆಸ್ವಾದಿಸುತ್ತಿದ್ದ. ಸಮರ್ಥನಿಗೆ ಆ ಊರು,ಆ ಜಾಗ ಹೊಸದೇನೂ ಅಲ್ಲ.ಚಿಕ್ಕವನಿದ್ದಾಗ ಬೇಸಿಗೆ ರಜೆ ಬಂದ ಕೂಡಲೇ ಆ ಹಳ್ಳಿಗೆ ಅವನ ಶಾಮು ಚಿಕ್ಕಪ್ಪನ ಮನೆಗೆ ಓಡಿ ಬರುತ್ತಿದ್ದ.ಅಪ್ಪನಿಗೆ ಅದು ಹಿಡಿಸದಿದ್ದರೂ ಇವನು ಮಾತು ಕೇಳುತ್ತಿರಲಿಲ್ಲ. ಬಾಲ್ಯದ ಕೆಲವು ವರ್ಷ ಆ ಹಳ್ಳಿಲೇ ಕಳೆದಿದ್ದರಿಂದಲೋ ಏನೋ ಆ ಮಣ್ಣಿನ ಸೆಳೆತ ಅವನನ್ನ ಬಿಟ್ಟಿರಲಿಲ್ಲ."ಎಷ್ಟ್ ಬೇಕೋ ಅಷ್ಟ್ ಗಾಳಿನಾ ಎಳ್ಕೊಂಬಿಡು. ನಿಮ್ಮ್ ಸಿಟಿಗಳಲ್ಲಿ ಹುಡುಕುದ್ರೂ ಇಷ್ಟ್ ಒಳ್ಳೆ ಗಾಳಿ ಸಿಗೋದು ಕಷ್ಟ". ಶಾಮರಾಯರು ಹೀಗೆ ಹೇಳುತ್ತಲೇ ಸಮರ್ಥನ ಪಕ್ಕ ಬಂದು ನಿಂತರು. "ಚಿಕ್ಕಪ್ಪ ನೀನ್ ತುಂಬಾ ಪುಣ್ಯ ಮಾಡಿದ್ದಿ. ಇಂಥ ಒಳ್ಳೆ ಪರಿಸರದಲ್ಲಿ ಹುಟ್ಟಿ ಬೆಳೆದಿದ್ದಕ್ಕೆ. ನಂಗೆ ಆ ಭಾಗ್ಯ ಇಲ್ಲ ನೋಡು" ಎಂದು ಪೇಚಾಡಿದ. "ಹ್ಹಹ್ಹ ಲಕ್ಷಗಟ್ಟಲೆ ಸಂಬಳ ಎಣಿಸಿ ವೀಕೆಂಡ್ ಅಲ್ಲಿ ರಿಲ್ಯಾಕ್ಸ್ ಆಗೋಕೆ ಹಳ್ಳಿಗೆ ಬರೋನಿಗೆ ಈ ಮಾತು ಸಹಜ. ದಿನಾ ಸಾಯೋನಿಗೆ ಗೊತ್ತು ಈ ವ್ಯವಸಾಯದ ಕಷ್ಟ." "ಆಯ್ತು ಬಿಡು ಚಿಕ್ಕಪ್ಪ, ನೀವೇ ಬೆವರು ಸುರಿಸಿ ದುಡಿಯೋರು. ನಾವೆಲ್ಲ ಕೆಲ್ಸನೇ ಮಾಡ್ದೆ ಸಂಬಳ ತಗೊಳೋರು ಸರೀನಾ." ಅವನ ಮಾತಿಗೆ ಇಬ್ಬರೂ ನಕ್ಕರು. ಶಾಮರಯರು ಮಾತು ಮುಂದುವರೆಸುತ್ತಾ, "ಈ ಜಮೀನ್ ಎಂಥ ಮಾಡ್ಬೇಕ್ ಅನ್ಕಂಡಿದಿ?" ಕುತೂಹಲದಿಂದ ಕೇಳಿದರು. "ಗೊತಿಲ್ಲ ಚಿಕ್ಕಪ್ಪ, ಅಪ್ಪ ಇರೋತಂಕ ಯೋಚ್ನೆ ಕೂಡ ಇರ್ಲಿಲ್ಲ. ತಾತ ಅಪ್ಪನಿಗೆ ಬರೆದ ಜಮೀನು. ಇದ್ದಾಗಂತು ಈ ಜಮೀನು, ತೋಟ ಅಂತ ತಲೆ ಕೆಡ್ಸ್ಕೊಂಡೋನಲ್ಲ. ಅವನ ಮಗ ನಂಗ್ಯಾಕೆ ಉಸಾಬರಿ? ನೀನೇ ನೊಡ್ಕ...," ನಿಟ್ಟುಸಿರು ಬಿಡುತ್ತ ಹೇಳಿದ. "ಅಯ್ಯೋ ಕರ್ಮವೇ ನನ್ ಬುಡಕ್ಕೆ ಬಂದ್ಯಲ್ಲೋ, ನಾನು ನಿನ್ ಚಿಕ್ಕಮ್ಮ ಇನ್ನೊಂದ್ ತಿಂಗ್ಳಲ್ಲಿ ನಿಮ್ ಬೆಂಗ್ಳೂರ್ ಸೇರ್ಕೋತಿವಿ. ಈ ಹಳ್ಳಿ ಋಣ ತೀರ್ತು. ನನ್ ಜಮೀನು ಮಾರಿದ್ದು ಆಯ್ತು. ಅವಿನಾಶಂಗೆ ಊಟ ತಿಂಡಿ ಸಮಸ್ಯೆ. ಅದಿಕ್ಕೆ ನಾವೇ ಹೊರ್ಟ್ವಿ"ಎಂದರು. "ಹು ಅವಿನಾಶ ಹೇಳ್ದ. ಸರಿ

ಯಾರಾದ್ರು ಜಮೀನ್ ತಗೋಳೋರು ಇದ್ರೆ ಒಂದ್ ರೇಟ್ ಫಿಕ್ಸ್ ಮಾಡಿ ಮುಗ್ಸು. ಇನ್ನೇನ್ ಮಾಡೋದು. ಈ ಹಳ್ಳಿ ಋಣ ತೀರ್ತು ಅನ್ಸತ್ತೆ" ಬೇಸರದಿಂದ ನುಡಿದು ಅಲ್ಲಿಂದ ಹೊರಟ. “ಮನೆಗೆ ಬೇಗ ಬಾ.. ಇವತ್ ರಾತ್ರಿನೇ ಹೊರಡ್ತೀನಿ ಅಂತ ಬೇರೆ ಅಂತಿದೀಯಾ..."ಶಾಮರಾಯರು ಕೇಳಿದರು. “ಹು.. ಅಪ್ಪ ಹೋದ್ಮೇಲ್ ಸರಿಯಾಗಿ ಕೆಲ್ಸಕ್ಕೆ ಹೋಗಿಲ್ಲ. ನಾಳೆ ಅಟ್ ಎನಿ ಕಾಸ್ಟ್ ಐ ಹ್ಯಾವ್ ಟು ಲಾಗಿನ್" ಎಂದ. “ಸರಿ. ಹಾ.. ಇನ್ನೊಂದ್ ಮಾತು. ಒಬ್ನೆ ಇರ್ಬೇಡ. ಅವಿನಾಶನ ಮನೆ ಇದಿಯಲ್ಲಾ ಅಲ್ಲೇ ಇದ್ಬಿಡು. ಇಲ್ಲ ಅವ್ನೇ ಕರ್ಕೊಂಡ್ ಹೋಗು ನಿಮ್ ಮನೆಗೆ. ಒಂಟಿತನ ಒಳ್ಳೆದಲ್ಲ. ಸಾವು ಆಗಿರೋ ಮನೆ ಬೇರೆ."ಆತಂಕ ವ್ಯಕ್ತಪಡಿಸಿದರು. “ಐ ಕ್ಯಾನ್ ಹ್ಯಾಂಡಲ್ ಮೈಸೆಲ್ಫ್. ನೊ ಪ್ರಾಬ್ಲಮ್" ಎಂದ.

ಹಾಗೆ ಕಾಲನಡಿಗೆಯಲ್ಲೇ, ತಾನು ಪ್ರಾಥಮಿಕ ಶಿಕ್ಷಣವನ್ನ ಮುಗಿಸಿದ ಊರನ್ನ ನೋಡುತ್ತಿದ್ದ.ಎಷ್ಟು ಚೆಂದ ಅನಿಸಿತ್ತು ಅವನಿಗೆ. ತಂಪಾದ ಗಾಳಿ, ಧೂಳೇ ಇಲ್ಲದ ದಾರಿಗಳು.ಮಳೆಗಾಲ ಪ್ರಾರಂಭವಾಗಿದ್ದರಿಂದ ಎಲ್ಲಿ ನೋಡಿದರು ಹಸಿರು ತುಂಬಿತ್ತು. ಆದರೆ ಯಾವುದು ಬದಲಾಗಿಲ್ಲ ಅನಿಸಿತು ಅವನಿಗೆ. ತಾಯಿ ತೀರಿದ್ದರಿಂದ ಚಿಕ್ಕಮ್ಮ ನ ಆರೈಕೆಯಲ್ಲೇ ಬೆಳೆದವನಿಗೆ ಊರು ಸ್ವಂತವಾಗಿತ್ತು. ಇವರೂ ಊರು ಬಿಟ್ಟು ಅಲ್ಲಿ ಬರುತ್ತಿರುವುದು ಸಮರ್ಥನಿಗೆ ಅಷ್ಟಾಗಿ ಇಷ್ಟವಿರಲಿಲ್ಲ.ಹೀಗೆ ನಡೆದು ಹೋಗುತ್ತಿರುವಾಗಲೇ ಒಬ್ಬ ಮಧ್ಯವಯಸ್ಸಿನ ವ್ಯಕ್ತಿ ರೇಬನ್ ಗ್ಲಾಸ್ ಹಾಕಿಕೊಂಡು, ಯಾವುದೋ ಹಳೆಯ ಹಿಂದಿ ಸಿನೆಮಾ ಗೀತೆಯನ್ನ ಗುನುಗಿಕೊಂಡು ತಮ್ಮ ಸೈಕಲ್ ಚಲಾಯಿಸುತ್ತಾ ಸಮರ್ಥನ ಬಳಿ ಬರುತ್ತಿದ್ದರು. ಸಮರ್ಥ ನೋಡಿಯೂ ನೋಡದೇ ಗಮನವನ್ನ ಬೇರೆಡೆಗೆ ಹರಿಸಲು ಪ್ರಯತ್ನ ಪಟ್ಟ. ಆದರೆ ಅವರು ಅವನ ಎದುರಿಗೇ ತಮ್ಮ ಸೈಕಲ್ ಅನ್ನ ನಿಲ್ಲಿಸಿದರು. ತಮ್ಮ ಗ್ಲಾಸ್ ಅನ್ನ ತೆಗೆಯುತ್ತಾ ಗುರುತು ಸಿಕ್ಕವರಂತೆ, "ನಮ್ ರಂಗಣ್ಣನ ಮಗ ಅಲ್ವೇನೋ?" ಎಂದು ಅನುಮಾನದಿಂದ ಕೇಳಿದರು. ಸಮರ್ಥ ಸಿಕ್ಕಿ ಬಿದ್ದವನಂತೆ ಹೌದೆಂದು ತಲೆ ಆಡಿಸಿದ.“ಗುರುತ್ ಸಿಗ್ಲಿಲ್ವೇನೋ,??" ರಾಗ ಎಳೆದರು. ಇಲ್ಲವೆಂದು ತಲೆ ಆಡಿಸಿದ. "ಥತ್ ಏನ್ ಹುಡುಗ್ರೋ ಏನೋ.. ಅ ಆ ಇ ಹೇಳ್ಕೊಟ್ ಮೇಷ್ಟ್ರನ್ನೇ ಮರಿತಾವೆ." ಬೇಸರಿಸಿಕೊಂಡರು. ಸಮರ್ಥ ತಕ್ಷಣಕ್ಕೆ ಏನೋ ಹೊಳೆದವನಂತೆ.." ಅಯ್ಯೋ ಸದಾಶಿವ್ ಮೇಷ್ಟ್ರಲ್ವಾ??" ಎಂದು ಆಶ್ಚರ್ಯದಿಂದ ಕೇಳಿದ. "ಸದ್ಯ ಹೆಸ್ರಾದ್ರು ನೆನಪಿದ್ಯಲ್ಲ" ಎಂದು ನಿಟ್ಟುಸಿರುಬಿಟ್ಟರು.“ನಿಮ್ಮನ್ನ ಹೇಗ್ ಮರೆಯೋದು ಮೇಷ್ಟ್ರೇ.. “ಬುಲೆಟ್ ಮೇಷ್ಟ್ರು ಅಂತ ಊರಿಗೆ ಫೇಮಸ್ ನೀವು. ಆದ್ರೆ ಇವಾಗ

ಯಾಕೆ ಸೈಕಲ್ ಮೇಷ್ಟ್ರು ಆಗಿದ್ದು?" ಸುಮ್ಮನೆ ಕಿಚಾಯಿಸಿದ. ಅವನ ಬೆನ್ನಿಗೆ ಒಂದು ಗುದ್ದು ಕೊಟ್ಟು "ಬದಲಾವಣೆ ಜಗದ ನಿಯಮ" ಎಂದರು.ಇವತ್ತು ಕನ್ನಡದ ಬಗ್ಗೆ ಅಭಿಮಾನ ಇದೆ ಅಂದ್ರೆ ಅದಿಕ್ಕೆ ನಿಮ್ಮ ಪಾಠನೇ ಕಾರಣ." "ಏನೋ ಒಂದ್ ಡಯಲಾಗ್ ಹೊಡ್ದ..." ಇಬ್ಬರು ನಕ್ಕರು.

ಊರ ದೇವಿಯ ಗುಡಿಯ ಬಳಿ ಇರುವ ಕೆರೆಯ ದಂಡೆಯ ಮೇಲೆ ಇಬ್ಬರು ಕುಳಿತರು."ಹ್ಮ್.. ರಂಗಣ್ಣ ದೇವ್ರ ಪಾದ ಸೇರ್ದ, ಶಾಮಣ್ಣ ಊರ್ ಬಿಟ್ಟ ಅನ್ನು." ವಿಷಾದದ ನಗೆ ಬೀರಿದರು. "ನಿಮ್ ಕಥೆ ಹೇಳಿ. ಡೆಲ್ಲಿಲಿ ಇದ್ರಲ್ವ? ಮಗ ಸೊಸೆ ಜೊತೇಲಿ? ಇದಿಕಿದ್ದ ಹಾಗೆ ಹಳ್ಳಿಗೆ ಬಂದಿದ್ದ್ ಯಾಕೆ?" ಕುತೂಹಲದಿಂದ ಕೇಳಿದ. ಮೇಷ್ಟ್ರು ಕೊಂಚ ಮೌನಿಯಾದರು. ನಂತರ ಮಾತು ಮುಂದುವೆರೆಸುತ್ತಾ.. "ಮಗನ್ ಸಾವಾಯ್ತು..." ಸಮರ್ಥನ ಮುಖವನ್ನೊಮ್ಮೆ ನೋಡಿದರು.ಅವನೂ ದಿಗ್ಭ್ರಾಂತನಾದ. "ದಿನಾ ಗಂಡ ಹೆಂಡ್ತಿಗೂ ಜಗಳ. ಮನೇಲಿ ಶಾಂತಿ ಅನ್ನೋದೆ ಇರ್ತಿರ್ಲಿಲ್ಲ. ಅದೇನಾಯ್ತೋ ಗೊತ್ತಿಲ್ಲ ಇದಿಕಿದ್ದಂಗೆ ಆತ್ಮಹತ್ಯೆ ಮಾಡ್ಕೊಂಡು ಲೆಟರ್ ಬರ್ದಿದ್ದ. ನನ್ನ ಸಾವಿಗೆ ಯಾರೂ ಕಾರಣ ಅಲ್ಲ ಅಂತ. ಸೊಸೆನೂ ಒಂದಷ್ಟು ದಿನ ತಡೆದು ಇನ್ನೊಂದ್ ಮದ್ವೆ ಆದ್ಲು. ನಾನು ಅಲ್ಲಿದ್ದ್ ಏನ್ ಮಾಡ್ಲಿ.ವಾಪಸ್ ಬಂದೆ ಊರಿಗೆ. ಪೆನ್ಶನ್ ಬರೋದು. ಪಿ.ಎಫ್ ಹಣ, ಸೇವಿಂಗ್ಸ್ ಎಲ್ಲ ಸೇರ್ಸಿ ಇರೋ ಮನೆಗೆ ಸುಣ್ಣ ಬಣ್ಣ ಮಾಡ್ಸಿ ಮೇಲೊಂದ್ ಮನೆ ಬಾಡಿಗೆ ಕೊಟ್ಟು ಇದೀನಿ. ಬದುಕು ಸಾಗಬೇಕಲ್ಲ. ಒಂದಷ್ಟು ಗೆಳೆಯರ ಜೊತೆ ಹರಟೆ ತಮಾಷೆ ಯಕ್ಷಗಾನ ಅನ್ಕಂಡು ಕಾಲ ಕಳೀತಿದೀನಿ ನೋಡು" ಇಷ್ಟರಲ್ಲಿ ಅವರ ಕಣ್ಣು ತೇವವಾಗಿತ್ತು."ಇಲ್ಲಾದ್ರು ಆರಾಮಿದೀರಲ್ಲ ಬಿಡಿ. ಹು ಒಂಥರಾ ಆರಾಮೆ. ತುಂಬಾ ಜನ ಮಾತಾಡ್ಸಲ್ಲ ನನ್ನ. ವಿಚಿತ್ರ ಅಂತಾರೆ. ನಿಮ್ ಹುಡುಗ್ರು ಭಾಷೇಲಿ ಹೇಳೋದಾದ್ರೆ ಲೂಸು ಅಂತಾರೆ." ಎಂದು ನಕ್ಕರು. "ಅನ್ನೋರ್ ಏನಿದ್ರು ಅಂತಾರೆ ಬಿಡಿ ಮೇಷ್ಟ್ರೇ, ಅವರ ಮಾತು ಕೇಳಿ ಬದುಕು ನಡೆಸೋಕ್ಕಾಗತ್ತಾ? ಸರಿ ಬಸ್ಗೆ ಟೈಮ್ ಆಯ್ತು ಇನ್ನೊಮ್ಮೆ ಬಂದಾಗ ಸಿಗ್ತೀನಿ"ಎಂದ. "ಯಾವ್ ಸೆಂಟ್ ಹಾಕೋದು ನೀನು? ಗಮ್ ಅಂತಿದೀಯಾ? ನೆಕ್ಸ್ಟ್ ಬರ್ತಾ ನಂಗೂ ಒಂದ್ ತಂದ್ ಕೊಡು" ಮುಜುಗರವಿಲ್ಲದೇ ಕೇಳಿದರು. ಅವನೂ ನಗುತ್ತಾ .."ಸರಿ.." ಎಂದ

ವರ್ಕ್ ಫ್ರಮ್ ಹೋಮ್ ಇದ್ದದ್ದರಿಂದ ಸಮರ್ಥ ಮನೆಯಲ್ಲೇ ಕೂತು ಕೆಲಸ ಮಾಡುತ್ತಿದ್ದ. ಒಂದು ಅರೆನಿಮಿಷವೂ ವಿರಾಮವಿಲ್ಲದೇ ದುಡಿಯುತ್ತಿದ್ದ. ಅಪ್ಪನ ಕಾರ್ಯಕ್ಕೆಂದು ಒಂದು ವಾರ ರಜೆ ಹಾಕಿದ್ದವನಿಗೆ ಯಾಕಾದ್ರು ರಜೆ

ಹಾಕಿದ್ನೋ ಅನ್ನಿಸುವ ಮಟ್ಟಿಗೆ ಅಂದಿನ ಕೆಲಸ ರೋಸಿ ಹೋಗಿತ್ತು. ಅವನ ಟೀಂ ಲೀಡರ್ ನ ಕಿರಿಕಿರಿಯನ್ನ ತಡೆದು ತಡೆದು ಇವನಿಗೂ ಪಿತ್ತ ನೆತ್ತಿಗೇರಿತ್ತು. ಆದರೂ ಅದನ್ನ ತೋರ್ಪಡಿಸಲಿಲ್ಲ.ಅವನ ಪ್ರೋಜೆಕ್ಟ್ ನ ಕೆಲಸವಲ್ಲದೇ ಬೇರೊಂದು ಪ್ರಾಜೆಕ್ಟ್ ನ ಸಮಸ್ಯೆಯನ್ನ ಇವನ ತಲೆಗೇ ಕಟ್ಟುತ್ತಿದ್ದ ಸಮರ್ಥ್ ನ ಟೀಂ ಲೀಡರ್. ಸಂಜೆ ೭ಕ್ಕೆ ಮುಗಿಯಬೇಕಾದ ಕೆಲಸ ಮಧ್ಯರಾತ್ರಿ ೧೨ಕ್ಕೆ ಕೊನೆಗೊಳ್ಳುತ್ತಿತ್ತು. ದಿನವೂ ಇದೇ ಹಣೇಬರಹವಾಗಿ ಸಮರ್ಥನಿಗೆ ದಿಕ್ಕು ತೋಚದಂತಾಗಿತ್ತು. ಸರಿಯಾಗಿ ನಿದಿರೆಯು ಬರುತ್ತಿರಲಿಲ್ಲ. ಅಪ್ಪ ಇಲ್ಲೇ ಎಲ್ಲೋ ಇದ್ದಾನೆ. ಮಾತ್ರೆ ತಗೊಂಡ್ನಾ, ಊಟ ಮಾಡುದ್ನಾ ಅನ್ನೋ ಚಿಂತೆ ಮರುಕಳಿಸುತ್ತಿತ್ತು. ನಂತರ ವಾಸ್ತವ ಸ್ಥಿತಿಗೆ ಬಂದು ಸುಮ್ಮನಾಗುತ್ತಿದ್ದ. ಇರೋ ಒಬ್ಬನಿಗೆ ಯಾಕಿಷ್ಟ್ ಬಟ್ಟೆ ಹರ್ಕೊಂಡ್ ಕೆಲ್ಸ ಮಾಡ್ಬೇಕು ಅಂತ ಸಾವಿರ ಸಲಿ ಅನಿಸುತ್ತಿತ್ತು ಸಮರ್ಥನಿಗೆ. ಹಾಗೆ ಅನಿಸಿದಾಗಲೆಲ್ಲ ಪ್ರಣೀತಾಳ ನೆನಪಾಗುತಿತ್ತು." ಯು ನೀಡ್ ಟು ಕಮ್ ಔಟ್ ಆಫ್ ದಿಸ್ ಸ್ಯಾಮ್" ಅವನ ಹೆಗಲಮೇಲೆ ಕೈ ಇಟ್ಟು ಪ್ರಣೀತಾ ಅವನಿಗೆ ಸಮಾಧಾನ ಮಾಡುತ್ತಿದ್ದಳು. ಸಮರ್ಥ್ ನ ತಂದೆಯ ಸಾವಿನ ನಂತರ ಅವನ ಜೊತೆ ಸದಾ ಬೆನ್ನೆಲುಬಾಗಿ ನಿಂತಿದ್ದಳು ಪ್ರಣೀತಾ.

ಆಫೀಸ್ ಕೆಫೆಟೇರಿಯಾದಲ್ಲಿ ಅಷ್ಟಾಗಿ ಜನಜಂಗುಳಿ ಇಲ್ಲದ ಕಾರಣ ಇವರ ಆಪ್ತತೆಗೆ ಅಂಥ ದಕ್ಕೆಯೇನು ಬರಲಿಲ್ಲ.“**am tired of all these shit** ಪ್ರಣೀ.. ಸಾಕಾಯ್ತು. ಎಲ್ಲಾದ್ರು ಹೋಗ್ಬಿಡಣ ಅನ್ನಿಸ್ತಿದೆ.ದಿನಾ ವರ್ಕ್ ಪ್ರೆಶರ್. ಹೀಗೆ ಆದ್ರೆ ೪೦ವರ್ಷಕ್ಕೆ ಮುದುಕ ಆಗ್ತೀನಿ ನಾನು." ಅವಳು ಅವನ ತಲೆ ಸವರುತ್ತಾ.. “ಯು ನೀಡ್ ಸಮ್ ಬ್ರೇಕ್ ಕಣೋ. ನಿಮ್ ತಂದೆ ಸಾವು ನಿನ್ನ ಡಿಸ್ಟರ್ಬ್ ಮಾಡಿದೆ. ಎಲ್ಲಾದ್ರು ಹೋಗ್ಬಾ.." ಎಂದಳು. “ಟಿ ಎಲ್ ಸಾಯ್ಸೇ ಬಿಡ್ತಾನೆ ಅಷ್ಟೇ.." ಎಂದು ಉತ್ತರಿಸಿದ. “ ಸ್ಯಾಮ್ ನಿನ್ನಂಥ ಬ್ರಿಲಿಯಂಟೇ ಹೀಗೆ ಹೇಳಿದ್ರೆ, ನಾನ್ ಏನ್ ಹೇಳ್ಬೇಕು. ನಿಂಗಿರೋ ಟ್ಯಾಲೆಂಟ್ ಗೆ ಆ ಕಿತ್ತೋಗಿರೋ ಟಿ. ಎಲ್ ಏನೂ ಮಾಡಕ್ಕಾಗಲ್ಲ. ಅವನು ನಿನ್ನ ಯ್ಯೂಸ್ ಮಾಡ್ತಿದಾನೆ. ನಿಂಗದು ಅರ್ಥ ಆಗ್ತಿಲ್ಲ.ಪ್ರೊಮೋಷನ್ ಡ್ಯೂ ಇದೆ ಅಲ್ವ ನಿಂದು. ಈ ಸಲಿ ಅಪ್ರೈಸಲ್ ಮೀಟ್ ಅಲ್ಲಿ ಒಳ್ಳೆ ರೇಟಿಂಗ್ ಸಿಗತ್ತೆ. ಆಗ ನೀನೆ ಟಿ.ಎಲ್ ಆಗ್ತೀಯಾ. ಇಷ್ಟ್ ತಲೆ ಬಿಸಿನೂ ಇರಲ್ಲ." ತೀರಾ ಸಹಜವಾಗಿ ಹೇಳಿದಳು. ಸಮರ್ಥನಿಗೂ ಇದು ಸರಿ ಅನಿಸಿತ್ತು. “ಹೌದಲ್ವಾ? ಅದಿಕ್ಕೆ ಹೇಳೋದು ನೀನು ಇರ್ಬೇಕು ಅಂತ. ಎಷ್ಟ್ ಈಸಿಯಾಗಿ ಟೆನ್ಷನ್ ಕಮ್ಮಿ ಮಾಡ್ದೆ ನೋಡು" ಎಂದು ಹೇಳಿ ಅವಳಿಗೆ ಇನ್ನು

ಹತ್ತಿರವಾದ."ಅಯ್ಯೋ ಗೂಬೆ ಆಫೀಸ್ ಕೆಫೆಟೇರಿಯಾ ಇದು. ಇಲ್ಲಿ ಹುಚ್ಚಾಟ ಬೇಡ. ಯಾರದ್ರೂ ಕಂಪ್ಲೇಂಟ್ ಮಾಡುದ್ರೆ ಇಬ್ರು ಕೆಲ್ಸನೂ ಢಮಾರ್" ಎಂದು ರೇಗಿದಳು. ಅವನೂ ಸಮ್ಮತಿಸಿದ. "ಸ್ಯಾಮ್ **am lagging behind.** ನಂಗೆ ವರ್ಕ್ ಅರ್ಥನೇ ಅಗ್ತಿಲ್ಲ್ವೋ.. ಆ ಟಿ.ಎಲ್ ಬೇರೆ ಕೂಗಾಡ್ತಾನೆ. ಇಷ್ಟ್ ದಿನ ನೀನು ಹೆಲ್ಪ್ ಮಾಡ್ತಿದ್ದೆ. ಈಗ ನೀನೂ ನನ್ನ ಸೀಟಿಗೆ ಬರೋಲ್ಲ. **am in dilema"** ಎಂದು ಬೇಸರದಿಂದ ಹೇಳಿದಳು. "ಸ್ಟಾರ್ಟಿಂಗ್ ಅಲ್ಲಿ ಹೀಗೆ ಆಗೋದು. ಎಲ್ಲಾ ಸಲೀನೂ ನಾನೇ ಇರೋಲ್ಲ. ವರ್ಕ್ ಕಲೀಲಿ ಅಂತಾನೆ ನಾನು ನಿನ್ನ ಹತ್ರ ಬರ್ತಿಲ್ಲ. ಸ್ವಲ್ಪ ದಿನ ಕಷ್ಟ ಆಗತ್ತೆ." ಎಂದು ಸಮಾಧಾನ ಪಡಿಸಿದ. "ಈವಾಗ್ಲೇ ಹೀಗೆ. ಇನ್ನು ಮದ್ವೆ ಆದ್ಮೇಲೆ ಇನ್ನೇನೋ.." ಎಂದು ಗುನುಗಿಕೊಂಡಳು. ಅವನೂ ನಕ್ಕು ಸುಮ್ಮನಾದ.

ಎಲ್ಲವೂ ಸಹಜ ಸ್ಥಿತಿಗೆ ಮರಳುತ್ತಿರುವಂತೆ ಭಾಸವಾಯ್ತು ಸಮರ್ಥನಿಗೆ. ಕೆಲಸದ ತಲೆ ನೋವಿದ್ದರೂ ಅದು ಅಭ್ಯಾಸವಾಗುವ ಮಟ್ಟಿಗೆ ಬದಲಾಗಿತ್ತು. ವೀಕೆಂಡ್ಸ್ ಅಲ್ಲಿ ತಿರುಗಾಟ, ಪ್ರಣೀತಾಳ ಸಾನಿಧ್ಯ ಇದ್ದುದರಿಂದ ಸಮರ್ಥನೂ ಗೆಲುವಾದ. ಅವಳೇ ಸರ್ವಸ್ವವಾಗಿದ್ದಳು.ವೀಕೆಂಡ್ ಅಲ್ಲಿ ಇಬ್ಬರೂ ಒಟ್ಟಿಗೆ ಇರುತ್ತಿದ್ದರು. ಅವಳ ಒಂದೇ ಒಂದು ಫೋನ್ ಕಾಲ್, ಅವಳ ಹಿತ ಸ್ಪರ್ಶ ಪ್ರೀತಿಯ ಅಪ್ಪುಗೆ ಸಾಕಾಗಿತ್ತು ಅವನ ಎಲ್ಲಾ ಜಂಜಾಟಗಳು ದೂರವಾಗಲು.ಮದುವೆಯ ಮುಂಚಿನ ಸಂಬಂಧವಿದ್ದರೂ ಇಬ್ಬರಿಗೂ ಅದು ಒಪ್ಪಿತವಾಗಿತ್ತು. ಹೇಗೂ ಮದ್ವೆ ಆಗ್ತೀವಲಾ ಅನ್ನುವ ಧೋರಣೆ ಇಬ್ಬರಲ್ಲೂ ಇತ್ತು. ಟಿ. ಎಲ್ ಗೂ ಇವನ ಪರಿಶ್ರಮ ಮೆಚ್ಚುಗೆ ಆಗಿತ್ತು. ಅವನೂ ಇವನನ್ನ ಗೋಳು ಹೋಯ್ಕಳೋದು ಕಮ್ಮಿ ಮಾಡಿದ್ದ. ಇದೇಸಮಯಕ್ಕೆ ಅಪ್ರೈಸಲ್ ಮೀಟ್ ಎದುರಾಗಿತ್ತು.

ಆದ್ರೆ ಅಪ್ರೈಸಲ್ ಮೀಟ್ ಅಲ್ಲಿ ೪.೦ ರೇಟಿಂಗ್ ಸಿಕ್ಕಿತ್ತು ಸಮರ್ಥನಿಗೆ!!. ಅಷ್ಟು ಕೆಟ್ಟ ರೇಟಿಂಗ್ ಅನ್ನ ಅವನು ಕನಸಲ್ಲೂ ಎಣಿಸಿರಲಿಲ್ಲ. "ಯು ಆರ್ ನಾಟ್ ಸೋ ರೆಸ್ಪಾನ್ಸಿವ್ ಅಂಡ್ ಯುವರ್ ವಿಸಿಬಿಲಿಟಿ ಇಸ್ ಪೂರ್" ಎಂದು ಮ್ಯಾನೇಜರ್ ಹೇಳಿದ. ತಾನು ಹ್ಯಾಂಡಲ್ ಮಾಡಿದ್ದ ಪ್ರಾಜೆಕ್ಟ್ಸ್ ಬಗ್ಗೆ ಮತ್ತು ಇತರ ಪ್ರಾಜೆಕ್ಟ್ ಗೆ ಇವನು ಮಾಡಿದ್ದ ಸಹಾಯವನ್ನ ವಿವರಿಸಿದ. ಮ್ಯಾನೇಜರ್ ಯಾವುದನ್ನೂ ಕೇಳುವ ಸ್ಥಿತಿಯಲ್ಲಿರಲಿಲ್ಲ. "ಬೆಟರ್ ಲಕ್ ನೆಕ್ಸ್ಟ್ ಟೈಮ್ ಎಂದು ನಗುಮೊಗದಿಂದ ಅವನನ್ನ ಹೊರಗಟ್ಟಿದ. ಸಮರ್ಥನಿಗೆ ಟಿ.ಎಲ್ ಮೇಲೆ ಎಲ್ಲಿಲ್ಲದ ಕೋಪ ಬಂದಿತ್ತು. ಏನೂ ಮಾತನಾಡದೆ ಲಾಗ್ ಔಟ್ ಆಗಿ

ಆಫೀಸಿನಿಂದ ಹೊರನಡೆದ. ಟಿ.ಎಲ್ ಒಂದೆರಡು ಬಾರಿ ಇವನಿಗೆ ಕಾಲ್ ಮಾಡಿದಾಗಲೂ ಸಿಟ್ಟಿನಿಂದ ಕಾಲ್ ಕಟ್ ಮಾಡಿ ಮನೆ ಸೇರಿದ. ರಾತ್ರಿ ಹತ್ತಕ್ಕೆ ಪ್ರಣೀತಾ ಸಮರ್ಥನಿಗೆ ಕಾಲ್ ಮಾಡಿದಳು. "ಹೇ ಸಿಟ್ ಬಂದಿದೀಯಾ.. ಮಾತಾಡ್ಬೋದಾ?" ಎಂದಳು. "ಒಳ್ಳೆ ಮ್ಯಾನೇಜರ್ ಹತ್ರ ಪರ್ಮಿಶನ್ ಕೇಳೊ ರೀತಿ ಕೇಳ್ತಿದೀಯಲ್ಲಾ? ಏನು ಹೇಳು?" ಎಂದ. "ಐ ಗಾಟ್ ೨ ದಿಸ್ ಟೈಮ್. ಲಾಸ್ಟ್ ಟೈಮ್ ಗಿಂತ ಇಂಪ್ರೂವ್ಮೆಂಟ್ ಜಾಸ್ತಿ ತೋರ್ಸಿದಿಕ್ಕೆ ಈ ಸಲಿ ಒಳ್ಳೆ ರೇಟಿಂಗ್ ಸಿಕ್ಕಿದೆ. ಬಟ್ ಇನ್ನು ಇಂಪ್ರೂವ್ ಆಗ್ಬೇಕು ಅಂತ ವಾರ್ನ್ ಮಾಡಿದಾರೆ" ಎಂದಳು. "ಕಂಗ್ರಾಟ್ಸ್.." ಎಂದು ಫೋನ್ ಇಟ್ಟ. ಸಮರ್ಥನಿಗೆ ಹೊಟ್ಟೆ ಕಿಚ್ಚಾಗದಿದ್ದರೂ ಪ್ರಣೀಗಿಂತ ನಾನು ಯ್ಯೂಸ್ ಲೆಸ್ ಆದ್ನಾ? ಅನ್ನುವ ಪ್ರಶ್ನೆ ಕಾಡತೊಡಗಿತು.ನಂತರ ಇವನೂ ತನ್ನ ಹಳೆಯ ಕಂಪನಿಯಲ್ಲಿ ಮೊದಲು ಕೆಲಸಕ್ಕೆ ಸೇರಿದಾಗ ಏನೂ ಕೆಲಸ ಮಾಡಲು ತಿಳಿಯದಿದ್ದರೂ ಒಳ್ಳೆಯ ರೇಟಿಂಗ್ ಸಿಕ್ಕಿದ್ದು ನೆನಪಾಗಿ ಸುಮ್ಮನಾದ. ಅಷ್ಟೂ ದಿನದ ಪರಿಶ್ರಮ ನೀರಲ್ಲಿ ಹೋಮ ಮಾಡಿದಹಾಗೆ ಆಗಿತ್ತು. ಹೈಯರ್ ಅಥಾರಿಟೀಸ್ ಗೆ ಟಿ. ಎಲ್ ಮೇಲ್ ಕಂಪ್ಲೇಂಟ್ ಕೊಡಬೇಕೆಂದು ನಿರ್ಧರಿಸಿದ. ಟಿ.ಎಲ್ ನೀಡಿದ ರಿಪೋರ್ಟ್ ಪ್ರಕಾರ ಮ್ಯಾನೇಜರ್ ರೇಟಿಂಗ್ ಫಿಕ್ಸ್ ಮಾಡೋದ್ರಿಂದ ಇದು ಟಿ. ಎಲ್ ದೇ ಕೈವಾಡ ಅಂತ ಅವನಿಗೆ ಸ್ಪಷ್ಟವಾಗಿತ್ತು.

ಪ್ರೊಮೋಷನ್ ಆಸೆ ಕೈ ಬಿಟ್ಟ. ಬೇರೆ ಕಡೆ ಕೆಲಸಕ್ಕೆ ಹೋಗಲು ಸಾಧ್ಯವಿರಲಿಲ್ಲ. ಎರಡು ವರ್ಷದ ಬಾಂಡ್ ಇನ್ನೂ ಮುಗಿದಿರಲಿಲ್ಲ. ಗೊಂದಲದಲ್ಲಿ ಸಿಲುಕಿದ. ತನ್ನ ಸಹಾಯದಿಂದ ಪ್ರೊಜೆಕ್ಟ್ ಕಂಪ್ಲೀಟ್ ಮಾಡಿ ಪೂರ್ತಿ ಕ್ರೆಡಿಟ್ಸ್ ಟಿ. ಎಲ್ ತೆಗೆದುಕೊಂಡಿದ್ದ.ಮಾರನೆಯ ದಿನ ಆಫೀಸಿನಲ್ಲಿ ಪ್ರಣೀತಾಳ ಸುಳಿವು ಇರಲಿಲ್ಲ.ಇವನೂ ಹೆಚ್ಚಾಗಿ ಅದರ ಬಗ್ಗೆ ಗಮನಿಸದೇ ಟಿ. ಎಲ್ ಬಳಿ ಹೋದ. "**I need a long break, can't work in this situation**" ಟಿ.ಎಲ್ ಎದುರು ನಿಂತು ಹೇಳಿದ. "**why..?**" ಟಿ. ಎಲ್ ಕೇಳಿದ. "**I am unable to handle the pressure now**" ಎಂದ. ಟಿ.ಎಲ್ ಕೊಂಚ ಬೇಸರಗೊಂಡು, "**lets meet in cafeteria. need to talk**" ಎಂದ.

"ಸೀ ಸಮರ್ಥ, **i know what is going on in your mind right now.** ನಿನ್ನ ರೇಟಿಂಗ್ ಕಮ್ಮಿ ಆಗಿರೋದಿಕ್ಕೆ **am not the main reason.** ನಂಬಿದ್ರೆ ನಂಬು ಬಿಟ್ರೆ ಬಿಡು **i gave you the best rating.** ಇವತ್ ಈ ಪ್ರೋಜೆಕ್ಟ್ ಸಕ್ಸಸ್ ಆಗಿದೆ ಅಂದ್ರೆ ಮೇನ್ ರೀಸನ್ ನೀನೆ ಅಂತ ಕೂಡ

ಮೇನೇಜರ್ ಗೆ ಹೇಳಿದ್ದೆ ನಾನು." ಇಷ್ಟನ್ನೂ ಹೇಳಿ ಎದುರಿದ್ದ ಜ್ಯೂಸ್ ಅನ್ನ ಹೀರಿದ. "ಮತ್ತೆ ಇಷ್ಟ್ ಕೆಟ್ಟ ರೇಟಿಂಗ್ ಹೇಗೆ ಬರೋದಕ್ಕೆ ಸಾಧ್ಯ ಸರ್? ೧ ಇಯರ್ಸ್ ಬಾಂಡ್ ಇರ್ಲಿಲ್ಲ ಅಂದಿದ್ರೆ ನಿನ್ನೆ ನೇ ನಾನ್ ರಿಸೈನ್ ಮಾಡ್ತಿದ್ದೆ. ಅಷ್ಟ್ ತಲೆ ಕೆಟ್ಟಿದೆ ನಂಗೆ. ನನ್ ಪರಿಶ್ರಮಕ್ಕೆ ಬೆಲೆ ಇಲ್ವಾ ಸರ್?" ನೊಂದು ನುಡಿದ. "ಈ ಥರಾ ಕಚಡ ಮೇನೇಜರ್ ಇದ್ರೆ ವಿ ಆರ್ ಹೆಲ್ಪ್ ಲೆಸ್ ಸ್ಯಾಮ್" ಟಿ. ಎಲ್ ಉತ್ತರಿಸಿದ. "ಸರ್ ನಂಗೂ ಮ್ಯಾನೇಜರ್ ಗು ಏನ್ ದ್ವೇಷ. **i hardly talk to him"** ಕುತೂಹಲದಿಂದ ಕೇಳಿದ. **"you are dating that new comer pranita right?" "but that is my personel sir"** ಸಮರ್ಥ್ ಸ್ಪಷ್ಟವಾಗಿ ಹೇಳಿದ.**"ya i know. but our manager is a womaniser.** ಪ್ರಣೀತಾನ ಕಂಡ್ರೆ ಜೊಲ್ಲು ಸುರುಸ್ತಾನೆ. **Idiot he just want u guys to get seperate.** ಅದಿಕ್ಕೆ **Pranita got more rating and you got this"** ಟಿ ಎಲ್ ನ ಈ ಮಾತು ಕೇಳಿ ಸಮರ್ಥ ಒಮ್ಮೆ ಜೋರಾಗಿ ನಕ್ಕ. **"Sir how silly it is.** ನಂಗೆ ಕಮ್ಮಿ ರೇಟಿಂಗ್ ಕೊಟ್ಟು ಪ್ರಣೀ ಗೆ ಜಾಸ್ತಿ ಕೊಟ್ರೆ ನಾವು ಜಗಳ ಮಾಡಿ ಸಪರೇಟ್ ಆಗ್ಬಿಡ್ತೀವಾ? ಸ್ಯಾಡಿಸ್ಟ್ ಅವ್ನು." ಹೀಗೆ ಹೇಳಿ ಸುಮ್ಮನಾದ. **"Sam, for god sake please do not act like a child.** ಒಂದ್ ನಯಾ ಪೈಸೆ ಟೆಕ್ನಿಕಲ್ ನಾಲೆಡ್ಜ್ ಇಲ್ದೆ ಇರೋ ಹುಡ್ಗಿ ಪ್ರಣೀತಾ.. **am sorry but its a fact.** ಅಂಥವಳಿಗೆ ೧ ರೇಟಿಂಗ್ ಸಿಕ್ಕಿದೆ ಅಂದ್ರೆ ಬಿಟ್ಟಿ ಸಿಕ್ಕಿರಲ್ಲ. ಇಬ್ರು ಮಧ್ಯೆ ಏನೂ ನಡೀದೆ ಅಷ್ಟ್ ಒಳ್ಳೆ ರೇಟಿಂಗ್ ನ ನಮ್ಮ್ ಮ್ಯಾನೇಜರ್ ಅಂತೂ ಕೊಟ್ಟಿರಲ್ಲ." ಸಮರ್ಥ ಸಣ್ಣಗೆ ಬೆವರಿದ. **"Sir, you are commenting about a girls charecter.** ದಯವಿಟ್ಟು ಏನೇನೋ ಪ್ರೆಡಿಕ್ಟ್ ಮಾಡ್ಬೇಡಿ" ರೇಗಿದ. "ಪ್ರಣೀತಾನ ಎಂಪ್ಲಾಯೀ ಎಂಗೇಜ್ಮೆಂಟ್ ಪ್ರೋಗ್ರಾಮ್ ಗೆ ಸಡನ್ ಶಿಫ್ಟ್ ಮಾಡಿದಾನೆ ಮ್ಯಾನೇಜರ್. **Those who are technically poor and good looking,** ಅಂತವ್ರನ್ನ ಅಲ್ಲಿಗೆ ಕಳಿಸ್ತಾರೆ"ಮ್ಯಾನೇಜರ್ ಸಣ್ಣದಾಗಿ ನಕ್ಕ. ಅಲಿರೋ ಗರ್ಲ್ಸ್ ಎಲ್ಲಾ ಹಾಗೆನೇ ಅಂತಾನಾ ನೀವ್ ಹೇಳೋದು?"ಸಮರ್ಥ ಒಮ್ಮೆ ಗುಡುಗಿದ." ಹಾಗಲ್ಲ ಒಳ್ಳೆ ರೇಟಿಂಗ್ ಸಿಕ್ಕಮೇಲೆ ಇಲ್ಲೇ ಉಳ್ಸೋದು ಬಿಟ್ಟು ಅಲ್ಲಿಗೆ ಶಿಫ್ಟ್ ಮಾಡಿದಾನೆ ಮ್ಯಾನೇಜರ್ ಅಂದ್ರೆ ಯೋಚ್ನೆ ಮಾಡು? ನಮ್ಮ ಡಿಪಾರ್ಟ್ಮೆಂಟ್ ಇಂದಾನೆ ಈ ವರ್ಷ ೩ ಹುಡ್ಗೀರು ಹೋಗಿದಾರೆ. ಇಲ್ಲಿನ ಕರ್ಮಕಾಂಡ ನಂಗೆ ಗೊತ್ತು. ಆಮ್ ಸೀನಿಯರ್ ಟು ದಿಸ್ ಕಂಪನಿ. ನಿನ್ನಂಥ ಒಳ್ಳೆ ಎಂಪ್ಲಾಯಿನ ಡಿಮೊರಾಲೈಸ್ ಮಾಡೋದು ನಂಗೆ ಇಷ್ಟ ಇರ್ಲಿಲ್ಲ. ಇದನ್ನೆಲ್ಲ ನಿನ್ನ ಹತ್ರ ಹೇಳೋ ಅವಶ್ಯಕತೆನೂ ನಂಗೆ ಇರ್ಲಿಲ್ಲ.

ಬಟ್ ಹೇಳಿರ್ಲಿಲ್ಲ ಅಂದಿದ್ರೆ ನಿನ್ನ ಹಾರ್ಡ್ ವರ್ಕ್ ಮೇಲೆ ನಿಂಗೆ ಕಾನ್ಫಿಡೆನ್ಸ್ ಹೋಗಿರೋದು. ಅದಿಕ್ಕೆ ಹೇಳ್ದೆ **and one more thing am resigning to this job.** ಸಾಕಾಯ್ತು ಈ ರಾಜಕೀಯ. ಬೇರೆ ಕಡೆ ಜಾಬ್ ಸಿಕ್ಕಿದೆ." ಎಂದು ಹೇಳಿ ಟಿ. ಎಲ್ ಹೊರಟ.

ಸಮರ್ಥ ಸಣ್ಣಗೆ ಬೆವರಿದ್ದ. ಯಾವ ಘಟನೆಯನ್ನ ಕಲ್ಪಿಸಿಕೊಳ್ಳಲು ಸಾಧ್ಯವಾಗುವುದಿಲ್ಲವೋ ಅದು ಜರುಗಿತ್ತು. ಟಿ.ಎಲ್ ಹೇಳುವುದನ್ನ ಪೂರ್ತಿ ಒಪ್ಪಿಕೊಳ್ಳುವುದಕ್ಕೆ ಸಮರ್ಥ ಸಿದ್ದನಿರಲಿಲ್ಲ. ಆದರೂ ಸಿಡಿಲು ಬಡಿದಂತಾಗಿತ್ತು ಮನಸ್ಸಿಗೆ. "ಪ್ರಣೀತಾ ಆ ಥರಾ ಹುಡ್ಗಿ ನಾ**??**" ಮನಸಲ್ಲಿ ಅದೇ ಪ್ರಶ್ನೆ ಓಡುತ್ತಿತ್ತು.ಇಷ್ಟು ದಿನ ಈ ತಲೆ ನೋವೆಲ್ಲಾ ಸಹಿಸ್ತಾ ಇದ್ದದ್ದು ಇಂಥ ಹುಡ್ಗಿಗಾ**?** ವೀಕೆಂಡ್ಸ್ ಅಲ್ಲಿ ಎಲ್ಲಾ ಬವಣೆಗಳನ್ನ ಮರೆತು ಎದೆಯ ಗೂಡಲ್ಲಿ ಮಗುವಂತೆ ಮಲಗುತ್ತಿದ್ದವಳು, ಇನ್ನೊಬ್ಬನ ಬೆವರಿನ ವಾಸನೆಯನ್ನ ಮೂಸಿದ್ದಳಾ**?** ಡಿಪಾರ್ಟ್ಮೆಂಟ್ ಚೇಂಜ್ ಆದ ವಿಚಾರವನ್ನ ಪ್ರಣೀತಾ ಸಮರ್ಥನಿಗೆ ಹೇಳಿರಲಿಲ್ಲ. ಇವನೇ ಕಾಲ್ ಮಾಡಿದರು ಅಷ್ಟಾಗಿ ಆಪ್ತತೆ ಅವಳ ಮಾತಿನಲ್ಲಿ ಇರಲಿಲ್ಲ. ಇವನೂ ಒಂದು ವಾರ ಸುಮ್ಮನಿದ್ದ. ಆ ವೀಕೆಂಡ್ ಅವಳಿಲ್ಲದೇ ಕಳೆದಿತ್ತು.ಆಫೀಸಿನಲ್ಲೇ ಒಮ್ಮೆ ಸಿಕ್ಕಾಗ ಅವಳನ್ನ ತಡೆದು "ಸಿಗ್ತೀಯಾ..**?** ಮಾತಾಡೋದಿತ್ತು." ಎಂದ. "ಏನ್ ವಿಷಯಾ**?**" ನಗುತ್ತಲೇ ಕೇಳಿದಳು. "ಇವತ್ ಮನೆಗೆ ಬಾ" ಎಂದು ಹೇಳಿ ಹೊರಟ

"ಸಡನ್ ಆಗಿ ಹೆಚ್. ಆರ್ ಡಿಪಾರ್ಟ್ಮೆಂಟ್ ಗೆ ಯಾಕೆ ಹೋಗಿದ್ದು**?**"ಪ್ರಣೀತಾಗೆ ಕೇಳಿದ. ಇಬ್ಬರೂ ಸಮರ್ಥ್ ಮನೆಯ ಬಾಲ್ಕನಿಯಲ್ಲಿ ನಿಂತಿದ್ದರು. "ನಿಂಗ್ ಗೊತ್ತಲ್ವಾ ಈ ಕೋಡಿಂಗ್ ಡಿಕೋಡಿಂಗ್ ಎಲ್ಲಾ ನಂಗೆ ಅಷ್ಟಾಗಿ ಅರ್ಥ ಆಗಲ್ಲ ಅಂತ. ಸೋ..." ಅವಳ ಮಾತಿಗೆ ಒಮ್ಮೆ ನಕ್ಕು , "ಅದೆಲ್ಲಾ ಗೊತ್ತಿಲ್ದೆ ಅಂಥ ಒಳ್ಳೆ ರೇಟಿಂಗ್ ಹೇಗ್ ಸಿಕ್ತು**?**" ಕುಹಕವಾಡಿದ. "ಅಂದ್ರೆ**?.. see even you got good rating when you were a new commer right?** ಇದ್ರಲ್ಲಿ ಏನ್ ಸ್ಪೆಷಲ್. ಹೊಟ್ಟೆ ಉರ್ಕೊೋಬೇಡ ಆಯ್ತಾ ನಿನ್ನ ಹುಡ್ಗಿಗೆ ಒಳ್ಳೆ ರೇಟಿಂಗ್ ಸಿಕ್ಕಿದೆ ಖುಷಿಪಡು.ಇಂಪ್ರೂವ್ ಆಗ್ಲಿ ಅಂತ ಕೊಟ್ಟಿರೋದು ಆ ರೇಟಿಂಗ್". "ಸರಿ ಇಲ್ಲೇ ಇರು ಹಾಗಾದ್ರೆ.ಅದೇನ್ ಇಂಪ್ರೂವ್ ಆಗ್ತೀಯೋ ಆಗು. ನಾನ್ ಹೊಸದಾಗಿ **join** ಆದಾಗ ಹಗಲೂ ರಾತ್ರಿ ಅಂದೆ ಕೂತು ವರ್ಕ್ ಮಾಡಿದೀನಿ. ಏನೂ ತಿಳಿದೇ ಇದ್ರೂ ಕೂತು ಕಲ್ತು ತಿಳ್ಕೊಂಡಿದೀನಿ. ಸುಮ್ನೆ ಬೀಟ್ಟೆ ಸಿಕ್ಕಿರ್ಲಿಲ್ಲ ರೇಟಿಂಗ್." ಎಂದ. ಅವಳು ಮಾತನಾಡಲಿಲ್ಲ. "ಸೀ ಪ್ರಣೀ ನೀನ್ ಕಂಪನಿ

ಸೇರೋ ಮುಂಚೆ ಇಂದನೂ ನಾವಿಬ್ರು ಪ್ರೀತಿಸ್ತಿದೀವಿ.ಇವತ್ತು ಸರಿಯಾಗಿ ಎರಡು ವರ್ಷ ನಮ್ **relationship** ಗೆ. ನನ್ ಹುಡ್ಗಿ ಅಂತ ಒಂದೇ ಒಂದು ಕಾರಣಕ್ಕೆ ನಿನ್ನ ಜಾಬ್ ಇಂಟರ್ವ್ಯೂಲಿ ನಾನ್ **influemce** ಕೂಡ ಮಾಡಿದ್ದೆ. ಪ್ರಾಣಕ್ಕಿಂತ ಹೆಚ್ಚಾಗಿ ಪ್ರೀತಿಸ್ತಿದೀನಿ ನಿನ್ನ. ಇಲ್ಲೀವರ್ಗು ನೀನು ನನ್ನ ಜೊತೆ ಮಾತಾಡ್ಬೇಕಾದ್ರೆ ಯಾವತ್ತು ಬೇರೆ ಕಡೆ ನೋಡ್ತಾ ಇರ್ಲಿಲ್ಲ. ಕಣ್ಣಲ್ಲಿ ಕಣ್ಣಿಟ್ಟು ಮಾತಾಡ್ತಿದ್ದೆ. ಇವತ್ತು ನಿನ್ನ ಗಮನ ಕಡೆ ಬೇರೆ ಕಡೆ ಇದೆ. ಇಷ್ಟ್ ಸಾಕು ಏನೋ ನಡೆದಿದೆ ಅಂತ ಹೇಳೋದಕ್ಕೆ." ಪ್ರಣೀತಾ ಏನೋ ಮಾತನಾಡುವುದಕ್ಕೆ ಬಂದಳು. ಅವನು ತಡೆದ. "ಮ್ಯಾನೇಜರ್ ಎಂಥ ಕಚಡ ನನ್ನ ಮಗ ಅಂತ ನಂಗೆ ಗೊತ್ತಾಗಿದೆ. ನಾನು ಅನ್ಕೊಂಡಿರೋದೆ ಆಗಿದ್ರೆ. ದಯವಿಟ್ಟು ಇಲ್ಲಿಂದ ಹೊರ್ಟ್ ಹೋಗು.ಇನ್ಯಾವತ್ತು ನಂಗೆ ನಿನ್ ಮುಖ ತೋರ್ಸ್ಬೇಡ .ನೀನು ನನ್ನ ಬಿಟ್ಟು ಇನ್ಯಾವನಿಗೂ ಸೆರಗ್ ಹಾಸಿಲ್ಲ ಅನ್ನೋದಾದ್ರೆ, ನಿನ್ ಮೇಲೆ ಅನುಮಾನ ಪಟ್ಟಿದಕ್ಕೆ ನನ್ನ ಕಪಾಳಕ್ಕೆ ಬಾರ್ಸು. ನಿನ್ನ ಮೇಲೆ ಬರೀ ಪ್ರೀತಿ ಅಷ್ಟೇ ಅಲ್ಲ ಪ್ರಣೀ ಒಂದು ಗೌರವನೂ ಇದೆ. ಇವತ್ತು ನಾನ್ ಜೀವನದ ಮೇಲೆ ಪ್ರೀತಿ ಅಂತ ಇಟ್ಕೊಂಡಿರೋದಕ್ಕೆ ನಿಜವಾದ ಕಾರಣ ನೀನು. ಸೋ ನಂಗೆ ಮೋಸ ಮಾಡಿದ್ರೆ ನಿನ್ನನ್ನ ನೀನೇ ಮೋಸ ಮಾಡ್ಕೊಂಡ ಹಾಗೆ" ಮಾತು ಮುಗಿಸಿದ. ಅವಳ ಕಣ್ಣು ತೇವವಾಗಿತ್ತು.ಅವಳು ಗೊಂದಲದಲ್ಲಿದ್ದದ್ದು ಸ್ಪಷ್ಟವಾಯಿತು ಸಮರ್ಥನಿಗೆ.

ಇಬ್ಬರಲ್ಲೂ ಗಾಢವದ ಮೌನ ಆವರಿಸಿತ್ತು. ಅದು ಇಬ್ಬರಿಗೂ ಸಹ್ಯವೆನಿಸಲಿಲ್ಲ. ಪ್ರಣೀತಾಳೆ ಮುಂದುವರೆದು ಮೌನ ಮುರಿದಳು."ಎಲ್ಲಕ್ಕಿಂತನೂ ಬದುಕು ಮುಖ್ಯ ಅನ್ಸ್ತು.ಕಿತ್ತು ತಿನ್ನೋ ಬಡತನ, ಮನೇಲಿ ತಂದು ಹಾಕೋಳು ನಾನ್ ಒಬ್ಳೆ. ಅಪ್ಪ ಅನುಸ್ಕೊಂಡೋನು ಯಾವಳ್ದೋ ಸೆರಗ್ ಹಿಡ್ಕೊಂಡ್ ಓಡಿ ಹೋದ. ಅಮ್ಮ ಅಂತು ಕಣ್ಣೀರಲ್ಲೇ ಕೈ ತೊಳ್ದು ಸತ್ಲು. ಲೈಫ್ ಅಲ್ಲಿನ ಸಣ್ಣ ಕಾಂಪ್ರಮೈಸ್ ಗೆ ಒಳ್ಳೆ ಬೆಲೆ ಸಿಕ್ಕಿತ್ತು.ಪಿಜಿಲಿ ಇದ್ದವಳಿಗೆ ಒಂದು ಫ್ಲಾಟ್ ಬಂತು. ಓಡಾಡೋದಕ್ಕೆ ಇವಾಗ ಕಂಪನಿ ಕಾರ್ ಇದೆ. ಗೊತ್ತು ಇದ್ಯಾವ್ದು ನಿಂಗೆ ಇಂಪಾರ್ಟೆಂಟ್ ಅಂತ ಅನಿಸ್ತಿಲ್ಲ ಅಂತ. ಯಾಕಂದ್ರೆ ನಿನಗೆ ಅಂತ ಒಳ್ಳೆ ಬದುಕು ಸಿಕ್ಕಿದೆ. ನಾನ್ ನನ್ನ ಬದುಕು ಚೆಂದ ಮಾಡ್ಕೊಳೊ ಪ್ರಯತ್ನದಲ್ಲಿ ಸ್ವಲ್ಪ ಹೊಲಸು ತಿಂದಿದೀನಿ ಅಷ್ಟೇ." ಇಷ್ಟನ್ನೂ ಹೇಳಿ ಹೊರಟವಳು ನಿಂತು, "ಇನ್ನೇನು ಪ್ರೀತಿ ಉಳ್ದಿಲ್ಲ ಅನ್ಸತ್ತೆ. ನಿನ್ ಥರಾ ಮೂರೊತ್ತು ದುಡ್ದು ಟಿ.ಎಲ್ ಹತ್ರ ಉಗುಸ್ಕೊಳೋ ಬದ್ಲು ಕಾಂಪ್ರಮೈಸ್ ಆಗಿ ಒಳ್ಳೆ ಬದುಕು ನಡೆಸೋದು ಸೂಕ್ತ ಅನುಸ್ತು. ಇದಿಕ್ಕೆ ನಾನ್ ಯಾವ್ ತ್ಯಾಗಕ್ಕೂ ರೆಡಿ. ನಿನ್

ಫೀಲಿಂಗ್ಸ್ ಜೊತೆ ಆಟ ಆಡಿದಕ್ಕೆ ಕ್ಷಮೆ ಇರ್ಲಿ" ಎಂದು ಹೊರನಡೆದಳು. ಸಿಟ್ಟು ಮತ್ತು ದು:ಖದಿಂದ ಸಮರ್ಥ್ ಕುದಿಯುತ್ತಿದ್ದ. ಪಕ್ಕದಲ್ಲಿ ಇದ್ದ, ಅವರಿಬ್ಬರ ಪ್ರೀತಿಯ ಸಂಕೇತವಾಗಿ ಪಾಟ್ ಅಲ್ಲಿ ಬೆಳೆಸಿದ್ದ ಗುಲಾಬಿ ಗಿಡವನ್ನ ಜೊರಾಗಿ ಕುಕ್ಕಿದ್ದ.ಸಮರ್ಥನ ಬದುಕು ಅಲ್ಲಿಂದ ಬೇರೆ ತಿರುವಿನೆಡೆಗೆ ಚಲಿಸುತಿತ್ತು.

ಬಾಂಡ್ ಪಿರಿಯಡ್ ಮುಗಿಯದ ಕಾರಣ ಸಮರ್ಥ ಆ ಕಂಪನಿಯನ್ನ ಬಿಡುವ ಹಾಗಿರಲಿಲ್ಲ. ಅಲ್ಲಿ ಕೆಲಸವೂ ಇವನಿಗೆ ಇರಿಸುಮುರುಸು ತರಿಸಿತ್ತು. ಪ್ರಣಿತಾ ಮತ್ತು ಇವನ ಪ್ರೇಮ ಮುರಿದುಬಿದ್ದು ಇಬ್ಬರ ಭೇಟಿಯೂ ಆಗಿರಲಿಲ್ಲ. ಇವನೂ ಅವಳ ನಂಬರ್ ಅನ್ನ ಬ್ಲಾಕ್ ಮಾಡಿದ್ದ. ಡೀಪಾರ್ಟ್ಮೆಂಟ್ ಬೇರೆಯಾದ್ದರಿಂದ ಪರಸ್ಪರ ಭೇಟಿಯೂ ಆಗುತ್ತಿರಲಿಲ್ಲ. ಕಂಡಾಗ ಇವನೇ ಬೇರೆ ಕಡೆ ಹೋಗಿಬಿಡುತ್ತಿದ್ದ.ಪ್ರಣೀತಾಳ ವಿಚಾರ ಪದೇ ಪದೇ ಕಾಡುತ್ತಿತ್ತು. ಜೀವಸೆಲೆಯಂತಿದ್ದವಳು ಆವಿಯಾಗಿ ಹೋಗಿದ್ದಳು. ಸಮರ್ಥ ಮತ್ತೆ ಒಂಟಿಯಾಗಿದ್ದ. ಕಾಟಾಚಾರಕ್ಕೆ ಕೆಲಸ ಮಾಡಿ ಬರುತ್ತಿದ್ದ. ಈ ಬಾರಿ ಹೊಸ ಟಿ.ಎಲ್ ಇವನ ಬಗ್ಗೆ ಸಾವಿರ ಕಂಪ್ಲೇಂಟ್ ಅನ್ನ ಮ್ಯಾನೇಜರ್ ಬಳಿ ರವಾನಿಸಿದ್ದ. ಎಷ್ಟೋ ಬಾರಿ ಕೆಲಸಕ್ಕೆ ಹೊಗದೇ ಮನೆಯಲ್ಲೇ ಕುಳಿತಿರುತ್ತಿದ್ದ. ಮನಸ್ಸಿಗೆ ಬಂದಂತೆ ಆಡುತ್ತಾ ಕಾಲ ಹರಣ ಮಾಡುತ್ತಿದ್ದ. ಸಿಗರೇಟು ಕುಡಿತದ ಚಟಗಳು ಬೇರೆ. ಕುಡಿದು ಆಫೀಸಿಗೆ ಬರುತ್ತಿದ್ದ. ಇವನ ಕಾಟ ತಾಳಲಾರದೇ, ಬಾಂಡ್ ಪಿರಿಯಡ್ ಮುಗಿಯದಿದ್ದರೂ ಕಂಪನಿಯವರೇ ೩ ತಿಂಗಳ ಸಂಬಳ ನೀಡಿ ಸಮರ್ಥನನ್ನ ಕಂಪನಿಯಿಂದ ಕಿತ್ತೊಗೆದರು.ಪ್ರಣಿತಾಳನ್ನ ಮರೆಯುವ ಪ್ರಯತ್ನ ಮಾಡುತ್ತಿದ್ದರೂ ಅವಳೇ ಸಂಪೂರ್ಣವಾಗಿ ಆವರಿಸುತ್ತಿದ್ದಳು.

ದಿನೇ ದಿನೇ ಕ್ಷೀಣಿಸುತಾ ಬಂದ.ಅಪ್ಪ ಬಹಳವಾಗಿ ಕಾಡುತ್ತಿದ್ದ. ಅವನಿದ್ದಾಗ ಅಷ್ಟಾಗಿ ಮಾತಿಲ್ಲದಿದ್ದರೂ ಒಂದು ಹಿತ ಅನುಭವವಿತ್ತು. ರುಚಿಯಾಗಿ ಅಡಿಗೆ ಆಗುತ್ತಿತ್ತು. ಒಂದಷ್ಟು ಹೊತ್ತು ಮಾತು. ಈಗ ಒಬ್ಬನೇ ಇರುವುದು ಕೆಲವು ಸಲ ಭಯ ಹುಟ್ಟಿಸುತ್ತಿತ್ತು.ರಾತ್ರಿ ನಿದ್ದೆಯೂ ಬರುತ್ತಿರಲಿಲ್ಲ. ಒಂದೆರಡು ಪೆಗ್ ಬಿದ್ದರೆ ಮಾತ್ರ ನಿದ್ದೆ ಬರುತ್ತಿದ್ದದ್ದು.ಒಂದು ದಿನ ಇಡೀ ಮನೆಯನ್ನ ಒಮ್ಮೆ ಕಣ್ಣು ಹಾಯಿಸಿದಾಗ ಗಲೀಜು ತುಂಬಿ ಒಂದು ತಿಂಗಳಾಗಿತ್ತು. ಮನೆಯನ್ನ ಸ್ವಚ್ಚ ಮಾಡುವುದಕ್ಕೆ ನಿಂತ. ಹಾಗೆ ಅವರ ಅಪ್ಪನ ರೂಮು ಬಲೆ ಕಟ್ಟಿತ್ತು. ಅವರ ತಂದೆಯ ಕಪಾಟನ್ನ ಸ್ವಚ್ಚ ಮಾಡುವಾಗ ಡೈರಿಯೊಂದು ಕೆಳಗೆ ಬಿತ್ತು. ಅದನ್ನ ಒಂದು ಕಡೆ ಕುಳಿತು ಓದತೊಡಗಿದ.ಅದರಲ್ಲಿ ಅವರ ತಂದೆ ಬರೆದಿದ್ದರು. "ಸಮರ್ಥನಿಗೆ ಪುರುಸೊತ್ತೇ ಇರೊಲ್ಲ ಇತ್ತೀಚೆಗೆ. ಮಾತಿಗೂ ಸಿಕ್ಕೊಲ್ಲ. ಏನ್

ಕೆಲ್ಸೋ ಏನ್ ಸುಡುಗಾಡೋ. ಮನೇಲಿದ್ರು ಕೆಲ್ಸ, ಏನಾದ್ರು ಕೇಳಕ್ ಬಂದ್ರೆ ಗುರ್ರ್ ಅಂತಾನೆ. ಇಲ್ಲಿ ಒಬ್ಬನಿಗೆ ಸಾಕಾಗಿದೆ ಜೀವನ. ನೀನು ಅದೇನ್ ಅರ್ಜೆಂಟ್ ಇತ್ತು ಅಂತ ಹೋದ್ಯೋ ಏನೋ? ಈ ಸಲಿ ಶಾಮು ಬೆಂಗ್ಳೂರಿಗೆ ಬಂದಾಗ ಅವನ ಜೊತೆ ಹೊಸದೋಟಕ್ಕೆ ಹೋಗ್ಬಿಡ್ತಿನಿ. ಅಲ್ಲಿ ಅವನಾದ್ರು ಇರ್ತಾನೆ. ಈ ಟ್ರಾಫಿಕ್ ಜಗತ್ತಲ್ಲಿ ಸಾಯೋ ಬದ್ಲು.ಶಾಮುನು ಇಲ್ಲಿಗೇ ಬರ್ತಾನೆ ಇರ್ಬೇಕು ಹೆಂಡ್ತಿನ ಕರ್ಕೊಂಡು. ಬೇಡ ಅನ್ಬೇಕು. ಅವನು ಇಲ್ಲಂತು ಇರಲ್ಲ. ಅದಂತೂ ಸತ್ಯ. ಅವನಿಗೆ ತಿಳಿಸಿ ಹೇಳಿದ್ರೆ ಕೇಳ್ತಾನೆ ಮಾತು. ಅದೊಂದ್ ಎರಡು ಎಕೆರೆ ಜಮೀನಿದೆ. ಸಮರ್ಥನಿಗೆ ಹೇಳಿದ್ರೆ ಮಾರೋಣ ಅಂತಾನೆ. ನನಿಗೇ ಇಷ್ಟ್ ದಿನ ಊರಿನ ಬಗ್ಗೆ , ಮಣ್ಣಿನ ಬಗ್ಗೆ ವ್ಯಾಮೊಹ ಇರ್ಲಿಲ್ಲ. ನನ್ನ ಮಗ ಅವ್ನು ಅವನಿಗೆ ಎಲ್ಲಿಂದ ಬರ್ಬೇಕು. ಸಾಧ್ಯ ಆದ್ರೆ ಅಲ್ಲಿ ಏನಾದ್ರು ಮಾಡ್ಬೇಕು. ಬರುಡು ಭೂಮಿಗೆ ಒಂದಷ್ಟು ಹಸಿರು ತುಂಬಿಸೋ ಕೆಲ್ಸ ಮಾಡ್ಬೇಕು. ಹ್ಹಹ್ಹ ನಗಬೇಡ ಹುಚ್ಚ ನ ಥರಾ ಏನೇನೋ ಹೇಳ್ತಿದಿನಿ ಅಂತ. ಯಾಕೋ ಮಾರೋ ಮನಸ್ಸು ಆಗ್ತಿಲ್ಲ ಆ ಜಮೀನನ್ನ. ಹಾಗೇ ಇರ್ಲಿ ಅಲ್ವ?" ಅವರ ಅಪ್ಪ ಸಮರ್ಥನ ಅಮ್ಮನನ್ನ ನೆನೆದು ಹೀಗೆ ಡೈರಿಯಲ್ಲಿ ಅವರಿಗಾಗಿ ಪತ್ರವನ್ನ ಗೀಚುತಿದ್ದರು. ಸಮರ್ಥನಿಗೆ ಗೊಂದಲವುಂಟಾಯಿತು.ಹಸಿರು ತುಂಬಿಸೋ ಕೆಲಸ ಮಾಡೋ ಆಸೆ ಅಂತ ಬರ್ಕೊಂಡಿದಾನೆ. ನನ್ನ ಬಾಲ್ಯದ ಕನಸಲ್ವಾ ಅದು?. ಸಣ್ಣವನಿದ್ದಾಗ ಹಳ್ಳಿಗೆ ಹೋಗ್ತೀನಿ ಅಂದಾಗ ಗದರುತ್ತಿದ್ದ ಅಪ್ಪ ಇವನೇನಾ ಅನಿಸುವುದಕ್ಕೆ ಶುರುವಾಯ್ತು.ಅಕ್ಕ ಪಕ್ಕ ಜಮೀನಲ್ಲಿ ಏನೆಲ್ಲ ಬೆಳೆದಿದ್ದರೂ ನಮ್ಮದು ಮಾತ್ರ ಬರುಡು. ಹಬ್ಬಕ್ಕೆ, ಬೇಸಿಗೆ ರಜೆಗೆ ಬಂದಾಗ ನಾನು ದೊಡ್ಡೋನಾದ್ಮೇಲೆ ಅದು ಬೆಳಿತೀನಿ ಇದು ಬೆಳಿತೀನಿ ಅಂತ ಹೇಳಿದ್ದು, ಅದಕ್ಕೆ ಚಿಕ್ಕಪ್ಪ, "ನಿಮ್ಮಪ್ಪ ಬಿಟ್ಟಂಗೆ ನೀನು ಬೆಳ್ದಂಗೆ ಬಾ" ಎಂದು ಅಣಗಿಸಿದ್ದು ಎಲ್ಲವೂ ಹಾಗೆ ಹಾದು ಹೋಯ್ತು. ಒಮ್ಮೆಲೆ ಮರುಜೀವ ಬಂದಷ್ಟು ಉತ್ಸಾಹ ಅವನ ದೇಹದಲ್ಲಿ ಮೂಡಿತು.ಒಂದು ವಿಚಾರ ಹಾಗೇ ಅವನ ಮನದಲ್ಲಿ ತೇಲಿತು. ನಾನೇ ಜಮೀನ್ ನೋಡ್ಕಂಡ್ರೆ ಹೆಂಗೆ? ಕೈಯಲ್ಲಿ ಕೆಲಸವೂ ಇರಲಿಲ್ಲ. ಅಲ್ಲಿದ್ದು ಬೇರೆ ಕೆಲಸ ಹುಡುಕುವುದು ಕಷ್ಟವಾಗಿತ್ತು. ಇವನು ಮಾಡಿಕೊಂಡ ಅವಾಂತರದಿಂದ ಕಂಪನಿಯವರು ಇವನ ಹೆಸರನ್ನ ಬ್ಲಾಕ್ ಲಿಸ್ಟ್ ಗೆ ತಳ್ಳಿದ್ದರು. ಬೇರೆ ಕಡೆ ಕೆಲಸ ಸದ್ಯದ ಮಟ್ಟಿಗಂತೂ ಕಷ್ಟವಾಗಿತ್ತು. ವಾತಾವರಣ ಬದಲಾದ್ರೆ ಮನಸ್ಸು ಸಮಸ್ಥಿತಿಗೆ ಬರತ್ತೆ. ಏನಾದ್ರು ತೊಂದ್ರೆ ಆದ್ರೆ ಚಿಕ್ಕಪ್ಪ ಅಂತು ಕೈ ಬಿಡಲ್ಲ. ಇಲ್ಲಿ ಸಾಯೋಕ್ಕಿಂತ ಅಲ್ಲಿ ಬದುಕೋದು ಹೆಚ್ಚು ಸೂಕ್ತ ಅನ್ನುಸ್ತು. ಮೊದಲು ಕಷ್ಟ ಆಗತ್ತೆ ಆಮೇಲ್ ಅದು

ಅಭ್ಯಾಸ ಆಗತ್ತೆ.ಈಗ ಇಲ್ಲಿ ಕೆಲಸ ಹುಡುಕ್ತೀನಿ ಅಂದ್ರು ಸಿಗೋದು ಅಷ್ಟು ಸುಲಭ ಅಲ್ಲ. ಇದೆಲ್ಲಾ ಯೋಚಿಸಿ ಒಂದು ನಿರ್ಧಾರಕ್ಕೆ ಬಂದ.ಒಂದಷ್ಟು ಬಟ್ಟೆ ಬರೆ ತೆಗೆದುಕೊಂಡು ತನ್ನ ಕಾರ್ ಅಲ್ಲಿ ಹೊಸದೋಟಕ್ಕೆ ಹೊರಟೇಬಿಟ್ಟ. ಆ ವಾತವರಣ, ಚಿಕ್ಕಪ್ಪನ ಮನೆ ಕಲ್ಪಿಸಿ ಕೊಂಡಾಗಲೆಲ್ಲ ಒಂದು ರೀತಿಯ ಹೊಸ ಚೈತನ್ಯ ಮನಸಲ್ಲಿ ಮೂಡೋದು.ಚಿಕ್ಕಪ್ಪ ಚಿಕ್ಕಮ್ಮ ಬೇಕಾದ್ರೆ ಬೆಂಗ್ಳೂರಿಗೆ ಬರ್ಲಿ ನಾನ್ ಅವರ್ ಮನೇಲೇ ಇದ್ದು ನಮ್ ಜಮೀನ್ ನೋಡ್ಕತೀನಿ. ಇದಿಕ್ಕೆ ಅವರಿಬ್ರು ಇಲ್ಲ ಅನ್ನೋಲ್ಲ. ಅವರಿಗೂ ಮನೆ ಚಿಂತೆ ಇರೋಲ್ಲ ಅಂತನಿಸಿತು.

"ನಿನ್ ಹುಟ್ ನೋಡು. ಊಟ ತಿಂಡಿ ಮಾಡ್ದೆಲೆ ಎಷ್ಟ್ ದಿನಾ ಆಯ್ತು. ಈ ಗಡ್ಡ ಮೊದ್ಲು ತೆಗ್ಸು. ಏನ್ ಬರ್ಬಾದ್ಲು ಬಂದಿದಿಯೋ ನಿಂಗೆ?" ಚಿಕ್ಕಮ್ಮ ಸಮರ್ಥನ ಸ್ಥಿತಿ ನೋಡಿ ರೇಗುತ್ತಿದ್ದರು. ಮಾತು ಮುಂದುವರೆಸುತ್ತಾ ಶಾಮರಾಯರಿಗೆ ಹೇಳಿದರು. "ಇಲ್ನೋಡಿ ಇವನಿಗೊಂದು ಮದ್ವೆ ಆಗೋತಂಕ ನಮ್ ಬೆಂಗ್ಳೂರಿನ ಮನೇಲೇ ಇರ್ಲಿ. ಅವಿನೂ ಇವ್ನೂ ಇಬ್ರು ಇರ್ತಾರೆ. ನಾವು ಅಲ್ಲೇ ಹೋಗ್ತೀವಲ್ಲಾ ಇನ್ನೊಂದ್ ವಾರದಲ್ಲಿ." ಎಂದರು. "ಆಯ್ತು ಮಾರಾಯ್ತೀ.." ಎಂದು ನಕ್ಕರು. "ಮೊದ್ಲು ಆ ಗಡ್ಡ ತೆಗ್ಸು ಇಲ್ಲಾ ಅಂದ್ರೆ ಸರಿಯಾಗ್ ಬೀಳತ್ತೆ" ಎಂದು ರೇಗುತ್ತಾ ಹೊಡೆಯಲು ಹೋದರು."ಸರೀ.." ಎಂದು ಅವರಿಂದ ತಪ್ಪಿಸಿಕೊಂಡ. ತನ್ನ ಗಡ್ಡವನ್ನ ಸಂಪೂರ್ಣ ತೆಗೆದು ಹಂಡೆ ಬಿಸಿನೀರಿನ ಸ್ನಾನದ ನಂತರ ಚಿಕ್ಕಮ್ಮ ಮಾಡಿದ್ದ ಕೊಟ್ಟೆ ಕಡುಬನ್ನ ಮನಸೋ ಇಚ್ಚೆ ತಿಂದ. ತಿಂಡಿಯನ್ನೇ ನೋಡದಿರುವವರ ಹಾಗೆ ಗಬಗಬನೇ ತಿನ್ನುತ್ತಿದ್ದ. "ನಿಧಾನ ಕಣೋ.." ಎಂದರು ಚಿಕ್ಕಮ್ಮ."ಇದಿಕ್ಕಿದ್ದಂಗೆ ಯಾಕೆ ಬಂದಿದ್ದು? ಜಮೀನ್ ವಿಚಾರವಾಗಾ?"ಶಾಮರಯರು ಕೇಳಿದರು.ಅವರ ಮಾತಿಗೆ ಇವನು ಪ್ರತಿಕ್ರಿಯಿಸಲಿಲ್ಲ. ಅವರೇ ಮಾತು ಮುಂದುವರೆಸಿದರು."ಆ ಜಮೀನ್ ತಗೋಳಕ್ಕೆ ಯಾರೂ ಮುಂದೆ ಬರ್ತಿಲ್ಲ.ಒಂದಷ್ಟ್ ದಿನ ಗುತ್ತಿಗೆ ಕೊಟ್ಟಿದ್ದಾಯ್ತು. ಈಗ ಎನ್ ಏ ಲ್ಯಾಂಡ್ ಆಗಿ ಕನ್ವರ್ಟ್ ಮಾಡ್ಸಾಣ ಆಗ ಒಳ್ಳೇ ರೇಟ್ ಗೆ ಹೋಗತ್ತೆ" ಎಂದರು."ಅದೆಲ್ಲಾ ಏನೂ ಬೇಡ. ಹಾಗೇ ಇರ್ಲಿ?" ಎಂದ. "ಅದ್ಯಾಕೋ, ಇಲ್ಲಿನ್ನು ನಾವೂ ಇರೋಲ್ಲ. ಹಾಗೆ ಬಿಟ್ರೆ ಯಾವನಾದ್ರು ನಂದೇ ಅಂತ ಬೇಲಿ ಹಾಕುದ್ರು ತಿಳಿಯೋಲ್ಲ. ನೀನಂತು ಕೆಲ್ಸ ಬಿಟ್ಟು ಬರೋಕ್ಕಾಗಲ್ಲ." ಎಂದರು. " ನಾನ್ ಬಿಡೋದಲ್ಲ, ಅವ್ರೇ ನನ್ನ ಓಡ್ಸಿ ಆಯ್ತು ಕೆಲ್ಸದಿಂದ." ಎಂದು ನಕ್ಕ. "ಅಂಥದ್ದೇನ್ ಮಾಡ್ದೆ?" ಚಿಕ್ಕಮ್ಮ ಗಾಬರಿಯಿಂದ ಕೇಳಿದರು."ಅದೆಲ್ಲಾ ಬಿಡಿ ಇವಾಗ ನಂಗೊಂದ್ ಚೇಂಜ್ ಬೇಕಿತ್ತು. ಆ ಮನೇಲಿ ಒಬ್ನೆ ಇರೋಕ್ಕಾಗಲ್ಲ.

ಆ ವಾತವರಣದಿಂದ ಹೊರಗ್ ಬರ್ಬೇಕಿತ್ತು ಅದಿಕ್ಕೆ ಬಂದಿದೀನಿ"ಎಂದು ಸಮಾಧಾನವಾಗೇ ಹೇಳಿದ."ಏನು ಕೆಲ್ಸ ಬಿಟ್ಯ. ಇನ್ನೊಂದ್ ಹುಡ್ಕೋದು ತಾನೆ.?" ಕೇಳಿದರು ಶಾಮರಾಯರು. "ಸದ್ಯಕ್ಕಂತೂ ವಾಪಸ್ ಹೊಗೋ ವಿಚಾರ ಇಲ್ಲ.ಆ ಜಮೀನಿದಿಯಲ್ಲಾ ಏನಾದ್ರು ಮಾಡೋಣ ಅಂತ." ಅವನ ಮಾತಿಗೆ ಇಬ್ಬರೂ ನಕ್ಕರು. "ತಲೆ ಸರಿ ಇದಿಯಾ ಹೆಂಗೆ? ಏನೂ ಕಿಸಿಯೋದಿಕ್ಕೆ ಆಗ್ದೇಲೇ ನಾವೇ ಊರು ಬಿಡ್ತಾ ಇದೀವಿ. ಇನ್ನು ಏನೂ ಗೊತ್ತಿಲ್ದೆ ಇರೋ ಹುಡ್ಗ ನೀನ್ ಬಂದು ಏನ್ ಮಾಡ್ತೀಯಾ? ಅದೆಲ್ಲಾ ಏನೂ ಬೇಡ ಸುಮ್ನೆ ಹೊರಡು. ಅಲ್ಲಿದ್ರೆ ಇವತ್ತಲ್ಲಾ ನಾಳೆ ಒಂದು ಒಳ್ಳೆ ಕಲಸ ಆದ್ರು ಸಿಕ್ಕುತ್ತೆ. ಇಲ್ಲಿದ್ರೆ ಏನೂ ಆಗೊಲ್ಲ." ಶಾಮರಾಯರು ಬುದ್ಧಿಮಾತು ಹೇಳಲು ಪ್ರಯತ್ನಿಸಿದರು."ನಿನ್ ಪ್ರೀತಿ ಅಣ್ಣನ ಕನ್ಸದು. ಆ ಬರಡು ಜಮೀನಿಗೆ ಹಸಿರು ತುಂಬ್ಸೋ ಕೆಲ್ಸ ಆಗ್ಬೇಕಂತೆ. ಬರ್ಕಂಡಿದಾನೆ ಅವನ್ ಡೈರಿಲಿ.ಅದೊಂದೆ ಕಾರಣ ಅಲ್ಲ . ಆದ್ರೆ ನಂಗೊಂದ್ ಬದಲಾವಣೆ ಬೇಕು.ಇನ್ನು ಅಲ್ಲಿಗೆ ಹೋಗಲ್ಲ ಚಿಕ್ಕಪ್ಪ.ಡಿಸೈಡ್ ಮಾಡಿ ಆಯ್ತು. ನಾನೇನ್ ಈ ಮನೇಲೇ ಇರೋಲ್ಲ ಆಯ್ತಾ. ಬೇರೆ ಕಡೆ ಇರ್ತೀನಿ" ಸಿಟ್ಟಲ್ಲಿ ನುಡಿದ. "ಇರ್ತೀನಿ ಅಂದ್ರು ಈ ಮನೆ ತಗೊಂಡೋನು ಬಿಡ್ಬೇಕಲ್ಲಾ?" "ಅಂದ್ರೆ? ಈ ಮನೇನು ಮಾರ್ಬಿಟ್ಯ!!?" ಗಾಬರಿಯಿಂದ ಕೇಳಿದ."ಹು ಇಲ್ಲಿಗೆ ಇನ್ ಬಂದ್ರು ಊರ್ ಜಾತ್ರೆಗೆ ಅಷ್ಟೇ ತಾನೆ?. ಅದಿಕ್ಕೆ ಶಿವಮೊಗ್ಗದಲ್ಲಿ ಲಾಡ್ಜ್ ಮಾಡಿ ಜಾತ್ರೆ ಗೆ ಬರೋದು ಅವಿನಾಶನ ಕಾರಲ್ಲಿ. ಅದಿಕ್ಯಾಕೆ ಈ ಮನೆ ಇರ್ಬೇಕು. ಎಲ್ಲವನ್ನೂ ಮಾರಿ ಹಾಕ್ದೆ" ಶಾಮರಾಯರು ಉತ್ತರಿಸಿದರು.ಅವರಿಗೆ ಈ ಊರು ಸಾಕೆನಿಸಿತ್ತು. ಆ ಬೇಸರವೂ ಅವರ ಮುಖದಲ್ಲಿ ಎದ್ದು ಕಾಣುತಿತ್ತು.ಏನೂ ಇರದಿದ್ದರು, ಯಾರೂ ಇರದಿದ್ದರೂ ಇದೊಂದು ಪುಟ್ಟ ಮನೆ, ನಾನು ಅವಿನಾಶ ಒಟ್ಟಿಗೆ ಆಡಿ ಬೆಳೆದ ಮನೆ ಅವನಿಗೋಸ್ಕರ ಇರತ್ತೆ ಅಂತ ಅವನು ಭಾವಿಸಿದ್ದ.ಅದನ್ನೂ ಚಿಕ್ಕಪ್ಪ ಮಾರಿಯಾಗಿತ್ತು. ಈಗ ಅವನು ನಿಜವಾಗಲೂ ಒಬ್ಬಂಟಿ ಎಂದು ಭಾಸವಾಯ್ತು."ಹೊರಗಡೆ ಹೋಗಿಬರ್ತೀನಿ ಎಂದು ಹೇಳಿ" ಹೊರನಡೆದ.

ಗುಡಿಯ ಹತ್ತಿರ ಇರೋ ಕೆರೆ ಬಳಿ ಕುಳಿತ. ಬೇಡವೆಂದರೂ ಪ್ರಣೀತಾ ನೆನಪಾಗುತ್ತಿದ್ದಳು.ಎಫ್. ಬಿಯಲ್ಲಿ ಅವಳ ಪ್ರೊಫೈಲ್ ಚೆಕ್ ಮಾಡೋದು ತನ್ನ ಮತ್ತು ಅವಳ ಫೋಟೋ ನೋಡೋದು ಮಾಡುತ್ತಿದ್ದ. ಮುಂದೆ ಏನೂ ಎನ್ನುವ ಗೊಂದಲ ಬೇರೆ.ಅವಳು ಆ ಅಸಹ್ಯ ಮಾಡಿಕೊಳ್ಳದಿದ್ದರೆ ಈ ರೀತಿಯ ಹುಚ್ಚು ಯೋಚನೆಗಳು ಬರುತ್ತಿರಲಿಲ್ಲವೇನೋ ಅನ್ನಿಸಿತು. ಆ ರೀತಿಯ ಹುಡುಗಿ ಅಂತ

ಮುಂಚೆ ಗೊತ್ತಾಗಿದ್ದು ಒಂದು ರೀತಿಯಲ್ಲಿ ಒಳ್ಳೆಯದೇ ಅನಿಸಿತು ಅವನಿಗೆ. ಹೀಗೆ ಕೂತಿರುವಾಗ್ಲೇ ಹಿಂದೆ ಇಂದ ,"ಸೆಂಟ್ ತಂದ್ಯೇನೋ..." ಅನ್ನುವ ಶಬ್ಧ ಕೇಳಿಸಿತು.ಹಿಂದೆ ತಿರುಗಿ ನೋಡಿದಾಗ ಸದಾಶಿವ ಮೇಷ್ಟ್ರು ನಿಂತಿದ್ದರು.ಅವರನ್ನ ನೋಡಿ ಒಮ್ಮೆ ನಕ್ಕ. ಅವರು ಅವನ ಬಳಿ ಕುಳಿತು ಮಾತು ಶುರು ಮಾಡಿದರು."ರಜಾ ಹಾಕಿದಿಯೇನೋ?"ಎಂದು ಕೇಳಿದರು."ಹು ಪರ್ಮನೆಂಟ್ ರಜಾ ಮೇಷ್ಟ್ರೆ.."ಎಂದು ನಕ್ಕ. "ಹೋ ಹಾಗಾದ್ರೆ ಇಲ್ಲೇ ಇರ್ತೀಯಾ ಅನ್ನು?" ಕಣ್ಣರಳಿಸಿ ಕೇಳಿದರು. "ಇರ್ಬೇಕ್ ಅಂತಾನೆ ಬಂದಿದ್ದೆ.ಆದ್ರೆ ಚಿಕ್ಕಪ್ಪ ಚಿಕ್ಕಮ್ಮನೂ ಊರ್ ಬಿಟ್ರು. ಅವರ್ ಹೋಗೋದು ಮುಂಚೆನೆ ಡಿಸೈಡ್ ಆಗಿತ್ತು ಆದ್ರೆ ಆ ಮನೆ ಇರತ್ತೆ ಅನ್ಕೊಂಡಿದ್ದೆ. ಅದುನ್ನು ಮಾರಿದಾರೆ. ಇನ್ನು ಈ ಊರ್ ಋಣ ತೀರ್ತು ಬಿಡಿ" ಎಂದು ಹೊರಡಲು ಸಿದ್ದನಾದ. "ಹೇ ನಿಲ್ಲು. ಕಥೆನಾ ಅರ್ಧಕ್ಕೆ ನಿಲ್ಸಿದ್ರೆ ಏನು ಅರ್ಥ ಆಗಲ್ವೋ. ಡಿಟೈಲ್ ಆಗಿ ಹೇಳು ಕೇಳಾಣ ನಂಗು ಅಂಥ ಘನಂದಾರಿ ಕೆಲ್ಸ ಏನಿದೆ?".ವಿದ್ಯೆ ಕಲಿಸಿದ ಮೇಷ್ಟ್ರು ಅಂತ್ಲೋ ಅಥವಾ ಆ ಹಳ್ಳೀಲಿ ತನಗೆ ಪರಿಚಯ ಇರೋ ಒಂದು ಜೀವ ಅಂತಲೋ ಅವರಲ್ಲಿ ಸಮರ್ಥನಿಗೆ ಆಪ್ತ ಭಾವ ಮೂಡಿತ್ತು. ಅವನ ಕಥೆಯನ್ನೆಲ್ಲಾ ಆ ಕೆರೆಯ ದಂಡೆಯಲ್ಲಿ ಅವರೆದುರು ಹೇಳಿಕೊಂಡ. "ಶಾಮಣ್ಣ ಹೋದ್ರೆ ಏನಾಯ್ತೋ ನಾನಿಲ್ವ?ನೀನ್ ಇವಾಗ ಹೋದ್ರು ತಕ್ಷಣಕ್ಕೆ ಕಲ್ಸ ಸಿಕ್ಕೋಲ್ಲ ಅಂತ ಬೇರೆ ಹೇಳ್ತಿದೀಯಾ." ಸ್ವಲ್ಪ ಯೋಚಿಸಿ ಮತ್ತೆ ಮಾತು ಮುಂದುವರೆಸಿದರು."ಒಂದ್ ಕೆಲ್ಸ ಮಾಡು ನಮ್ಮ ಮನೆ ಔಟ್ ಹೌಸ್ ಖಾಲಿ ಇದೆ. ಬಂದ್ ಇರೋದಿದ್ರೆ ಇರು." ಸಮರ್ಥ ಆಶ್ಚರ್ಯದಿಂದ, "ಇದೇನ್ ಮೇಷ್ಟ್ರೇ ಇಷ್ಟ್ ಬೇಗ ಡಿಸಿಶನ್ ತೊಗೊಂಡ್ರಿ ಏನೂ ಯೋಚ್ನೆ ಕೂಡ ಮಾಡ್ದೆ?" ಎಂದು ಕೇಳಿದ. "ಹು ಕಣೋ.. ಈ ಊರನ್ನ ನೋಡಿದೀಯಾ ನೀಟಾಗಿ, ಇಲ್ಲಿ ನಿನ್ನಂಥ ಯಂಗ್ ಅಂಡ್ ಎನರ್ಜಿಟಿಕ್ ಹುಡುಗ್ರು ಹುಡುಕುದ್ರೂ ಸಿಕ್ಕೋಲ್ಲ. ಅಕಸ್ಮಾತ್ ಕಂಡ್ರೂ ಅದು ಶನಿವಾರ ಭಾನುವಾರ ಮಾತ್ರ. ಇಲ್ಲಿ ಇರೋರೆಲ್ಲ ಬರೀ ವಯಸ್ಸಾದೋರು, ಮಧ್ಯವಯಸ್ನೋರು. ಇರೋ ಇಪ್ಪತ್ ಮನೇಲೂ ಮುದುಕ್ರು. ನೀನು ಅಂಥ ಒಳ್ಳೆ ಕೆಲ್ಸ ಬಿಟ್ಟು ಅಂಥ ಒಳ್ಳೆ ಊರ್ ಬಿಟ್ಟು ಈ ಹಳ್ಳಿಗೆ ಬಂದ್ ಏನೋ ಮಾಡ್ತೀನಿ ಅಂದ್ರೆ ಈ ಹಳ್ಳಿಲಿ ಇರೋ ನಾನ್ ಅಷ್ಟು ಮಾಡ್ದೆ ಇದ್ರೆ ಹೆಂಗೆ?" ಎಂದರು. "ಬಾಡಿಗೆ?.." ಎಂದು ರಾಗ ಎಳೆದ. "ಎಷ್ಟಾದ್ರು ಕೊಡಾ" ಎಂದು ನಕ್ಕರು.

"ಆ ತಲೆ ಕೆಟ್ ಮೇಷ್ಟ್ರು ಮನೇಲಿದ್ರೆ ನಿಂಗೂ ಹುಚ್ ಹಿಡಿಯೋದ್ ಗ್ಯಾರೆಂಟಿ. ಈ ಊರಲ್ಲಿ ಯಾರೂ ಅವ್ರನ್ನ ಮಾತಾಡ್ಸೋದಕ್ಕೆ ಹಿಂದೆ ಮುಂದೆ

ನೋಡ್ತಾರೆ. ನಿಂಗೆ ಯಾಕೋ ಮಗು ಈ ಹುಚ್ಚತನ. ಇದೆಲ್ಲಾ ಬಿಟ್ಟು ಹೊರಡು" ಎಂದು ಸಮರ್ಥನ ಚಿಕ್ಕಮ್ಮ ಬುದ್ಧಿವಾದ ಹೇಳಿದರು. ಸಮರ್ಥ ಸುಮ್ಮನಿದ್ದ. "ಸಾವಿತ್ರಿ, ನೀನ್ ಹೊರಡು. ಅವರಪ್ಪನ ಥರಾನೇ ಹಟ ಇವ್ನಿಗೂ. ನಮ್ ಮಾತು ರುಚಿಸಲ್ಲ. ಅವಿನಾಶ ಬಸ್ಸ್ಟಾಂಡ್ ಗೆ ಕಾರ್ ಕಳಿಸ್ತೀನಿ ಅಂದಿದಾನೆ. ಎಲ್ಲಾ ಪ್ಯಾಕ್ ಆಯ್ತಲ್ವಾ?" ಎಂದು ಏರು ಧ್ವನಿಯಲ್ಲಿ ಹೇಳಿದರು. ಸಾವಿತ್ರಮ್ಮ ಏನೂ ಮಾತನಾಡದೇ ಹೊರಡಲು ಸಿದ್ಧರಾದರು.ಶಾಮರಾಯರು ಸಮರ್ಥ ನ ಮುಖವನ್ನೂ ನೋಡಲಿಲ್ಲ. ಸಾವಿತ್ರಮ್ಮನವರಿಗೆ ಅವನನ್ನೇ ನೋಡುತ್ತಾ ಕಣ್ಣಲ್ಲಿ ನೀರು ಬಂದಿತ್ತು.ಅದನ್ನ ತಡೆದು ಬಸ್ ಹತ್ತಿದರು. "ನೆಟ್ಟಗ್ ಒಂದ್ ಆರ್ ತಿಂಗ್ಳು ಆ ಊರಲ್ಲಿ ಇರ್ಲಿ. ಅವಾಗ ಒಪ್ತೀನಿ. ವ್ಯವಸಾಯ ಮಾಡ್ತಾನಂತೆ. ಅದೇನ್ ಕಿಸಿತಾನೋ ಗೊತ್ತಾಗತ್ತೆ." ಎಂದು ರೇಗುತ್ತಾ ಸಾವಿತ್ರಮ್ಮನವರಿಗೆ ಶಾಮರಾಯರು ಹೇಳುತ್ತಿದ್ದರು.ಬಸ್ ಹೊರಟಿತು. ಸಮರ್ಥನಿಗೆ ಅವರ ಚಿಕ್ಕಮ್ಮ ಊರು ಬಿಡುತ್ತಿರುವುದು ಕಣ್ಣಲ್ಲಿ ನೀರು ತರಿಸಿತ್ತು. ಸೀದಾ ತನ್ನೆಲ್ಲಾ ಸಾಮಾನುಗಳನ್ನ ಕಾರಿಗೆ ಹಾಕಿ ಮೇಷ್ಟ್ರ ಮನೆಯ ದಾರಿಗೆ ಗಾಡಿ ಚಲಾಯಿಸಿದ.

ಎರಡು ಅಂತಸ್ತಿರುವ ಮನೆ. ಮುಂದೆ ಒಂದಷ್ಟು ಹೂವಿನ ಗಿಡಗಳು ಅದರ ಪಕ್ಕದಲ್ಲೇ ಔಟ್ ಹೌಸ್. ಪ್ರಶಾಂತತೆಯ ವಾತಾವರಣ. ಸಾಮಾನೆಲ್ಲವನ್ನೂ ಔಟ್ ಹೌಸ್ ಗೆ ಮೇಷ್ಟ್ರ ಸಹಾಯದಿಂದ ಸಾಗಿಸುತ್ತಿದ್ದ. ಫೋನಿನಲ್ಲಿ ಜೋರಾಗಿ ಮಾತನಾಡುತ್ತಾ ಒಂದು ಹುಡುಗಿ ಇವರತ್ತ ಬರುತ್ತಿದ್ದಳು. "ಅಪ್ಪ, ಹೇಳು ಅವನಿಗೆ ಈ ಸಲಿ ಏನಾದ್ರು ಕಮ್ಮಿ ಮಾರ್ಕ್ಸ್ ಬಂದ್ರೆ ಮಾತ್ರ ನಾನಂತು ಸುಮ್ನೆ ಇರಲ್ಲ. ಗೊತ್ತಿಲ್ದೆ ಇರೋ ಹಳ್ಳಿಗೆ ಬಂದು ಬ್ಯಾಂಕ್ ಅಲ್ಲಿ ದುಡಿತಾ ಕೂರೋ ದರ್ದು ನಂಗ್ಯಾಕೆ ಇವ್ನು ಓದ್ದಿಲೆ ಮಜಾ ಮಾಡ್ಕೊಂಡ್ ಇರೋದಾದ್ರೆ.ಯಾವನಾದ್ರು ಒಳ್ಳೆ ಹುಡ್ಗ ಸಿಕಿದ್ರೆ ಮದ್ವೆ ಮಾಡ್ಕೊಂಡ್ ಹೋಗಕ್ಕೆ ಬರ್ತಾ ಇರ್ಲಿಲ್ವ. ಯಾರಿಗೆ ದುಡಿತಾ ಇರದು ನಾನು?" ಎಂದು ಫೋನ್ ಕಟ್ ಮಾಡಿದಳು. " ಮತ್ತೆ ಕಮ್ಮಿ ಮಾರ್ಕ್ಸ್ ಬಂತಾ ತಮ್ಮಂಗೆ." ಮೇಷ್ಟ್ರು ಕೇಳಿದರು." ನನ್ನ ಕರ್ಮ. ಒಂದ್ ಡಿಗ್ರಿ ಅಂತ ಆಗ್ಲಿ ಗ್ಯಾರೇಜ್ ಗೆ ಅಟ್ತೀನಿ. ಇವ್ರಿಗೆಲ್ಲಾ ಅಲ್ಲ ಮೇಷ್ಟ್ರೆ ಓದು ವಿದ್ಯೆ ಎಲ್ಲಾ. ಜವಾಬ್ದಾರಿ ಇಲ್ಲ." ಎಂದು ರೇಗಿದಳು. ಅವಳ ಮಾತಿಗೆ ನಕ್ಕು, "ಸಿಂಧು ಇವನು ಸಮರ್ಥ ಅಂತ ನನ್ನ ಹಳೇ ವಿದ್ಯಾರ್ಥಿ.ಇನ್ಮೇಲೆ ಇಲ್ಲೇ ಔಟ್ ಹೌಸ್ ಅಲ್ಲಿ ಇರ್ತಾನೆ." ಮೇಷ್ಟ್ರು ಸಿಂಧುವಿಗೆ ಸಮರ್ಥನ ಪರಿಚಯ ಹೇಳುತ್ತಿದ್ದರು. ಅವನು ಅವಳೆಡೆಗೆ ನಕ್ಕು "ಹಾಯ್.." ಎಂದ. ಅವಳು ಕೃತಕ ನಗೆ ನಕ್ಕು, "ಮೇಷ್ಟ್ರೇ, ಒಂದ್ ಚೂರು ಈ ಕಡೆ ಬನ್ನಿ"

ಎಂದಳು.ಮೇಷ್ಟ್ರು ಅವಳತ್ತ ಹೋದರು. "ಅಲ್ರೀ ಬುದ್ಧಿ ಇದಿಯೇನ್ರಿ ನಿಮ್ಗೆ. ಯಾವ್ದೋ ಹುಡ್ಗಂಗೆ ಬಾಡಿಗೆ ಕೊಟ್ಟಿದೀರಾ? ಅದು ವಯಸ್ಸಿಗೆ ಬಂದಿರೋ ಹುಡ್ಗಿ ಮನೆ ಮೇಲೆ ಬಾಡಿಗೆ ಇರ್ಬೇಕಾದ್ರೆ" ಎಂದು ಕುಟುಕಿದಳು. "ಹ್ಹಹ್ಹ ಭಯ ಬೀಳ್ಬೇಡ ಅವನು ಆ ಥರಾ ಹುಡ್ಗ ಅಲ್ಲ.ಅವ್ನು ಇವಾಗಿರೋ ಸ್ಥಿತೀಲಿ ಅದಿಕೆಲ್ಲಾ ಸಮಯ ಕೊಡೊಕ್ಕು ಆಗಲ್ಲ. ನಿನ್ ಮೇಲೆ ನಿಂಗೆ ನಂಬಿಕೆ ಇದ್ರೆ ಸಾಕು" ಎಂದು ಹಲ್ಲು ಕಚ್ಚಿಕೊಂಡರು. "ನಮ್ಮ ಬಗ್ಗೆ ನಮಿಗೆ ಗೊತ್ತಿದೆ. ಅದ್ಸರಿ ಇಲ್ಲಿಗ್ಯಾಕೆ ಬಂದಿದ್ದು." ವಾರೆಗಣ್ಣಲ್ಲಿ ಅವನನ್ನ ನೋಡುತ್ತಾ ಕೇಳಿದಳು. "ಅದೇನೊ ಅವನ ಕಂಪನಿಲಿ ಸರಿ ಹೊಗ್ಲಿಲ್ಲಂತೆ. ಇವನಿಗೂ ತಲೆ ಕೆಟ್ಟಿತ್ತು. ಅಪ್ಪನ್ ಜಮೀನಿತ್ತಲ್ಲ. ಆ ಜಮೀನಲ್ಲೆ ಏನಾದ್ರು ಮಾಡಾಣ ಅಂತ ಬಂದಿದಾನೆ.ಒಂದು ಬದಲಾವಣೆ ಬೇಕು ಜೀವನದಲ್ಲಿ ಅಂತ." ಅವರ ಮಾತಿಗೆ ಅವಳು ನಕ್ಕು. "ಸರಿ ಹೋಯ್ತು ಬಿಡಿ. ಇಬ್ರು ತಲೆ ಕೆಟ್ಟಿರೋರು ಒಂದೇ ಕಡೆ ಸೇರಿದೀರ" ಎಂದು ನಕ್ಕು ಮನೆಯ ದಾರಿ ಹಿಡಿದಳು. ಅವಳ ಮಾತಿಗೆ ಮೇಷ್ಟ್ರು ನಕ್ಕರು."ಲೇ ಸಮರ್ಥ ಮೊದ್ಲು ನಮ್ ಹಳ್ಳಿ ಬ್ಯಾಂಕ್ ಅಲ್ಲಿ ಒಂದ್ ಅಕೌಂಟ್ ಮಾಡ್ಸೋ.ವ್ಯವಹಾರಕ್ಕೆ ಸುಲಭ ಆಗತ್ತೆ. ನಮ್ ಸಿಂಧುನೇ ಇದಾಳೆ ಆ ಬ್ಯಾಂಕ್ ಅಲ್ಲಿ" ಎಂದು ಮೇಷ್ಟ್ರು ಹೇಳಿದರು. ಇವನಿಗೂ ಅದು ಸರಿ ಅನ್ನಿಸಿತು."ಪುಟ್ಟೆ ಇವನದೊಂದ್ ಅಕೌಂಟ್ ಮಾಡ್ಸಿಕೊಡೆ" ಎಂದು ಮನೆಯ ಕೆಳಗಿನಿಂದಲೇ ಕೂಗಿದರು. "ಬೇಕಾದ್ರೆ ಬ್ಯಾಂಕ್ ಗೆ ಬಂದು ಮಾಡ್ಸ್ಲಿ ಅದ್ರಲ್ ನಾನ್ ಮಾಡ್ಸೋದ್ ಏನಿದೆ?" ಎನ್ನುವ ಉತ್ತರ ಬಂತು.

ಆ ಎರಡು ತಿಂಗಳಲ್ಲಿ ಪ್ರಣೀತಾಳ ಸುಳಿವೇ ಇರಲಿಲ್ಲ. ಕಂಪನಿಯಲ್ಲಿದ್ದ ಅವನ ಸ್ನೇಹಿತರೂ ಅವಳ ಬಗ್ಗೆ ವಿಚಾರಿಸುವ ಗೋಜಿಗೆ ಹೋಗಲಿಲ್ಲ. ಆದರೂ ಕಾಡುತ್ತಿದ್ದಳು. ಅಪ್ಪನಿಗೆ ಹೇಳದೇ ಕದ್ದು ಮುಚ್ಚಿ ಭೇಟಿಯಾಗೋದು. ಅಪ್ಪ ಎಲ್ಲಾದರೂ ಆಚೆ ಹೋದಾಗ ಇಬ್ಬರೂ ಮನೆಯಲ್ಲೇ ಆಡುತ್ತಿದ್ದ ಚಕ್ಕಂದಗಳಿಗೆ ಕಮ್ಮಿ ಇರಲಿಲ್ಲ. ಇದೆಲ್ಲವನ್ನೂ ಮದುವೆ ಆಗೋ ಹುಡುಗಿಯ ಜೊತೆ ಮಾಡುತ್ತಿದ್ದೆ ಅನ್ನುವ ಸಮಾಧಾನ ಬೇರೆ. ಆದ್ರೆ ಅವಳು ಇನ್ನೊಬ್ಬನಿಗೆ ದಾಸಿಯಾಗಿದ್ದು ಇವನನ್ನ ಈ ಸ್ಥಿತಿಗೆ ತಂದಿತ್ತು. ಅವಳ ನಂಬರ್ ಅನ್ಬ್ಲಾಕ್ ಮಾಡಲು ಮುಂದಾದ. ನಂತರ ಸಹಜ ಸ್ಥಿತಿಗೆ ಬಂದು ಸುಮ್ಮನಾದ. ಮಾಡಬೇಕಿದ್ದ ಕೆಲಸವೂ ಬಹಳಷ್ಟಿದ್ದದ್ದರಿಂದ ಅವಳ ಬಗ್ಗೆ ಯೋಚಿಸುವುದನ್ನ ನಿಲ್ಲಿಸಿದ.ರಂಗಣ್ಣನ ಮಗ ವಾಪಸ್ಸು ಬಂದು ಮೇಷ್ಟ್ರು ಮನೇಲಿರೋ ಸುದ್ದಿ ಕಾಡ್ಗಿಚ್ಚಿನಂತೆ ಹಬ್ಬಿತು. ಅವನ ಪಾಡಿಗೆ ಅವನು ಹೋಗುತ್ತಿದ್ದರು ಅವನನ್ನ ಕರೆದು ಇದೆಲ್ಲಾ ಬೇಕಿತ್ತಾ ನಿಂಗೆ ಅನ್ನುವ ಧಾಟಿಯಲ್ಲಿ ಅವನನ್ನ ಅಣಕಿಸುತ್ತಿದ್ದರು.

ಕೆಲವು ಹಿರಿಕರಿಗೆ ಜಗುಲಿಯ ಕಾಡುಹರಟೆಗೆ ಸಮರ್ಥ ಗ್ರಾಸವಾಗಿದ್ದ.ಆದರೂ ಇದ್ಯಾವುದಕ್ಕೂ ಅವನು ಲೆಕ್ಕಿಸಲಿಲ್ಲ. ಸಾಕಷ್ಟು ಆನ್ಲೈನ್ ವಿಡಿಯೋಸ್ ಗಳನ್ನ ನೋಡಿ ಜಮೀನಿಗೆ ಯಾವ ಬೆಳೆ ಹಾಕಬಹುದೆಂದು ಆಗಲೇ ನಿರ್ಧರಿಸಿದ್ದ. ಅವನು ಸಿದ್ದಪಡಿಸಿಟ್ಟು ಕೊಂಡಿದ್ದ ಪ್ಲಾನ್ ಗಳನ್ನ ಮೇಷ್ಟ್ರಿಗೂ ವಿವರಿಸಿದ್ದ."ಈಗಿನ್ ಕಾಲದ ಹುಡ್ಗ. ಅದೇನ್ ಮಾಡ್ತೀಯೋ ಮಾಡು. ನಾನಿದೀನಿ ಸಪೋರ್ಟ್ ಗೆ" ಎಂದು ಬೆನ್ನು ತಟ್ಟಿದರು.ಸಮರ್ಥನಿಗೂ ಅದಮ್ಯ ಉತ್ಸಾಹ ಮೂಡಿತ್ತು.

ಮೇಷ್ಟ್ರ ಮಾತಿನಂತೆ ಒಂದು ಬ್ಯಾಂಕ್ ಅಕೌಂಟ್ ಮಾಡಿಸಲು ಆ ಹಳ್ಳಿಯ ಬ್ಯಾಂಕ್ ಗೆ ಹೊರಟ. ಸಿಂಧು ಕ್ಯಾಶ್ ಕೌಂಟರ್ ಅಲ್ಲಿದ್ದಳು. ಸೀದಾ ಅವಳ ಬಳಿಯೇ ಹೋದ. "ಹಾಯ್, ಒಂದ್ ಎಸ್.ಬಿ ಅಕೌಂಟ್ ಮಾಡ್ಸೋದಿತ್ತು." ಎಂದ. ಮುಖ ಸಿಂಡರಿಸಿಕೊಂಡೇ,"ಅಲ್ಲೊಬ್ಬ ವೇಸ್ಟ್ ಬಾಡಿ ಕೂತಿದಾನೆ ಮೊಬೈಲ್ ಹಿಡ್ಕೊಂಡು ಅವನ್ ಹತ್ರ **ಫಾರ್ಮ್** ಇಸ್ಕೊಂಡು ತುಂಬಿ ಕೊಡಿ. ಒಂದ್ ಐಡಿ ಒಂದ್ ಅಡ್ರೆಸ್ ಪ್ರೂವ್ **ಜ಼ೆರಾಕ್ಸ್ ೩ ಫೋಟೋ.**" ಕೆಲಸ ಮಾಡುತ್ತಲೇ ಹೇಳಿದಳು. "ಇವತ್ತೇ ಅಗತ್ತಲಾ ಅಕೌಂಟ್. ಹಾಗೇ ಎ.ಟಿ. ಎಮ್ ಕಾರ್ಡ್ ಕೊಟ್ಬಿಡಿ." "ಹಲೋ ನಮಿಗಿರೋದು ಎರಡೇ ಕೈ. ಇಲ್ಲಿ ಎಲ್ಲಾದಕ್ಕು ನಾನೇ ಸಾಯೋದು. ಒಂದ್ ಮೂರು ದಿನ ಬಿಟ್ಟು ಬನ್ನಿ ರೆಡಿ ಮಾಡಿರ್ತೀನಿ" ಖಾರವಾಗಿ ಪ್ರತಿಕ್ರಿಯಿಸಿದಳು. "೩ ದಿನ ಆಗತ್ತಾ**?** ಸ್ವಲ್ಪ ಅರ್ಜೆಂಟ್ ಇತ್ತು." ಎಂದು ರಾಗ ಎಳೆದ. "ಆಗಲ್ಲರೀ ಎಲ್ಲಿ ಬೇಗ ಮಾಡ್ಕೊಡ್ತಾರೋ ಅಲ್ಲೇ ಮಾಡ್ಸ್ಕೊಳಿ ಬೇಕಾದ್ರೆ. ಅಕೌಂಟ್ ಅಲ್ಲಿ ಬ್ಯಾಲೆನ್ಸೇ ಇಲ್ಲ ದುಡ್ ಕೊಡು ಅಂದ್ರೆ ಎಲ್ಲಿಂದ ಕೊಡ್ಲಿ**?**" ಎದುರಿಗಿದ್ದ ಒಬ್ಬನಿಗೆ ಜಾಡಿಸಿದಳು. ಸಮರ್ಥ ಮರು ಮಾತನಾಡದೇ ಫಾರ್ಮ್ ಫಿಲ್ ಅಪ್ ಮಾಡಲು ಹೊರಟ. ಫ□ಾರ್ಮ್ ತುಂಬಿ ಅವಳಿಗೆ ನೀಡಿದ.ಅದನ್ನು ಪರಿಶೀಲಿಸಿ "ಸರಿ ೩ ದಿನ ಬಿಟ್ಟು ಸಿಗತ್ತೆ ಪಾಸ್ ಬುಕ್" ಎಂದು ಅವನ ಮುಖವನ್ನೂ ನೋಡದೇ ಹೇಳಿದಳು. ಇವನು ಏನೂ ಮಾತನಾಡದೇ ಅಲ್ಲಿಂದ ಹೊರಟ.

ಸಂಜೆ ಮೇಷ್ಟ್ರು ಮತ್ತು ಸಮರ್ಥ ಕಾಫಿ ಕುಡಿಯುತ್ತಾ ಹರಟುತ್ತಿದ್ದರು. ಸಿಂಧು ಸಮರ್ಥನ ಬಳಿ ಬಂದು ಅವಳ ಬ್ಯಾಗ್ ಇಂದ ಪಾಸ್ ಬುಕ್ ತೆಗೆದು ,"ಯಾರಿಗೂ ಒಂದ್ ದಿನಕ್ಕೆ ಪಾಸ್ಬುಕ್ ಕೊಡಲ್ಲ. ಹೋಗ್ಲಿ ಪಾಪ ಅಂತ ಅಕೌಂಟ್ ಮಾಡಿ ಕೊಟ್ಟಿದೀನಿ ತಗೋಳಿ" ಎಂದಳು. "ಥ್ಯಾಂಕ್ಸ್ ಆ ಲಾಟ್. ಮನಿ ಟ್ರಾನ್ಸ್ಫರ್ ಮಾಡೋದಿತ್ತು. ನನ್ನ ಸ್ಯಾಲರಿ ಆಕೌಂಟ್ ಇಂದ. ಒಂದ್ ನಿಮಿಷ ಕೋತ್ಕೊಳಿ ಬಂದೆ" ಎನ್ನುತ್ತಾ ಒಳ ಹೋದ. "ಅದೇನು ಇಷ್ಟ್ ಬೇಗ ಪಾಸ್ಬುಕ್

ಮಾಡಿದ್ದು. ನನ್ ಪಾಸ್ಬುಕ್ ಗೆ ಒಂದ್ ವಾರ ಓಡಾಡ್ಸಿದ್ದೆ?" ಎಂದು ಮೇಷ್ಟ್ರು ಕಾಲೆಳೆದರು. "ನೀವ್ ಅನ್ಕೊಂಡಿರೋ ಥರಾ ಏನೂ ಇಲ್ಲ. ಹೊಸ ಕಸ್ಟಮರ್ ನಾ ಕಳ್ಕೋಬಾರ್ದು" ಅಂತ ಅಷ್ಟೇ. "ಓ... ಹಾಗಾ ಸರಿ" ಎಂದು ನಕ್ಕರು. "ಅನುಮಾನ ಪಡೋದನ್ನ ಕಮ್ಮಿ ಮಾಡಿ ಆರೋಗ್ಯಕ್ಕೆ ಒಳ್ಳೇದು" ಎಂದು ಗದರಿದಳು. ಮೇಷ್ಟ್ರು ನಕ್ಕು ಸುಮ್ಮನಾದರು. ಸಮರ್ಥ ಅವಳಿಗೆ ಒಂದು ಲೋಟದಲ್ಲಿ ಬಿಸಿ ಬಿಸಿ ಕಾಫಿ ತಂದು ಕೊಟ್ಟ. ಜೊತೆಗೆ ಒಂದು ಪ್ಲೇಟ್ ಅಲ್ಲಿ ಖಾರ ಬಿಸ್ಕೇಟ್ ತಂದಿಟ್ಟ. "ಅಯ್ಯೋ ಬೇಡ ಮನೇಲ್ ಹಾಲಿದೆ. ಸುಮ್ನೆ ವೇಸ್ಟ್ ಆಗತ್ತೆ" ಎಂದು ಗೊಣಗಿದಳು. "ಕೆಲ್ಸ ಮಾಡಿ ಸುಸ್ತಾಗಿ ಬಂದಿದೀಯಾ ಕುಡಿ. ಹಾಲಿದ್ರೆ ರಾತ್ರಿ ಹೆಪ್ ಹಾಕು" ಎಂದು ಮೇಷ್ಟ್ರು ಉತ್ತರಿಸಿದರು. ಇವಳು ಕಾಫಿ ಹೀರುತ್ತಾ "ಸುಪರ್..ತುಂಬಾ ಚೆನಾಗಿದೆ." ಎಂದಳು. ಕಾಫಿ ಕುಡಿದು ಇವಳು ಕೊಂಚ ತಿಳಿಗೊಂಡಂತೆ ಕಂಡಳು. " ಸಾರಿ ರೀ ಇವತ್ ಸರಿಯಾಗ್ ರೆಸ್ಪಾಂಡ್ ಮಾಡ್ಲಿಲ್ಲ ನಿಮ್ಗೆ. ಎಲ್ಲಾದು ನಾನೇ ಹ್ಯಾಂಡ್ಲ್ ಮಾಡ್ಬೇಕಿತ್ತು. ಏನ್ ಮಾಡೋದು ಏನ್ ಬಿಡೋದು ಅಂತಾನೇ ತಿಳಿತಿರ್ಲಿಲ್ಲ." ಎಂದು ಹೇಳಿದಳು. "ಇಟ್ಸ್ ಓಕೆ ಬಿಡಿ" ಎಂದು ಸಮಾಧಾನ ಹೇಳಿದ.

ಆ ಮಣ್ಣಿನ ಸ್ವಭಾವಕ್ಕನುಗುಣವಾಗಿ ಸಂಪೂರ್ಣ ಎರಡೆಕರೆ ತೋಟಕ್ಕೂ ಬಾಳೆ ತೋಟ ಬೆಳೆಯಲು ನಿರ್ಧರಿಸಿದ.ಸಾಕಷ್ಟು ಕೂಲಿ ಕಾರ್ಮಿಕರಿಂದ ಬಾಳೆ ಗಿಡವನ್ನ ತಂದು ನೆಡೆಸಿದ.ಯಾರೋ ಹೇಳಿದರು ಅಂತ ಒಳ್ಳೆಯ ರಾಸಾಯಿನಿಕ ಗೊಬ್ಬರವನ್ನೂ ಸಿಂಪಡಿಸಿದ.ಮುಂಗಾರಿನ ಪ್ರವೇಶವೂ ಆಗಿದ್ದರಿಂದ, ಎಲ್ಲೆಡೆಯೂ ಹಸಿರು ಕಣ್ಣು ಕೋರೈಸುತಿತ್ತು.ಮಲೆನಾಡಿನ ಮಳೆಯನ್ನ ಮನತುಂಬಿ ಆಸ್ವಾದಿಸುತಿದ್ದ ಸಮರ್ಥ. ಬಿತ್ತನೆ ಕಾರ್ಯಕ್ರಮವೂ ಆರಂಭಗೊಂಡಿತು. ತೋಟದ ಕೆಲಸ ಮಾಡಿ ಅಭ್ಯಾಸವಿರದಿದ್ದರೂ ಅವನಿಗಿದ್ದ ಆಸಕ್ತಿ ಕಮ್ಮಿಯಾಗಲಿಲ್ಲ. ಕೆಲಸಗಾರರ ಜೊತೆ ಇವನೂ ಕೈ ಜೋಡಿಸುತ್ತಿದ್ದ. ಮೇಷ್ಟ್ರು ತಮಗೆ ತೋಚಿದ್ದನ್ನ ಹೇಳುತ್ತಿದ್ದರು. ಆದರೆ ಸದಾ ಸಮರ್ಥನ ಜೊತೆಗೆ ಇರುತ್ತಿದ್ದರಿಂದ ಅವನಿಗೂ ತಾನು ಒಂಟಿ ಎಂದು ಭಾಸವಾಗಲಿಲ್ಲ.ಈ ಎಲ್ಲಾ ಹೊಸ ಅನುಭವಗಳನ್ನ ಸಮರ್ಥ ತುಂಬ ಪ್ರೀತಿಯಿಂದ ಆಸ್ವಾದಿಸುತ್ತಿದ್ದ. ಅವನ ದಿನಚರಿಯಲ್ಲಿ ಪ್ರಣೀತಾ ಕಣ್ಮರೆಯಾಗಿದ್ದಳು.ತುಂಬಾ ಆಸ್ಥೆಯಿಂದ ಬಿತ್ತಿದ್ದ ಬಾಳೆ ಸಸಿಗಳನ್ನ ಅಷ್ಟೇ ಪ್ರೀತಿಯಿಂದ ಪೋಷಿಸತೊಡಗಿದ.

"ಅದೇನ್ ತರಕಾರಿ ಅಂತ ತರ್ತೀಯೋ ಏನೋ.. ಬಲ್ತು ಕೊಟರಾಗಿರತ್ತೆ. ಬೇರೆ ವಿಧಿ ಇಲ್ಲ ನೀನ್ ತರೋದನ್ನೇ ಬೇಯ್ಸ್ಕೊಂಡ್ ತಿನ್ಬೇಕು."

ಬೆಳಿಗ್ಗೆ ಒಕ್ಕೆ ಸಿಂಧು ಮನೆ ಮುಂದೆ ಬಂದಿದ್ದ ತರಕಾರಿಯವನ ಹತ್ತಿರ ತಗಾದೆ ತೆಗೆದಿದ್ದಳು.ಅವನೂ ಏನೂ ಮಾತನಡದೇ ಇವಳಿಗೆ ತರಕಾರಿ ಕೊಟ್ಟು ಮುಂದೆ ನಡೆದ. ಇವಳು ತರಕಾರಿ ತೆಗೆದುಕೊಂಡು ಮನೆಯ ದಾರಿ ಹಿಡಿಯುತ್ತಿದ್ದಳು. ಸಮರ್ಥ ಎದುರಾದ. "ಅಯ್ಯೋ ತರಕಾರಿಯವನ ಬೈದು ಓಡ್ಸಿದ್ರಾ?" ಎಂದು ಪೇಚಾಡಿದ. "ಅವನ್ ತರೋ ತರಕಾರಿಗೆ ದುಡ್ ಕೊಡೋದೆ ಹೆಚ್ಚು ಬೈದೆ ಬಿಡ್ತಾರೆ." ಎಂದಳು. "ಥೋ ನಂಗ್ ಇವಾಗ ತರಕಾರಿ ಬೇಕಲ್ಲ. ಇನ್ನು ಒಂದ್ ವಾರ ಅವನು ಈ ಕಡೆ ಬರಲ್ಲ. ತರಕಾರಿ ಬೇಕಂದ್ರೆ ಊರಿಗೆ ಹೋಗ್ಬೇಕು." ಎಂದ. "ಅಯ್ಯಾ ಕಾರ್ ಇಲ್ವ ಹೋಗ್ ತಗೊಂಡ್ ಬನ್ನಿ." ಎಂದು ಹೇಳಿ ಹೊರಟಳು. "ನೀವ್ ಏನ್ ತಗೊಂಡ್ರಿ?" ಎಂದು ಕೇಳಿದ. ಕೈಯಲ್ಲಿದ್ದ ತರಕಾರಿ ಬುಟ್ಟಿಯನ್ನ ಅವನ್ ಮುಖಕ್ಕೆ ಹಿಡಿದಳು. ಅವನು ಅದರಿಂದ ೪ ಟೊಮೋಟೋ, ಒಂದೆರಡು ಈರುಳ್ಳಿ ಒಂದು ಕಟ್ಟು ಕೊತ್ತಂಬರಿ ಸೊಪ್ಪು ತಗೊಂಡು ,"ಲೆಕ್ಕಕ್ ಬರ್ಕೊಳಿ ಊರ್ ಕಡೆ ಹೋದಾಗ ತಂದ್ ಕೊಡ್ತಿನಿ" ಎಂದ. "ರೀ ಏನ್ ಹೇಳ್ದೆ ಕೇಳ್ದೆ ತಗೊಂಡ್ರೆ ನಾನ್ ಏನ್ ಮಾಡ್ಲಿ?" ಗದರಿದಳು." ಇನ್ನು ಹತ್ತು ಟೊಮೊಟೊ ಆರು ಈರುಳ್ಳಿ ಸೊಪ್ಪು ಎಲ್ಲಾ ಬುಟ್ಟಿಲೇ ಇದೆ. ಅದ್ರಲ್ಲಿ ಏನಾದ್ರು ಮಾಡಿ. ಪ್ಲೀಸ್ ರೀ" ಎಂದು ಓಡಿ ಹೋದ. ಸುಮಾರು ಒಂದೂವರೆ ಗಂಟೆಯ ನಂತರ, ಸಿಂಧು ಮನೆಯಿಂದ ಅಡಿಗೆ ಸೀದಿರುವ ವಾಸನೆ ಬರುತ್ತಿತ್ತು. ಸಮರ್ಥ ಮೇಷ್ಟ್ರು ಮನೆಗೆ ಹೋದವನು ಆ ವಾಸನೆಯನ್ನ ಕಂಡು ಹಿಡಿದು ಅವನು ಮಾಡಿಕೊಂಡಿದ್ದ ಟೋಮೋಟೋ ಬಾತ್ ಅಲ್ಲಿ ಇವಳಿಗೂ ಒಂದಷ್ಟು ಕೊಟ್ಟು ಬರಲು ಅವಳ ಮನೆಗೆ ಹೊರಟ.ಮನೆಯ ಬಾಗಿಲು ತೆರೆದಿತ್ತು. ತಲೆ ಮೇಲೆ ಕೈ ಹೊತ್ತು ಕುಳಿತಿದ್ದಳು ಸಿಂಧು. ಅದನ್ನ ನೋಡಿ ಒಮ್ಮೆ ನಕ್ಕು,"ಏನಾಯ್ತು? ಉಪ್ಪಿಟ್ ಮಾಡಕ್ ಹೊರ್ಟಿದ್ರಾ?"ಎಂದು ಕೇಳಿದ. ಸಿಂಧು ಪ್ರತಿಕ್ರಿಯಿಸಲಿಲ್ಲ. "ಸರಿ ತಗೋಳಿ, ಟೋಮೋಟ ಬಾತ್ ಮಾಡಿದ್ದೆ. ತಿಂದು ಹೊರ್ಡಿ. ಆಫೀಸ್ ಗೆ ಟೈಮ್ ಆಯ್ತು." ಎಂದು ಹೊರಡಲು ಮುಂದಾದ. "ನೀವ್ಯಾರ್ರೀ ನಂಗೆ ಟಿಫಿನ್ ತಂದ್ ಕೊಡಕ್ಕೇ?" ಜೋರಾಗಿ ಒಮ್ಮೆ ಕೂಗಿದಳು. "ನಾನೇನ್ ಕೇಳಿದ್ನಾ? ಹಸಿವಿನಿಂದ ಸಾಯ್ತಾ ಇದೀನಿ ಅಂತ" "ಅಲ್ರೀ ಸೀದೋಗಿರೋದನ್ನ ತಿನ್ನೋ ಬದ್ಲು ಇದನ್ನ ತಿನ್ಬೋದಲ್ಲ" ಉತ್ತರಿಸಿದ. "ಪ್ಲೀಸ್ ಈ ಥರಾ ಎಲ್ಲಾ ಹೆಲ್ಪ್ ಮಾಡಿ ಅಡ್ವಾಂಟೇಜ್ ತಗೋಳೋ ಪ್ರಯತ್ನ ಮಾಡ್ಬೇಡಿ. ನಂಗ್ ಇಷ್ಟ ಆಗಲ್ಲ." ಎಂದಳು. ಈ ಮಾತಿನಿಂದ ಸಮರ್ಥನಿಗೂ ಸಿಟ್ಟು ಬಂತು."ಹಲೋ ಮೇಡಮ್ ಅಕ್ಕ ಪಕ್ಕ ಇರ್ತೀವಿ. ಒಬ್ರು ಸಹಾಯಕ್ಕೆ ಇನ್ನೊಬ್ರು ಆಗ್ಬೇಕು ಅನ್ನೋದಷ್ಟೆ ನನ್ ಉದ್ದೇಶ.

It is just a matter of concern. ಬೇಡ ಅಂದ್ರೆ ಬೀದಿ ನಾಯಿಗೆ ಹಾಕಿ" ಎಂದು ಹೊರನಡೆದ.ಈ ಘಟನೆಯಾದ ಬಳಿಕ ಅವರಿಬ್ಬರಿಗೂ ಮಾತು ನಿಂತಿತ್ತು.ಸಿಂಧುಗೆ ತನ್ನ ನಡವಳಿಕೆಯ ಬಗ್ಗೆ ಬೇಸರ ತಂದರೂ ಒಂದು ರೀತಿ ಒಳ್ಳೆಯದಾಯಿತೆಂದು ಸುಮ್ಮನಾದಳು.

ಬಾಳೆ ತೋಟಕ್ಕೆ ಮಾಡಿದ್ದ ಖರ್ಚೆಲ್ಲಾ ಸೇರಿ ಅವನ ಕೈಯಿಂದ ಆಗಲೇ ೨ ಲಕ್ಷ ಕೈ ಬಿಟ್ಟಿತ್ತು.ಆರು ತಿಂಗಳಲ್ಲಿ ಜಮೀನು ಸಂಪೂರ್ಣವಾಗಿ ಹಸಿರು ಹೊದ್ದು ಮಲಗಿತ್ತು. ಬಾಳೆಕಾಯಿಗಳು ಸಣ್ಣದಾಗಿ ಚಿಗುರ ತೊಡಗಿದವು.ಏನೋ ಸಾಧಿಸಿದ ಸಂತಸ ಸಮರ್ಥನ ಮನದಲ್ಲಿ.ಜಮೀನಿನ ಫೋಟೋ ಹೊಡೆದು ಅವಿನಾಶನ ವಾಟ್ಸಾಪ್ ಗೆ ಕಳುಹಿಸಿದ. ಕೆಳಗೆ ನಿಮ್ಮಪ್ಪಂಗೆ ತೋರ್ಸು" ಎಂದು ಬರೆದಿದ್ದ.ಇನ್ನಾರು ತಿಂಗಳಲ್ಲಿ ಕಾಯಿಯ ಗಾತ್ರ ದೊಡ್ಡದಾಗಿ ಒಳ್ಳೆಯ ಫಲದ ನಿರೀಕ್ಷೆಯಲ್ಲಿದ್ದ. ಆದರೆ ಆದದ್ದೇ ಬೇರೆ.ಕಾಯಿಯ ಗಾತ್ರ ವೃದ್ಧಿಯಾಗದೇ ಹಾಗೆಯೇ ಇತ್ತು. ಗಿಡಗಳೂ ಗೊನೆಯ ಭಾರವನ್ನ ತಡಿಯಲಾರದೆ ಗಾಳಿಯ ರಭಸಕ್ಕೆ ಬೆಂಡಾಗಿದ್ದವು.ಕಟಾವಿಗೆ ಬಂದಾಗಲೂ ಅದರ ಗಾತ್ರ ವೃದ್ಧಿಯಾಗದೇ ಅದನ್ನೇ ಮಾರುಕಟ್ಟೆಗೆ ಸಾಗಿಸಿದ್ದ. ಇರುವ ಮೌಲ್ಯಕ್ಕಿಂತ ಅರ್ಧಕ್ಕೆ ಮಾರಿ ಕೈ ತೊಳೆದುಕೊಂಡ. ಹಾಕಿದ್ದ ಬಂಡವಾಳಕ್ಕೂ ಮೋಸವಾಗಿ ತಾನು ಕಂಪನಿಯಲ್ಲಿ ಕಷ್ಟಪಟ್ಟು ದುಡಿದು ಉಳಿಸಿದ್ದ ಉಳಿತಾಯವನ್ನೂ ಸಂಪೂರ್ಣವಾಗಿ ಖಾಲಿ ಮಾಡಿದ್ದ. ಎಲ್ಲವನ್ನೂ ಸಾಧಿಸುತ್ತೇನೆಂದವನಿಗೆ ಏನೂ ದಕ್ಕಿರಲಿಲ್ಲ. ಔಟ್ ಹೌಸ್ ಬಿಟ್ಟು ಆಚೆ ಬರುವುದನ್ನೂ ಕಮ್ಮಿ ಮಾಡಿದ್ದ.ನಿಧಾನವಾಗಿ ಇಡೀ ಹಳ್ಳಿಗೆ ಇವನ ತೋಟದ ವಿಷಯವೂ ಹಬ್ಬಿತು."ಪ್ಯಾಟೆ ಹುಡುಗ್ರು ತಣ್ಣಗೆ ಎ.ಸಿ ಲಿ ಕೂತು ಕೆಲ್ಸ ಮಾಡ್ರೋ ಅಂದ್ರೆ ಇಲ್ಲಿಗ್ ಬಂದ್ ಮಣ್ಣ್ ಹೊತ್ತೀವಿ ಅಂತವೆ. ನಮ್ ಹುಡುಗ್ರಿಗೆ ಹೇಳಿದಿನಿ ಹಳ್ಳಿ ಕಡೆ ಬಂದ್ರೆ ಕಾಲ್ ಮುರಿತೀನಿ ಅಂತ.ಆ ರಂಗಣ್ಣನ ಮಗ ನೋಡು ಬೇಡ ಬೇಡ ಅಂದ್ರು ಏನೋ ಮಾಡಕ್ ಹೋದ. ಕಡೀಗೆ ಅಲ್ಲೂ ಇಲ್ಲ ಇಲ್ಲೂ ಇಲ್ಲ ಅನ್ನಂಗ್ ಆಯ್ತು." ಅಂದು ಅಲ್ಲಿನ ಜನ ಮಾತನಾಡುತ್ತಿದ್ದರು. ಹರಟೆಗೆ ಅವನ ವಿಷಯ ಗ್ರಾಸವಾಗಿತ್ತು. "ಮೇಷ್ಟ್ರೆ ನಿಮ್ ಶಿಷ್ಯ ಎಂಗಿದಾನೆ. ಆರಾಮ" ಎಂದು ಮೇಷ್ಟ್ರನ್ನೂ ಹಿಯ್ಯಾಳಿಸುತ್ತಿದ್ದರು. "ಅಲ್ಲೋ ಆ ತೋಟದ್ ಬೇಲಿ ಗೇಟ್ನ ಹಾಗೆ ಬಿಟ್ಟು ಬಂದಿದ್ಯಲ್ಲಾ. ದನಾ ನುಗ್ಗಲ್ವ? ಏನ್ ಹುಡುಗ್ರೋ ಏನೋ?" ಎಂದು ಗೊಣಗುತ್ತಾ ಸಮರ್ಥನಿದ್ದ ಔಟ್ ಹೌಸ್ ಗೆ ಬಂದರು.ಮಲಗಿದ್ದ ಸಮರ್ಥ ಅವರ ಮಾತನ್ನ ಲೆಕ್ಕಿಸದೇ ರಗ್ಗನ್ನ ಸಂಪೂರ್ಣವಾಗಿ ತಲೆಯ ತನಕ ಮುಚ್ಚೆ ಮಗ್ಗುಲು ಬದಲಿಸಿ ಮಲಗಿದ.

"ತೋಟದ್ ಕೆಲ್ಸ ಹೋಗಲ್ವೇನೋ..?" ಎಂದು ಮರುಪ್ರಶ್ನಿಸಿದರು."ಅಯ್ಯಾ ನಿದ್ದೆ ಮಾಡಕ್ಕೂ ಬಿಡಲ್ಲ ಅಂತಿರಲ್ರೀ.. ಇನ್ನೆಲ್ಲಿ ತೋಟ? ಹೋಯ್ತು ಎಲ್ಲಾ. ಬಂದಿದ್ ಬೆಳೆ ಅರ್ಧ ರೇಟಿಗೂ ಹೊಗ್ಲಿಲ್ಲ. ಆ ಕೆಲ್ಸ ಮಾಡೋರು ಸರಿಯಾಗಿ ಮಾಡ್ಲಿಲ್ಲ. ಪೇಟೆ ಹುಡ್ಗ ಏನೂ ಗೊತ್ತಾಗಲ್ಲ ಅನ್ಕೊಂಡು ಹೆಂಗೆಂಗೋ ಬಿತ್ತಿ ಹೋದ್ರು . ಅದು ಹೇಗೇಗೊ ಬೆಳೀತು. ನನ್ ಕೈಯಲ್ಲಿ ಆಗಲ್ಲ ಹೊರ್ಟೆ ವಾಪಸ್ಸು ಬೆಂಗ್ಳೂರಿಗೆ. ಅಪ್ಪನೇ ಕರೆಕ್ಟ್ ಅವ್ನಿಗೆ ಗೊತ್ತಾಯಿತು ಈ ಮಣ್ ಹೊರೋ ಕೆಲ್ಸ ನಮ್ದಲ್ಲ ಅಂತ. ಅವನ್ ಮಗ ನಂಗೆ ನನ್ ದುಡ್ಡೆಲ್ಲ ಕಳುದ್ ಮೇಲೆ ಗೊತ್ತಾಯ್ತು." ಎಂದು ರೇಗಿದ."ಸರಿ, ಸಿಟ್ಟಲ್ ಇದೀಯಾ ಇವಾಗ ಏನಾದ್ರು ಬುದ್ಧಿವಾದ ಹೇಳುದ್ರೆ ಕೋಪ ಜಾಸ್ತಿ ಬರುತ್ತೆ. ಬೇಗ ರೆಡಿ ಆಗು. ನಿಮ್ ಚಿಕ್ಕಮ್ಮ ಸಾವಿತ್ರಮ್ಮ ಬರ್ತಿದಾರೆ. ನಿನ್ನ ನೋಡಕ್ಕೆ ಅಂತ. ಅವಿನಾಶಂಗೆ ಶಾಮಣ್ಣಂಗೆ ಗೊತ್ತಿಲ್ಲ. ಶೃಂಗೇರಿಗೆ ಫ್ರೆಂಡ್ಸ್ ಜೊತೆ ಹೋಗಿ ಬರ್ತೀನಿ ಅಂತ ಬರ್ತಿದಾರೆ. ಹೊರಗಡೆ ಏನೂ ತಿನ್ನಲ್ಲ ಆಯಮ್ಮಾ. ಏನಾದ್ರು ತಿಂಡಿ ಮಾಡದಿದ್ರೆ ಮಾಡು. ಇಲ್ಲ ನಾನೇ ಮಾಡ್ಲ?" ಎಂದು ಕೇಳಿದರು. "ಬೇಡ.." ಎಂದು ಹೇಳಿ ಎದ್ದ.

"ನಿಮ್ ಅಮ್ಮಂಗೆ ಸರಿಯಾಗ್ ಅಡಿಗೆ ಮಾಡಕ್ಕೆ ಬರ್ತಿರ್ಲಿಲ್ಲ. ನಿಮ್ ಅಪ್ನೇ ಮಾಡ್ತಿದಿದ್ದು. ಆದ್ರೆ ಹೊರಗ್ ಮಾತ್ರ ಅನ್ಸೂಯನೇ ಮಾಡಿದ್ದು ಅನ್ನೋರು.ನಾನೇ ಎಷ್ಟೊಂದ್ ಅಡಿಗೆ ಭಾವನಿಂದ ಕಲ್ತಿದ್ದು.ನೀನ್ ಮಾಡಿದ್ದು ಉಪ್ಪಿಟ್ಟು ಅದೇ ರುಚಿ ಇದೆ ನೋಡು."ಎಂದು ಸಮರ್ಥ ಮಾಡಿದ್ದ ಉಪ್ಪಿಟ್ಟಿನ ರುಚಿಯ ಬಗ್ಗೆ ಹೇಳಿದರು." ಅದೇನು ಒಂದ್ ವರ್ಷ ಆದ್ಮೇಲೆ ಈ ಮಗ ನೆನಪಿಗೆ ಬಂದ್ನಾ?" ವ್ಯಂಗ್ಯವಾಡಿದ. " ಬರ್ಬೇಕು ಅಂತಾನೆ ಇದ್ದೆ. ನಿನ್ ಚಿಕ್ಕಪ್ಪ ಬಿಡ್ಲಿಲ್ಲ. ಅವ್ರಿಗೆ ಸಿಟ್ಟು. ಅವ್ರ ಮಾತು ನೀನು ಕೇಳ್ಲಿಲ್ಲ ಅಂತ. ಈಗ್ಲೂ ಹೇಳಿಲ್ಲ ನಾನು. ಹಾಗೆ ಬಂದಿದ್ದು.ನೀನ್ ತೋಟದ್ ಫೋಟೋ ಕಳ್ಸಿದ್ಯಲಾ ಅವಿನಾಶನ ಮೊಬೈಲ್ ಗೆ. ಖುಷಿ ಆಯ್ತು ನೋಡಿ. ಇವ್ರ್ ಕಾಲಕ್ಕೆ ಇದೆಲ್ಲಾ ಮುಗೀತು ಅನ್ಕೊಂಡೆ. ನಮ್ ವಂಶಕ್ಕೆ ನೀನಾದ್ರು ಗಮನ ಕೊಟ್ಯಲ್ಲ ಈ ಜಮೀನು ತೋಟದ್ ಬಗ್ಗೆ" ಎಂದರು. "ವಾಪಸ್ ಬರ್ತಿದಿನಿ. ಇನ್ನು ಇಲ್ಲೇ ಇದ್ರೆ ಊರೆಲ್ಲಾ ಸಾಲ ಮಾಡ್ಕೊಂಡ್ ತಿರ್ಗೋ ಪರಿಸ್ಥಿತಿ ಬರತ್ತೆ. ಬೆಳೆ ಕೈ ಕೊಡ್ತು. ಪೂರ್ತಿ ಲಾಸ್." ಎಂದ. "ಮೇಷ್ಟ್ರು ಹೇಳುದ್ರು.ಆದ್ರೆ ಮತ್ತೆ ವಾಪಸ್ ಬಂದ್ರೆ ಆ ಜೀವನ ಸರಿ ಹೋಗ್ಲಿಲ್ಲ ಅಂತ ಮತ್ತೆ ಇಲ್ಲಿಗೆ ಬರ್ತೀಯಾ? ಅಲ್ಲಿಂದ ಇಲ್ಲಿಗೆ. ಇಲ್ಲಿಂದ ಅಲ್ಲಿಗೆ ಜೀವನ ಪೂರ್ತಿ ಓಡಾಡ್ತ ಇರ್ತೀಯಾ?" "ಅಲ್ಲಿ ಹೇಗೋ ಅಗತ್ತೆ.." ಎಂದ. "ಮತ್ತೆ ಇಲ್ಲಿಗ್ಯಾಕೆ ಬಂದೆ."ಅವರ ಪ್ರಶ್ನೆಗೆ ಸಮರ್ಥನಿಗೆ ಉತ್ತರವಿರಲಿಲ್ಲ. ಮಣ್ಣು

ಸೆಳೀತು ಅಲ್ವಾ. ಬಾಲ್ಯದಲ್ಲಿ ಆಡಿದ್ ಅಂಗಳ, ಈ ಮಳೆ ಈ ಗಾಳಿ, ಕಾಡು ನೀರು ಸೆಳೀತು ಅಲ್ವಾ?ನಿಂಗೆ ಗೊತ್ತಿಲ್ಲ ನೀನ್ ಎಷ್ಟ್ ಗೆಲುವಾಗಿದೀಯಾ ಇವಾಗ ಅಂತ. ಒಂದ್ ಐದ್ ಕೆ.ಜಿ ಅಂತೂ ದಪ್ಪ ಆಗಿದೀಯ ಅನ್ಸತ್ತೆ. ಚೆನಾಗ್ ನಿದ್ದೆ ಬರತ್ತಾ ರಾತ್ರಿ." ಅವನ ತಲೆ ಸವರುತ್ತಾ ಕೇಳಿದರು. "ನಿದ್ದೆನಾ, ಕಣ್ ಮುಚಿದ್ರೆ ಎದ್ದೇಳದೇ ಬೆಳಿಗ್ಗೆ. ಅದು ಮೇಷ್ಟ್ರು ಎಬ್ಸಿದ್ರೆ." ಎಂದು ನಕ್ಕ. "ಅಲ್ಲಿದ್ದಾಗ?.." ಅವನಿಗೆ ಆದ ಬದಲಾವಣೆ ಗೊತ್ತಾಗುತ್ತಾ ಹೋಯ್ತು. ಹೌದಲ್ವಾ ಆ ನರಕಕ್ಕಿಂತ ಇಲ್ಲಿ ಎಷ್ಟೋ ಆರಾಮಿದೀನಿ. ಅಲ್ಲಿ, ಎಲ್ಲಿ ನೋಡಿದ್ರು ಜನ. ಆದ್ರೂ ನಾನು ಒಬ್ಬಂಟಿ. ಇಲ್ಲಿ ಜೊತೆಗೆ ಮೇಷ್ಟ್ರಾದ್ರು ಇದಾರೆ. ಮತ್ತೆ ಆ ಟ್ರಾಫಿಕ್, ಧೂಳು ಅಪ್ಪೈಸಲ್ ಮೀಟ್ ಕೃತಕ ನಗು ಮುಖಗಳನ್ನ ನೋಡೋ ಬದ್ಲು ಇಲ್ಲೇ ಇರೋದೆ ವಾಸಿ ಅನ್ನಿಸಿತು. "ಒಂದೇ ಸಲಿ ಅನ್ಕಂಡಿದ್ ಆಗ್ಬಿಡ್ಬೇಕು ಅಂದ್ರೆ ದೇವ್ರ್ಯಾಕೆ? ಸ್ವಲ್ಪ ಸಮಾಧಾನದಿಂದ ಕೂತು ಯೋಚ್ನೆ ಮಾಡು. ಇಲ್ಲಿರೋ ಸುಖ ಅಲ್ಲಂತೂ ಇಲ್ಲ. ನಾವಿಬ್ರು ಅನುಭವಿಸ್ತಾ ಇದೀವಿ ಅಲ್ಲಿ. ಅವಿನೋ ಮಾತಿಗೇ ಸಿಗಲ್ಲ. ಶನಿವಾರ ಬಂದ್ರೆ ಮಲಗ್ದೋನು ಎದ್ದೇಳಲ್ಲ. ಏನೋ ಸಂಘ ಅದು ಇದು ಅಂತ ಸೇರಿದೀನಿ. ಅಲ್ಲೆಲ್ರು ಬರೀ ಟಸ್ಸುಪುಸ್ಸು ಅಂತಾರೆ. ಕನ್ನಡದಲ್ಲಿ ಮಾತಾಡುದ್ರೆ ನಮ್ಮನ್ನ ಬೇರೆ ರೀತಿನೇ ನೋಡ್ತಾರೆ.ಎಲ್ ನೋಡುದ್ರು ಮನೆಗಳೇ.. ಬೆಳಿಗ್ಗೆ ಹೊತ್ತು ಲೈಟ್ ಹಾಕೊಂಡ್ ಕೂರೋ ಪರಿಸ್ಥಿತಿ. ಬೆಳಕೇ ಬರೋಲ್ಲ.ಎಲ್ಲಾ ಕಡೆನೂ ಮನೆಗಳೇ ಇದ್ರೆ ಬೆಳಕು ಎಲ್ಲಿಂದ ಬರ್ಬೇಕು? ಆ ಟ್ರಾಫಿಕ್ ನೋಡುದ್ರೆ ತಲೆ ತಿರ್ಗುತ್ತೆ. ಒಬ್ರಿಗೂ ಟೈಮ್ ಇರೋಲ್ಲ. ಇಲ್ಲಿಗೆ ಬರೋಣ ಅಂದ್ರೆ ಅವ್ರು ಮಾತು ಕೇಳಲ್ಲ. ಅವ್ರಿಗೆ ಇಷ್ಟ ಆಗಿದೆ ಊರು" ಎಂದು ಬೇಸರ ವ್ಯಕ್ತಪಡಿಸಿದರು.ಬೆಳೆ ಹಾಳಾಗಿದ್ದಕ್ಕೆ ಸೂಕ್ತ ಪರಿಹಾರ ಕಂಡುಕೊಳ್ಳಲು ನಿರ್ಧರಿಸಿ ವಾಪಾಸ್ಸು ಹೋಗುವ ವಿಚಾರವನ್ನ ಕೈಬಿಟ್ಟ.ಅವನ ಚಿಕ್ಕಮ್ಮ ಸಮರ್ಥನಲ್ಲಿ ಒಂದಷ್ಟು ಸ್ಪೂರ್ತಿ ತುಂಬುವ ಕೆಲಸ ಮಾಡಿದ್ದರು.

"ಚಿಕ್ಕಮ್ಮನ ಮಾತಿಗೆ ಏನ್ ಬೆಲೆ ಇದೆ ಅಲ್ವಾ? ವಾಪಸ್ಸ್ ಹೊರ್ಟವ್ನು ಮತ್ತೆ ತೋಟದ್ ಕಡೆ ಬಂದಿದೀಯಾ?" ಆ ತೋಟದಲ್ಲಿ ಸುಮ್ಮನೆ ಕುಳಿತಿದ್ದ ಮೇಷ್ಟ್ರು ಸಮರ್ಥನನ್ನ ಕೇಳಿದರು. ಅವರ ಮಾತಿಗೆ ನಕ್ಕು "ಸರಿ, ಇವಾಗ ಮುಂದೆ ಏನ್ ಮಾಡೋಣ ಹೇಳಿ ನನ್ ಕೈಯಲ್ಲಂತು ಒಂದ್ ರುಪಾಯಿ ಇಲ್ಲ.ಇದ್ದಿದ್ ಎರಡ್ ಲಕ್ಷನೂ ತೋಟಕ್ ಹಾಕಿದ್ದಾಯ್ತು. ಬ್ಯಾಂಕ್ ಅಲ್ಲಿ ಸಾಲ ಸಿಗುತ್ತಾ?" "ಅಲ್ಲೋ, ಕಂಪನಿಲಿ ಲಕ್ಷ ಲಕ್ಷ ಸಂಬಳ ಎಣುಸ್ತಿದ್ಯಲ್ಲ. ೨ ಲಕ್ಷ ಅಷ್ಟೇನಾ ಸೇವಿಂಗ್ಸ್ ಅಂತ ಮಾಡಿದ್ದು?" ಕುತೂಹಲದಿಂದ ಕೇಳಿದರು ಮೇಷ್ಟ್ರು.

“ಇಲ್ಲಿಗೆ ಬರ್ತಾ ಬೆಂಗಳೂರ್ ಮನೆದು ಹತ್ತು ಲಕ್ಷ ಸಾಲ ಇತ್ತು. ಅದನ್ನ ಪೂರ್ತಿ ಕ್ಲಿಯರ್ ಮಾಡಿ ಬಂದೆ.ಇವಾಗ ಕೈಯಲ್ ಏನೂ ಇಲ್ಲ. ಹೇಳಿ ಬ್ಯಾಂಕ್ ಅಲ್ಲಿ ಸಾಲ ಸಿಗುತ್ತಾ? “ಸಿಕ್ರು, ನೀನ್ ಇದೇ ಥರಾ ಮತ್ತೆ ವ್ಯವಸಾಯ ಮಾಡುದ್ರೆ ಇವಾಗ ಆಗಿರೋ ಥರಾನೇ ಆಗತ್ತೆ.” ಎಂದರು. “ಅಂದ್ರೆ?..” “ಊರಲ್ಲಿ ವಿಚಾರಸ್ದೆ. ಎಲ್ರೂ ಆಡ್ಕೊಂಡ್ ನಗಾಡ್ತಿದ್ರು ನಮ್ಮಿಬ್ರನ್ನ. ಅದ್ರಲ್ಲಿ ಒಬ್ಬನಿಂದ ಗೊತ್ತಾಯ್ತು. ಈ ಜಮೀನಲ್ಲಿ ಫಲವತ್ತತೆ ಅನ್ನೋದೆ ಇಲ್ಲ ಅಂತ.ನಿನ್ ಚಿಕ್ಕಪ್ಪ ಎರಡು ವರ್ಷದ್ ಹಿಂದೆ ಈ ಜಮೀನ್ ನ ನೀಲಗಿರಿ ಬೆಳಿಯಕ್ಕೆ ಗುತ್ತಿಗೆ ಕೊಟ್ಟಿದ್ದ” “ಆ ವಿಷಯ ಗೊತ್ತು ಬಿಡಿ. ಅದ್ರಲ್ಲಿ ಬಂದಿದ್ ದುಡ್ಡೆಲ್ಲಾ ನನ್ ಅಕೌಂಟ್ ಗೆ ಟ್ರಾನ್ಸ್ಫರ್ ಮಾಡಿದ್ದ ಶಾಮು ಚಿಕ್ಕಪ್ಪ.” ಎಂದ. “ಗೊತ್ತಾ.. ಗೊತ್ತಿದ್ರು ಬಾಳೆ ತೋಟ ಬೆಳುದ್ಯಾ?? ಸರಿ ಹೋಯ್ತು.” ಎಂದು ನಕ್ಕರು. “ಯಾಕೆ?” ಎಂದ ಕುತೂಹಲದಿಂದ. “ಅಲ್ಲಯ್ಯಾ, ಪೂರ್ತಿ ಎರಡೆಕರೆ ನೀಲ್ಗಿರಿ ಬೆಳೆದ್ರೆ ಅದು ಮಣ್ಣಲ್ಲಿರೋ ಸತ್ವನೆಲ್ಲಾ ಹೀರ್ಕೊಳಲ್ವಾ? ನೀನ್ ಯಾವ್ ಬೇಳೆ ಬೆಳುದ್ರೂ ಯಾವ್ ಗೊಬ್ರ ಹಾಕುದ್ರೂ ಅದು ಈ ಥರಾನೇ ಫಲ ಕೊಡೋದು” ಎಂದು ಸುಮ್ಮನಾದರು. “ಇದನ್ನ ಮುಂಚೆ ಹೇಳೋದಲ್ವಾ ನೀವು. ಎಲ್ಲಾ ಕಳ್ಕೊಂಡ್ ಮೇಲೆ ಹೇಳುದ್ರೆ?” ಎಂದು ತಲೆ ಮೇಲೆ ಕೈ ಹೊತ್ತು ಕುಳಿತ.“ನಂಗೇನೋ ಗೊತ್ತಿತ್ತು ಎರಡು ವರ್ಷದ ಹಿಂದಿನ ವಿಚಾರ. ನಾನ್ ಈ ಊರಿಗೆ ಕಾಲ್ ಇಟ್ಟಿದ್ದೆ ಹೋದ್ ವರ್ಷ ಅಲ್ವಾ”ಎಂದು ಮೇಷ್ಟ್ರು ಉತ್ತರಿಸಿದರು.ಅವರೇ ಮಾತು ಮುಂದುವರೆಸಿದರು. “ಈಗಿನ್ ಕಾಲದ್ ಹುಡ್ಗ ನೀನು. ಇಂಟರ್ನೆಟ್ಟು ಆ ನೆಟ್ಟು ಅಂತ ಎಲ್ಲಾ ತಿಳ್ಕೊಂಡಿರ್ತೀಯಾ ಅನ್ಕೊಂಡೆ” ಎಂದರು. “ಎಲ್ಲಾ ಇಂಟರ್ನೆಟ್ ಅಲ್ಲಿ ಸಿಗೋದಾಗಿದ್ರೆ ಊಟ ತಿಂಡೀನೂ ಅದ್ರಲ್ಲೇ ಆಗಿರೋದು. ಇವಾಗ ಆ ವಿಚಾರ ಬಿಡಿ ಮುಂದೆ ಏನ್ ಮಾಡೋದು ಅದನ್ನ ಹೇಳಿ.”ಎಂದ.ಸದಾಶಿವ ಮೇಷ್ಟ್ರು ಒಂದು ಹಿಡಿ ಮಣ್ಣನ್ನ ಹಿಡಿದು ಈಗಾಗ್ಲೇ ಭೂಮಿಗೆ ಸಾಕಷ್ಟು ವಿಷ ಹಾಕಿದೀಯ. ಮತ್ತೆ ಆ ಕೆಲ್ಸ ಮಾಡ್ಬೇಡ.” ಎಂದು ಹೇಳಿ ಅವನತ್ತ ತಿರುಗಿದರು.“ಅಂದ್ರೆ?”ಕುತೂಹಲದಿಂದ ಕೇಳಿದ ಸಮರ್ಥ. “ರಸಾಯಿನಿಕ ಗೊಬ್ಬರ ಹಾಕ್ದೆಲೆ ಬರೀ ಜೈವಿಕ ಗೊಬ್ಬರ ಹಾಕಿ ಕೃಷಿ ಮಾಡೋದು.ಬೆಳೆ ಬೆಳಿಯೋದು.ಪೂರ್ತಿ ತೋಟಾನ ಖಾಲಿ ಮಾಡ್ಸಿ ಎಲ್ಲಾನೂ ಮೊದ್ಲಿಂದ ಪ್ರಾರಂಭ ಮಾಡ್ಬೇಕು. ಒಂದ್ ಅರ್ಧ ಅಡಿ ಮಣ್ಣನ್ನ ತೆಗ್ಸು. ಹೊಸ ಕೆಮ್ಮಣ್ಣು ತರ್ಸು. ರಾಸಾಯಿನಿಕ ಗೊಬ್ಬರ ಹಾಕಿ ಭೂತಾಯಿಗೆ ವಿಷ ಹಾಕಿದೀಯ. ಜೈವಿಕ ಗೊಬ್ಬರ ಹಾಕ್ಬೇಕು. ಸಗಣಿ ಗೊಬ್ಬರ. ಎರೆ ಹುಳ ಗೊಬ್ಬರ ಎಲ್ಲಾ ಹಾಕು ಏನ್

ಬೆಳುದ್ರು ಈ ವಾತಾವರಣಕ್ಕೆ ಒಳ್ಳೆ ಬೆಳೆ ಸಿಗತ್ತೆ. ನಂಗೆ ಗೊತ್ತಿರೋದ್ ನಾನ್ ಹೇಳಿದಿನಿ. ನಾಳೆ ಕೃಷಿ ಇಲಾಖೆಗೆ ಹೋಗಿ ಅಲ್ಲೂ ಒಂದಷ್ಟ್ ಮಾಹಿತಿ ತಗಳಣ. ಏನಂತೀಯಾ?" ಎಂದರು. "ಹ್ಮ್.. ಇದಿಕೆಲ್ಲಾ ದುಡ್ ಎಲ್ ತರ್ಲಿ?"

ಮಾರನೆಯ ದಿನ ಇಬ್ಬರೂ ಆ ಹಳ್ಳಿಯ ಬ್ಯಾಂಕ್ ಅಲ್ಲಿ ಕುಳಿತಿದ್ದರು.ಕ್ಯಾಶ್ ಕೌಂಟರ್ ಇಂದ ಬೈಗುಳದ ಧ್ವನಿ ಕೇಳುತ್ತಿತ್ತು."ಸ್ಟೈಲ್ ಆಗಿ ಒಂದ್ ಲಕ್ಷ ಎರಡ್ ಲಕ್ಷ ಚೆಕ್ ಹಿಡ್ಕೊಂಡ್ ಬಂದ್ಬಿಡ್ತೀರಾ. ಎಲ್ಲಿಂದ ತರ್ಲಿ ಕ್ಯಾಶ್ ನ? ಆ ಮೇನ್ ಬ್ರಾಂಚ್ ಅವರು ಕ್ಯಾಶ್ ಕೊಡಕ್ಕೆ ಸಾಯ್ತಾರೆ. ಅಷ್ಟೊಂದ್ ದೊಡ್ ಅಮೌಂಟ್ ಇದ್ರೆ ಮುಂಚೆ ಹೇಳ್ಬೇಕಲ್ವಾ?" ಎಂದು ಸಿಂಧು ಕೂಗುತ್ತಿದ್ದಳು. ಸಮರ್ಥ ಒಂದು ಚೂರು ಮುಂದೆ ಹೋಗಿ ಅವಳೆಡೆಗೆ ನೋಡಿದ. ಕತ್ತು ಎತ್ತೋದಕ್ಕೂ ಅವಳಲ್ಲಿ ಬಿಡುವಿರಲಿಲ್ಲ. ಅವಳ ಮುಂದೆ ದೊಡ್ಡ ಸಾಲು ನಿಂತಿತ್ತು. "ಈಯಮ್ಮಂಗೆ ಸಮಾಧಾನವಾಗಿ ಇರಕ್ಕೆ ಬರಲ್ಲ ಅನ್ಸತ್ತಲಾ?" ಎಂದು ಸಿಂಧುವಿನ ಬಗ್ಗೆ ಮೇಷ್ಟ್ರನ್ನ ಕೇಳಿದ. "ಅಷ್ಟ್ ಜೋರ್ ಇರೋದಿಕ್ಕೆ ಅವರ್ ಮನೆ ನಡೀತಿರೋದು." ಎಂದರು. ಅಷ್ಟರಲ್ಲಿ ಬ್ಯಾಂಕ್ ಮ್ಯಾನೇಜರ್ ಬಂದರು.ಮೇಷ್ಟ್ರು ಮಾತು ಶುರು ಮಾಡಿದರು. "ಊರ್ ಬದಿಗೆ ಜಮೀನಿದೆ. ಆರ್ಗ್ಯಾನಿಕ್ ಫಾರ್ಮಿಂಗ್ ಮಾಡೋಣ ಅನ್ಕಂಡಿದಾನೆ. ನೀವು ಒಂದಷ್ಟ್ ಸಾಲ ಅಂತ ಕೊಟ್ರೆ ಸಹಾಯ ಆಗತ್ತೆ." ಎಂದರು. "ನಾನು ಚಾರ್ಜ್ ತೊಗೊಂಡು ಒಂದ್ ವಾರ ಆಯ್ತು. ಇನ್ನು ಈ ಊರನ್ನೇ ಸರಿಯಾಗ್ ನೋಡಿಲ್ಲ. ಅಮೇಲೆ ನಮ್ಮ ಬ್ಯಾಂಕ್ ಅಲ್ಲಿ ಇವರದ್ದು ವ್ಯವಹಾರ ಕೂಡ ಇಲ್ಲ.ಉಳಿತಾಯ ಖಾತೆ ಮಾಡ್ಸಿದಮೇಲೆ ಅಂತ ಟ್ರಾನ್ಸ್ಯಾಕ್ಷನ್ ಕೂಡ ಮಾಡಿಲ್ಲ. ಆರು ತಿಂಗಳು ವ್ಯವಹಾರ ನೊಡಿ ಆಮೇಲ್ ಸಾಲದ ಬಗ್ಗೆ ಮಾತು ಎಂದರು." ಇಬ್ಬರೂ ಬಾಡಿದ ಮುಖದಿಂದ ಆಚೆ ಬಂದರು. "ಬೇರೆ ಬ್ಯಾಂಕ್ ಅಲ್ಲಿ ಸಾಲ ಕೇಳಿದ್ರೆ ನಿಮ್ ಜಮೀನ್ ನಮ್ ಬ್ಯಾಂಕಿನ ವ್ಯಾಪ್ತಿಗೆ ಬರಲ್ಲ ಅಂತಾರೆ. ಮಾಡಿದ್ರೆ ಲೋನ್ ಇಲ್ಲೇ ಮಾಡ್ಬೇಕು. ಏನ್ ಮಾಡ್ಬೋದು" ಮೇಷ್ಟ್ರು ತಮ್ಮಲ್ಲೇ ಗೊಣಗಿಕೊಳ್ಳುತ್ತಿದ್ದರು. "ಮೇಷ್ಟ್ರೆ ಇದು ಆಗ್ದೆ ಇರೋ ಕೆಲ್ಸ ನಡೀರಿ." ಸಮರ್ಥ ಬೇಸರದಲ್ಲಿ ನುಡಿದ.ಏನೋ ಹೊಳೆದವರಂತೆ "ನೀನ್ ಸುಮ್ನಿರು ಸಂಜೆ ಮಾತಾಡಣ" ಎಂದು ಅವನ ಬೆನ್ನು ತಟ್ಟಿ ಹೊರಟರು.

ಅವರಿಬ್ಬರೂ ಮನೆಯ ಬಳಿ ಸಿಂಧು ಬರುವುದನ್ನೇ ಕಾಯುತ್ತಿದ್ದರು. ಅವಳು ಇವರಿಬ್ಬರು ಒಟ್ಟಿಗೆ ನಿಂತು ಅವಳನ್ನೇ ನೋಡುತ್ತಿದ್ದದ್ದು ಕೊಂಚ ಅಸಹಜವೆನಿಸಿತು."ಸಿಂಧು ಒಳಗೆ ಬಂದು ಹೋಗು. ಸ್ವಲ್ಪ ಮಾತಿತ್ತು" ಎಂದು

ಸಮರ್ಥನನ್ನ ಕರೆದುಕೊಂಡು ಮೇಷ್ಟ್ರು ಮನೆಯ ಒಳಗೆ ಹೋದರು."ಏನೂ?!! ಚಾನ್ಸೇ ಇಲ್ಲ. ಅದೆಲ್ಲಾ ಆಗೋದು ಇಲ್ಲ ನಾನ್ ಮಾಡೋದು ಇಲ್ಲ. ಅಲ್ಲ ಮೇಷ್ಟ್ರೇ ನಾನ್ಯಾಕೆ ಇವರ ಪರ ರೆಕ್ಮಂಡ್ ಮಾಡ್ಬೇಕು ಮ್ಯಾನೇಜರ್ ಹತ್ರ ಸಾಲ ಕೊಡಿ ಅಂತ. ನಂಗೇನ್ ತಲೆ ಕೆಟ್ಟಿದೀಯಾ? ಸಾಲ ತೊಗೊಂಡು ಇವ್ರು ಓಡ್ ಹೋಗ್ಬಿಟ್ಲಿ ಆಮೇಲ್ ದಿನಾ ನಾನ್ ಬೈಸ್ಕೊತಿನಿ ಮ್ಯಾನೇಜರ್ ಹತ್ರ." ಎಂದು ರೇಗಿದಳು. "ಹಲೋ, ನಾನ್ ಆ ಥರಾ ಹುಡ್ಗ ಏನಲ್ಲಾ. ಐ ಹ್ಯಾವ್ ಮೈ ಓನ್ ಪ್ರಾಪರ್ಟಿ ಇನ್ ಬೆಂಗ್ಳೂರು.ಬೇಕಾದ್ರೆ ಆ ಪ್ರಾಪರ್ಟಿ ಡಾಕ್ಯುಮೇಂಟ್ಸ್ ನು ಸಬ್ಮಿಟ್ ಮಾಡ್ತಿನಿ ಓಕೆ ನಾ" ಎಂದ.ಅವನ ಮಾತನ್ನ ಲೆಕ್ಕಿಸದೇ, "ಇವ್ರನ್ನ ನಾನ್ ಸರಿಯಾಗಿ ಮಾತಾಡ್ಸಿ ರೋದೆ ಇವಾಗ. ಸರಿಯಾಗ್ ಪರಿಚಯನೂ ಇಲ್ಲ. ಅದ್ ಹೇಗ್ ಹೇಳ್ಲಿ ಇವರು ತುಂಬಾ ಒಳ್ಳೆವ್ರು ಸಾಲ ಕೊಡಿ ಅಂತ. ಇಡೀ ಊರಿಗೆ ವರ್ಲ್ಡ್ ಫೇಮಸ್ ಬೇರೆ ಆಗಿದಾರೆ. ಎಲ್ಲಾ ಲಾಸ್ ಮಾಡ್ಕೊಂಡು.ನಂಗಿರೋ ತಲೆ ನೋವಿನ್ ಜೊತೆ ಇದೊಂದ್ ಸೇರ್ಕೋಬೇಕಾ?" ಎಂದು ಮೇಷ್ಟ್ರನ್ನ ಕೇಳಿದಳು."ಪರಿಚಯ ಇಲ್ಲ ಅಂತ ಹೇಳ್ಬೇಡಿ ನೀವ್ ಮಾಡ್ಕೊಳ್ಳಿಲ್ಲ ಅನ್ನಿ" ಸಮರ್ಥ ಸಿಂಧುವನ್ನ ತಿದ್ದಲು ಮುಂದಾದ. ಸಿಂಧು "ವಾಟೆವರ್" ಎಂದು ಅವನ ಬಾಯಿ ಮುಚ್ಚಿಸಿದಳು." ಪುಟ್ಟಿ ಫೋರ್ಸ್ ಇಲ್ಲ. ಇದೊಂದ್ ಆಗಿದ್ರೆ ಸಹಾಯ ಆಗೋದು.ನಿಂಗ್ ಕಷ್ಟ ಆದ್ರೆ ಬೇಡ ಬಿಡು. ಸಾಲ ಕೇಳ್ತಿರೋದು ಕುಡ್ದು ಮಜಾ ಮಾಡಕ್ಕಂತು ಅಲ್ಲ." ಎಂದು ಹೇಳಿದರು."ಏನೇ ಅಂದ್ರು ಆಗಲ್ಲ ಮೇಷ್ಟ್ರೆ. ಕ್ಷಮಿಸಿ" ಎಂದು ಹೊರಹೋಗುತ್ತಿದ್ದಳು, ಬಾಗಿಲ ಬಳಿ ಬರುವಷ್ಟರಲ್ಲಿ ಮತ್ತೆ ಮನಸ್ಸು ಬದಲಿಸಿ,"ನಂಗೆ ಈ ಊರಲ್ಲಿ ಮನೆ ಸಿಗ್ದೆ ಇದ್ದಾಗ ಅಡ್ವಾನ್ಸ್ ಇಲ್ದೆಲೆ ಬಾಡಿಗೆ ಕೊಟ್ಟಿದೀರಾ. ಅದು ಕಡಿಮೆ ಬಾಡಿಗೆಗೆ. ಇದೊಂದ್ ಕಾರಣಕ್ಕೆ ಟ್ರೈ ಮಾಡ್ತೀನಿ" ಎಂದಳು. ಇಬ್ಬರ ಮುಖದಲ್ಲೂ ಸಂತಸ ಮೂಡಿತು. "ಟ್ರೈ ಮಾಡ್ತಿನಿ ಅಷ್ಟೆ.ಆಗತ್ತೆ ಅಂತ ಹೇಳಕ್ಕೆ ಆಗಲ್ಲ." ಎಂದು ಕಡ್ಡಿ ತುಂಡು ಮಾಡಿದಂತೆ ಹೇಳಿದಳು. "ಇತ್ತೀಚೆಗೆ ನೀವ್ ತುಂಬಾ ಫೇಮಸ್ ಆಗ್ತಿದೀರಾ ಊರಲ್ಲಿ" ಎಂದು ಸಮರ್ಥನಿಗೆ ಕಿಚಾಯಿಸಿದಳು. ಅವನು ಹುಸಿ ಕೋಪ ತೋರಿಸಿ ಸುಮ್ಮನಾದ.ಮೇಷ್ಟ್ರು ಜೋರಾಗಿ ನಕ್ಕರು.

"೧ ವರ್ಷದಿಂದ ನಮ್ಮ ಸಿಂಧು ಅವರು ಇಲ್ಲೇ ಇದಾರೆ. ಅವ್ರು ನಿಮ್ ಬಗ್ಗೆ ಒಳ್ಳೆ ಮಾತಾಡಿದಾರೆ. ಅಂಥ ಒಳ್ಳೆ ಕೆಲ್ಸ ಬಿಟ್ಟು ಕೃಷಿ ಮಾಡ್ತಿದೀರಾ ಅಂದ್ರೆ ಅದನ್ನ ಸಪೋರ್ಟ್ ಮಾಡೋದು ನಮ್ಮ ಡ್ಯೂಟಿ ಕೂಡ. ಅವರು ಇಟ್ಟಿರೋ ನಂಬಿಕೇನ ಉಳ್ಸೋದು ನಿಮ್ಮ ಜವಾಬ್ಧಾರಿ" ಎಂದು ಸಮರ್ಥನಿಗೆ ಅಲ್ಲಿನ

ಬ್ಯಾಂಕ್ ಮ್ಯಾನೇಜರ್ ಲೋನ್ ಮಂಜೂರು ಮಾಡಿದರು.ಸಮರ್ಥ ಅವರಿಗೆ ಧನ್ಯವಾದಗಳನ್ನ ಹೇಳಿ ಸೀದಾ ಕ್ಯಾಶ್ ಕೌಂಟರ್ ಬಳಿ ಬಂದ."ಇವತ್ ರಾತ್ರಿ ಅಡಿಗೆ ಮಾಡ್ಕೋಬೇಡ್ರಿ ನಾನೇ ಮಾಡ್ತಿನಿ. ನಾನು ಮೇಷ್ಟ್ರು ನೀವು ಒಟ್ಟಿಗೆ ಕೂತು ಊಟ ಮಾಡೋಣ ಸರಿ ನಾ?"ಎಂದು ಸಿಂಧುಗೆ ಕೇಳಿದ. "ಅದೆಲ್ಲಾ ಏನು ಬೇಡ ಸರಿಯಾಗಿ ಸಾಲದ್ ಕಂತು ಕಟ್ಟಿ ಸಾಕು." ಎಂದಳು. "ಕಾಯ್ತಾ ಇರ್ತೀವಿ ಬನ್ನಿ" ಎಂದು ಹೊರನಡೆದ.

"ಅಲ್ರೀ ಮೇಷ್ಟ್ರೆ, ಇಷ್ಟೊಂದೆಲ್ಲಾ ಒದ್ದಾಡಿ ಕೊನೆಗೂ ಲೋನ್ ಕೊಡ್ಸುದ್ರಲಾ. ಅದ್ಯಾಕೆ ಅಷ್ಟೊಂದ್ ಕಾಳಜಿ ನನ್ ಮೇಲೆ." ಎಂದು ಕೇಳಿದ. "ಅದೆಲ್ಲಾ ಏನೂ ಇಲ್ಲ. ಇಷ್ಟ್ ದಿನಾ ನೀನು ಇದ್ದಾಗ ಟೈಮ್ ಪಾಸ್ ಆಗೋದೆ ಗೊತಾಗ್ತಿರ್ಲಿಲ್ಲ. ಇದಿಕ್ಕಿದ್ದಂಗೆ ನೀನ್ ಹೊರಡ್ತೀನಿ ಅಂತ ಕೂತ್ಯಲ್ಲ. ನನ್ ಟೈಮ್ ಪಾಸ್ ಗೆ ಇನ್ಯಾರನ್ನ ಹುಡ್ಕೋದಪ್ಪಾ? ಅದಿಕ್ಕೆ ಲೋನ್ ಕೊಡ್ಸಿ ಇಲ್ಲೇ ಉಳ್ಸಿದ್ದು" ಈ ಮಾತಿಗೆ ಸಮರ್ಥ ಹಾಗು ಸಿಂಧು ಇಬ್ಬರೂ ನಕ್ಕರು. "ಒಟ್ನಲ್ಲಿ ನಿಮ್ ಬೇಳೆ ಬೇಯ್ಸ್ಕೊಂಡ್ರಿ." ಎಂದು ಸಿಂಧು ನಕ್ಕಳು. "ಅಡಿಗೆ ತುಂಬಾ ಚೆನಾಗಿದೆ. ನಂಗ್ ಇಷ್ಟ್ ಚೆನಾಗಿ ಮಾಡೊಕ್ಕೆ ಬರೋಲ್ಲ." ಎಂದು ಸಮರ್ಥನನ್ನ ಹೊಗಳಿದಳು. "ಇವ್ನು ಇದ್ರಲ್ಲೂ ವರ್ಲ್ಡ್ ಫೇಮಸ್ ಕಣಮ್ಮ" ಎಂದು ಮೇಷ್ಟ್ರು ಕಿಚಾಯಿಸಿದರು. ಎಲ್ಲರೂ ನಕ್ಕರು. ಮೇಷ್ಟ್ರು ಯಕ್ಷಗಾನ ನೋಡಲು ಹೊರಟರು. "ಸಿಂಧು ಅವ್ರೆ ತುಂಬಾ ಥ್ಯಾಂಕ್ಸ್ ರೀ.ನಿಮ್ ಪ್ಲೇಸ್ ಅಲ್ಲಿ ನಾನಿದಿದ್ರು ಇದಿಕ್ಕೆ ಒಪ್ತಿರ್ಲಿಲ್ಲ.ನಿಮ್ ಜೊತೆ ರೂಡಾಗಿ ಬಿಹೇವ್ ಮಾಡಿದಮೇಲೆ ನಂಗೆ ನನ್ ಮೇಲೆ ಬೇಜಾರ್ ಅನ್ಸಿತ್ತು. ಸೋ ನಿಮ್ಮನ್ನ ಅವಾಯಿಡ್ ಮಾಡ್ತಿದ್ದೆ. ಆಮ್ ಸಾರಿ. ಒಬ್ರಿಗೊಬ್ರಿಗೆ ಮಾತಿಲ್ದೆ ಇದ್ದಾಗ ಸಹಾಯ ಕೇಳೊದು ತಪ್ಪಾಗತ್ತೆ. ಬಟ್ ನಂಗೆ ಬೇರೆ ವಿಧಿ ಇರ್ಲಿಲ್ಲ. ಆದಷ್ಟು ಬೇಗ ಲೋನ್ ಕ್ಲಿಯರ್ ಮಾಡ್ತೀನಿ. ನಿಮಿಗೆ ಪ್ರಾಬ್ಲಮ್ ಮಾಡಲ್ಲ" ಎಂದು ಹೇಳಿದ. "ನಿಜ ಹೇಳ್ಬೇಕು ಅಂದ್ರೆ ನಾನ್ ಸಾರಿ ಕೇಳ್ಬೇಕು. ಅವತ್ತು ನಿಮ್ಮನ್ನ ಅನುಮಾನ ಪಟ್ಟಿದ್ದು ನಾನು. ನಾನ್ ಹಾಗೆ ಯಾರಾದ್ರು ಸಹಾಯ ಮಾಡ್ತಿದಾರೆ ಅಂದ್ರೆ ಏನೋ ಇಂಟೆನ್ಷನ್ ಇಟ್ಕೊಂಡೆ ಮಾಡ್ತಿದಾರೆ ಅನ್ಸತ್ತೆ. ಏನೋ ಇನ್ ಸೆಕ್ಯೂರ್ಡ್ ಫೀಲಿಂಗ್. ಸರಿ ಆಲ್ ದಿ ಬೆಸ್ಟ್.ಸಾಲದ ಕಂತು ಕಟ್ಟೋದು ಮರಿಬೇಡಿ ಆಯ್ತಾ?" ಎಂದು ಎಚ್ಚರಿಸಿದಳು."ಇಲ್ಲ ನಿಮಿಗೆ ತೊಂದ್ರೆ ಕೊಡಲ್ಲ. ಅಂದಹಾಗೆ ಅಡಿಗೆ ಹೇಗಿತ್ತು. ಸುಮ್ನೆ ಚೆನಾಗಿತ್ತು ಅಂದಿದ್ದಾ. ಜಾಸ್ತಿ ಊಟ ಮಾಡ್ಲೇ ಇಲ್ಲ ನೀವು" ಬೇಸರಿಸಿಕೊಂಡ ಸಮರ್ಥ. "ನಿಜ ಹೇಳ್ಲಾ? ಅಮ್ಮ ನೆನಪಾದ್ಲು. ನಿಮ್ ಅಡಿಗೆ ಯಿಂದ." ತುಸು ಗಂಭೀರವಾದಳು ಸಿಂಧು.

ಅವನೂ ಬೇರೆ ಏನನ್ನೂ ಕೇಳಲಿಲ್ಲ. ಅವಳು ಮನೆಯ ದಾರಿ ಹಿಡಿದಳು. ಅವಳು ಮನೆಯಮೆಟ್ಟಿಲು ಹತ್ತುವಾಗ "ಬೆಸ್ಟ್ ಕಾಂಪ್ಲಿಮೆಂಟ್ ಆಫ್ ಮೈ ಲೈಫ್" ಎಂದು ಕೂಗಿದ. ಅವಳು ಅವನೆಡೆಗೆ ನಗು ಬೀರಿ ಮನೆಯ ಬಾಗಿಲು ಮುಚ್ಚಿದಳು.

ಕೆಲಸ ಶುರುವಾಯಿತು. ಆರ್ಗ್ಯಾನಿಕ್ ಫಾರ್ಮಿಂಗ್ ಬಗ್ಗೆ ಆನ್ಲೈನ್ ವೀಡಿಯೋಸ್ ನೊಡಿ ಒಂದಷ್ಟು ಮಾಹಿತಿ ಕಲೆ ಹಾಕಿದ್ದ. ಮೇಷ್ಟ್ರು ತಮಗೆ ಗೊತ್ತಿರುವ ಒಂದಷ್ಟು ವಿಚಾರವನ್ನ ಕೆಲಸದವರಿಗೆ ಹೇಳಿ ಮಾಡಿಸುತ್ತಿದ್ದರು. ಆದರೂ ಇಬ್ಬರಿಗೂ ಸಮಾಧಾನವಿರಲಿಲ್ಲ. "ಈ ಆರ್ಗ್ಯಾನಿಕ್ ಫಾರ್ಮಿಂಗ್ ಬಗ್ಗೆ ಪೂರ್ತಿ ತಿಳಿದವರು ಯಾರಾದ್ರು ಇದ್ರೆ ಚೆನಾಗಿರೋದು ಅಲ್ವಾ?" ಸಮರ್ಥ ಮೇಷ್ಟ್ರಿಗೆ ಕೇಳಿದ. ಮೇಷ್ಟ್ರು ಏನೋ ಹೊಳೆದವರಂತೆ "ಒಬ್ಬ ಇದಾನೆ" ಎಂದು ಹೇಳಿ ಮನೆಯ ಕಡೆ ಓಡಿದರು. ಅರ್ಧ ಗಂಟೆಯ ನಂತರ ತಮ್ಮ ಸೈಕಲ್ ಅಲ್ಲಿ ಬಂದರು.ಸಮರ್ಥನಿಗೆ "ಒಂದ್ ಕಡೆ ಹೋಗ್ ಬರೋದಿದೆ ಹತ್ತು ಗಾಡಿನಾ" ಅಂದರು.ಒಂದು ಟೀ ಅಂಗಡಿಯ ಮುಂದೆ ಸೈಕಲ್ ನಿಲ್ಲಿಸಿ, "ಲೋ ಮರಿ, ಆ ತೋಟದ್ ಮನಿ ಭೀಮಣ್ಣನ ಮಗ ಸುರೇಶ ಎಲ್ಲಿ ಸಿಗ್ತಾನೋ?" ಎಂದು ಟೀ ಅಂಗಡಿಯವನನ್ನ ಕೇಳಿದರು." "ಎರಡ್ ದಿನಾ ಆಯ್ತು ಈ ಕಡೆ ಪತ್ತೇನೆ ಇಲ್ಲ. ನಾಟಕದ ಹುಚ್ಚು, ಅದ್ಯಾವ್ದೋ ಟೀಂ ಸಿಕ್ಕಿರತ್ತೆ ಹೋಗಿರ್ತಾನೆ. ಇಲ್ಲಾ ಅಂದ್ರೆ ವೈಶಾಲಿ ಬಾರ್ ಅಲ್ಲಿ ಸೆಟ್ಲ್ ಆಗಿರ್ತಾನೆ. ಹೋಗಿ ಹೋಗಿ ಅವನ್ಯಾಕ್ ಮೇಷ್ಟ್ರೆ ಹುಡುಕ್ತಿದೀರಾ?" ಕುತೂಹಲದಿಂದ ಟೀ ಅಂಗಡಿಯವನು ಕೇಳಿದ. "ಕೆಲ್ಸ ಇತ್ತು" ಎಂದು ಹೇಳಿ ಅಲ್ಲಿಂದ ಮುಂದೆ ಹೋದರು."ಸುರೇಶ ಅಂದ್ರೆ ಯಾರು" ಸಮರ್ಥ ಕೇಳಿದ.ಇಬ್ಬರೂ ಕೆರೆಯ ದಂಡೆಯಮೇಲೆ ಕುಳಿತಿದ್ದರು. "ಈ ಹಳ್ಳಿಲಿ ಹತ್ತು ವರ್ಷದ ಹಿಂದೆ ಆರ್ಗ್ಯಾನಿಕ್ ಫಾರ್ಮಿಂಗ್ ಅಂತ ಶುರು ಮಾಡ್ದೋನು ಅವ್ನೇ. ಅವನಿಗೆ ಐಡಿಯಾ ಇರತ್ತೆ ಇದ್ರು ಬಗ್ಗೆ.ಮೇಲಾಗಿ ಅವನು ನನ್ನ ಶಿಷ್ಯ. ನನ್ ಬಗ್ಗೆ ತುಂಬಾ ಗೌರವ ಇದೆ." ಹೆಮ್ಮೆಯಿಂದ ಹೇಳಿಕೊಂಡರು. "ಓ ಒಳ್ಳೆ ಸಕ್ಸಸ್ ಸಿಕ್ಕಿದೆ ಹಾಗಾದ್ರೆ ಅವ್ರಿಗೆ ಇದ್ರಿಂದ ಅಲ್ವಾ?" ಖುಷಿಯಿಂದ ಸಮರ್ಥ ಕೇಳಿದ. "ಪೂರ್ತಿ ರೋಡಿಗೆ ಬಂದ ಅದನ್ನ ಮಾಡಿ. ಮನೆಯಿಂದನೂ ಒದ್ದು ಓಡ್ಸಿದಾರೆ ಅವರಪ್ಪ. ನಾಟಕ ಯಕ್ಷಗಾನ ಹುಚ್ ಬೇರೆ ಇದೆ. ಅದನ್ನೇ ಮಾಡ್ಕೊಂಡ್ ಊರೂರ್ ತಿರುಗುತ್ತೆ ಮುಂಡೇದು" ಎಂದು ಹೇಳಿ ನಕ್ಕರು." "ನನ್ನೂ ರೋಡಿಗೆ ತರ್ಬೇಕ್ ಅಂತ ಡಿಸೈಡ್ ಮಾಡಿದೀರಾ ಹೇಗೆ?"ಗಾಬರಿಯಿಂದ ಅವರನ್ನೇ ನೋಡುತ್ತಾ ಕೇಳಿದ. "ಗೆದ್ದೋನಿಗಿಂತ ಸೋತೋನ್ ಅನುಭವ ಮುಖ್ಯ ಆಗತ್ತೆ" ತಿಳಿ ಹೇಳಿದರು. "ಏನ್ ಮುಖ್ಯನೋ ಏನೋ, ನಿಮ್ಮನ್ನೇ ನಂಬಿದೀನಿ ಏನಾದ್ರು

ಮಾಡಿ. ಒಂದ್ ಡೌಟಿದೆ ಕೇಳ್ಲಾ?" ಸಮರ್ಥ ಪ್ರಶ್ನಿಸಿದ. "ಏನು?'.." ರಾಗ ಎಳೆದರು ಮೇಷ್ಟ್ರು. "ನಿಮ್ ಪಾಠ ಕೇಳಿ ಒಬ್ನೂ ಉದ್ಧಾರ ಆಗಿಲ್ಲ ಹಾಗಾದ್ರೆ ನನ್ನೂ ಸೇರ್ಸಿ ಅಲ್ವಾ?" ಅವನ ಪ್ರಶ್ನೆಗೆ ಅಲ್ಲೇ ಇದ್ದ ಕಲ್ಲು ತೆಗೆದುಕೊಂಡು ಅವನಿಗೆ ಎಸೆದರು. ಸಮರ್ಥ ತಪ್ಪಿಸಿಕೊಂಡ. ಅವರಿಗೆ ಸುರೇಶ ಸಿಗಲಿಲ್ಲ. ಮಾರನೆಯ ದಿನ ಅವನನ್ನ ಹುಡುಕುವ ತಯಾರಿ ನಡೆಸಿದರು.

ಆ ಹಳ್ಳಿಯ ಬಯಲು ರಂಗಮಂದಿರದಲ್ಲಿ ಯಾವುದೋ ನಾಟಕದ ತಾಲೀಮು ನಡೆದಿತ್ತು. ಭಾನುವಾರವಾಗಿದ್ದರಿಂದ ಮಕ್ಕಳಿರಲಿಲ್ಲ. ಸುರೇಶ ಆ ನಾಟಕದ ನಿರ್ದೇಶಕನಾಗಿದ್ದರಿಂದ ಅವನ ಮಾತು ಸ್ವಲ್ಪ ಜೋರಾಗಿತ್ತು. "ಥತ್ ಎಲ್ಲಿಂದ ಬರ್ತೀರೋ ನಮ್ ಪ್ರಾಣ ತಿನ್ನೋಕೆ. ಶುದ್ದವಾಗಿ ಕನ್ನಡ ಮಾತೋಡೋಕೂ ಬರೋಲ್ಲ, ನಾಟಕ ಮಾಡ್ತೀನಿ ಅಂತ ಓಡ್ ಬರ್ತೀರಾ" ಅಲ್ಲಿದ್ದ ಒಬ್ಬ ಪಾತ್ರಧಾರಿಗೆ ಹಿಗ್ಗಾ ಮುಗ್ಗಾ ಬೈಯುತ್ತಿದ್ದ ಸುರೇಶ. ಅಷ್ಟರಲ್ಲೇ ಅವನ ಕಣ್ಣಿಗೆ ಮೇಷ್ಟ್ರು ಕಾಣಿಸಿಕೊಂಡರು. ತಕ್ಷಣ ನಾಟಕದ ತಾಲೀಮು ನಿಲ್ಲಿಸಿ ಅವರತ್ತ ಓಡಿದ. "ಹೇಗಿದ್ಯೋ ಹುಡ್ಗ?' ಎಂದು ಅವನ ಬೆನ್ನು ತಟ್ಟಿದರು. "ನೋಡಿ ಹೀಗಿದೀನಿ. ಎಲ್ಲಾ ನಿಮ್ ಆಶೀರ್ವಾದ. ಅದ್ಸರಿ ಅದೇನು ಇದಿಕಿದ್ದಾಗೆ ಈ ಹಳೇ ಶಿಷ್ಯ ನೆನಪಿಗೆ ಬಂದಿದ್ದು" ಕುತೂಹಲದಿಂದ ಕೇಳಿದ. "ಇವನು ಸಮರ್ಥ ಅಂತ ನಿನ್ ಸೀನಿಯರ್ ಬ್ಯಾಚ್. ಇವಾಗ ಇಲ್ಲೇ ಇದಾನೆ" ಎಂದು ಅವನ ಪರಿಚಯ ಹೇಳುತ್ತಾ ಬಂದ ವಿಚಾರವನ್ನೂ ವಿವರಿಸಿದರು. ಸುರೇಶ ಒಮ್ಮೆ ಜೋರಾಗಿ ನಕ್ಕು, "ಅಲ್ರೀ ಸಮರ್ಥ್ ನಿಮಿಗ್ಯಾಕ್ರೀ ಬೇಕಿತ್ತು. ಆರಾಮಾಗಿ ತಿಂಗ್ಳಾ ತಿಂಗ್ಳಾ ಸಂಬಳ ಎಣಿಸೋ ಬದ್ಲು ಈ ಮಳೇಲಿ ಸಾಯೋ ಕರ್ಮ" ಎಂದು ತಿಳಿ ಹೇಳಲು ಪ್ರಯತ್ನಿಸಿದ. ಮೇಷ್ಟ್ರು ಮಧ್ಯ ಬಾಯಿ ಹಾಕಿದರು. "ಆ ವಿಚಾರ ಬಿಡು. ಹತ್ ವರ್ಷದ್ ಹಿಂದೆ ಈ ಸಾವಯುವ ಕೃಷಿ ಮಾಡ್ತಿನಿ ಅಂತ ಓಡಾಡಿದ್ ಮೊದಲ್ನೇ ಅವ್ನು ನೀನೆ ಕೊನೇಯವ್ನು ನೀನೆ. ಅದಿಕೆ ನಿನ್ ಹತ್ರ ಬಂದ್ವಿ. ನಿನ್ನಿಂದ ಏನಾದ್ರು ಸಹಾಯ ಆಗತ್ತಾ ಅಂತ" ಇಷ್ಟನ್ನೂ ಹೇಳಿ ಮೇಷ್ಟ್ರು ಅವನನ್ನೇ ದಿಟ್ಟಿಸುತ್ತಿದ್ದರು. ಅವರ ಮಾತಿಗೆ ಒಂದು ಕ್ಷಣ ಸುಮ್ಮನಿದ್ದು ಸುರೇಶ ಜೋರಾಗಿ ನಕ್ಕ. "ಅಲ್ರೀ ಮೇಷ್ಟ್ರೇ ಅಪ್ಪ ಇವಾಗ್ಲೇ ಮನೆ ಸೇರುಸ್ತಿಲ್ಲ ಅದ್ರಲ್ಲಿ ದುಡ್ ಹಾಳ್ ಮಾಡ್ದೆ ಅಂತ. ನಿಮಿಗೆ ಏನಾದ್ರು ಅದನ್ನೆ ಮಾಡಕ್ಕೆ ಹೇಳಿ ಲಾಸ್ ಆಯ್ತು ಅಂತ ಗೊತಾದ್ರೆ ಊರುನ್ನೇ ಬಿಡುಸ್ತಾನೆ ಅಷ್ಟೇ. ಅದೆಲ್ಲಾ ಏನೂ ಆಗಲ್ಲ. ಸುಮ್ನೆ ಬೇರೆ ಯಾರಿಗಾದ್ರು ಕೇಳಿ. ನನ್ನ ನನ್ ಪಾಡಿಗೆ ಬಿಡಿ" ಎಂದು ಹೊರಡಲು ಸಿದ್ದನಾದ. "ಲಾಸ್ ಆಗಿದ್ ಅದ್ರಿಂದಾನಾ ಅಥವಾ ನಿನ್ ಚಟದಿಂದನಾ?" ಸುಮ್ಮನೆ ಹಾಗೆ

ಕೇಳಿದರು. ಎದ್ದು ಹೋಗುತ್ತಿದ್ದವನು ಅವರ ಮಾತಿಗೆ ಸುಮ್ಮನೆ ನಕ್ಕು "ಒಟ್ನಲ್ಲಿ ಲಾಸ್ ಆಗಿದ್ ಸುಳ್ಳಲ್ಲ ಅಲ್ವಾ ಮೇಷ್ಟ್ರೆ ಜನ ಹೇಗ್ ಲಾಸ್ ಆಯ್ತು ಅಂತ ಕೇಳಲ್ಲ. ಅಪ್ಪನ್ ದುಡ್ ಹಾಳ್ ಮಾಡ್ದ ಅಂತಾರೆ ಅಷ್ಟೇ" ಎಂದು ಹೇಳಿ ಹೊರಟ.ತಕ್ಷಣ ಸಮರ್ಥ ಏನೋ ಹೊಳೆದವರಂತೆ ತಾನು ತಂದಿದ್ದ ಬ್ಯಾಗಿಂದ ಒಂದು ದೊಡ್ಡ ಜ್ಯಾಕ್ ಡೇನಿಯಲ್ಸ್ ಬಾಟಲಿ ತೆಗೆದು ಮುಂದಿದ್ದ ಟೇಬಲ್ ಮೇಲೆ ಇಟ್ಟ. ಏನೋ ಶಬ್ಧ ಆಯಿತೆಂದು ಮುಂದೆ ಹೋಗುತ್ತಿದ್ದ ಸುರೇಶ ಹಿಂದೆ ತಿರುಗಿ ನೋಡಿದ. ಜ್ಯಾಕ್ ಡೇನಿಯಲ್ಸ್ ಬಾಟಲಿ ನೋಡಿ ಅಲ್ಲೇ ದಿಗ್ಭ್ರಾಂತನಾದ.ಅದನ್ನ ನೋಡಿ ಮೇಷ್ಟ್ರ ಗಂಟಲು ಕೂಡ ಒಣಗಿತ್ತು."೪೦ ವರ್ಷದ್ ಹಳೇ ವಿಸ್ಕಿ.ತುಂಬಾ ರೇರ್ ವಿಸ್ಕಿ ಇದು. ಎಲ್ಲಾ ಕಡೇನೂ ಸಿಗಲ್ಲ. ಫ್ರೀ ಇದ್ರೆ ಬನ್ನಿ ಪಾರ್ಟಿ ಮಾಡಾಣ" ಸಮರ್ಥ ಸುರೇಶನನ್ನ ಸುಮ್ಮನೆ ಕರೆದ. "ನಮಿಗ್ಯಾವ ಘನಂದಾರಿ ಕೆಲ್ಸ ಇದೆ ರೀ ಸಮರ್ಥ ಬನ್ನಿ ಹೋಗಾಣ." ಎಂದು ಬಾಟಲಿಯನ್ನ ತೆಗೆದುಕೊಳ್ಳಲು ಹೋದ. ಸಮರ್ಥ ಬಾಟಲಿಯನ್ನ ತಕ್ಷಣ ತೆಗೆದುಕೊಂಡು, "ವಾಟ್ ಅಬೌಟ್ ಆರ್ಗ್ಯಾನಿಕ್ ಫಾರ್ಮಿಂಗ್ ದೆನ್?" ಎಂದು ಕೇಳಿದ. "ನಮ್ಮ ದೇಶದಲ್ಲಿ ರಸಾಯಿನಿಕ ಗೊಬ್ಬರ ಹಾಕಿ ಈಗಾಗ್ಲೇ ಭೂಮಿಗೆ ಸಾಕಷ್ಟು ವಿಷ ಹಾಕಿದಾರೆ. ಇಲ್ಲ ನಾನ್ ಬಿಡಲ್ಲ. ಇನ್ನು ಭೂಮಿ ತಾಯಿಗೆ ವಿಷ ಹಾಕೋದನ್ನ ನಾನು ಸಹಿಸಲ್ಲ. ನನ್ ಕೈಲಾದ ಸಹಾಯ ನಾನ್ ಮಾಡ್ತೀನಿ ನಾನ್ ಮಾಡ್ತಿನಿ" ಎಂದು ನಾಟಕದ ಶೈಲಿಯಲ್ಲಿ ಡೈಲಾಗ್ ಹೊಡೆದು ಮುಂದೆ ಸಾಗಿದ. "ಮೇಷ್ಟ್ರೇ ನೀವೇನ್ ಬರಲ್ಲ ಅಲ್ವ ಪಾರ್ಟಿಗೆ?" ಸಮರ್ಥ ಕಿಚಾಯಿಸಿದ. "ಯಾವ್ ಮನೆಹಾಳನೋ ಹೇಳಿದ್ದು" ಎಂದು ಸಮರ್ಥನ ಕಾರು ಹತ್ತಿದರು.

ಮೂರು ಜನ ಸಮರ್ಥನ ತೋಟದಲ್ಲಿ ಕುಳಿತಿದ್ದರು."ಬರಡಾಗಿದ್ದಾಗ್ಲೇ ಚೆನಾಗಿತ್ತೇನೋ ಈ ಜಮೀನು ಏನೋ ಮಾಡಕ್ ಹೋಗಿ ಏನೇನೋ ಆಗ್ತಿದೆ. ಯಾವ್ದ್ರಲ್ಲೂ ಕಂಟ್ರೋಲೇ ಸಿಗ್ತಿಲ್ಲ" ಎಂದು ನಿಟ್ಟುಸಿರುಬಿಟ್ಟ ಸಮರ್ಥ."ಒಳ್ಳೇದೆ ಆಗಿದೆ ಬಿಡಿ. ಹೊಸ ಮಣ್ಣು ಹಾಕಿದ್ದು ಒಳ್ಳೇದಾಯ್ತು. ಫಲವತ್ತತೆ ಕಳಕಂಡಿದ್ ಜಮೀನಿಗೆ ಹೊಸ ಜೀವ ಕೊಟ್ಟಂಗ್ ಆಗಿದೆ." ಸಮರ್ಥನ ಮಾತಿಗೆ ಸುರೇಶ ಉತ್ತರ ಕೊಟ್ಟ. "ಏನ್ ಬೆಳಿಬೋದು ಇವಾಗ?"ಸಮರ್ಥ ಕೇಳಿದ. "ಏನ್ ಬೇಕೋ ಎಲ್ಲಾ ಬೆಳಿಬೋದು" ಎಂದ ಸುರೇಶ.ಮೇಷ್ಟ್ರು ಮತ್ತು ಸಮರ್ಥ ಅವನನ್ನೇ ದಿಟ್ಟಿಸುತ್ತಿದ್ದರು. ಅವರತ್ತ ಮುಖ ಮಾಡಿ ಮಿಕ್ಸಡ್ ಫಾರ್ಮಿಂಗ್ ಬಗ್ಗೆ ಕೇಳಿದೀರಾ?" ಎಂದು ಅವರ ಉತ್ತರಕ್ಕೆ ಕಾದ. ಇಬ್ಬರೂ "ಸ್ವಲ್ಪ ಸ್ವಲ್ಪ ಗೊತ್ತು" ಎಂದರು. ಇರೋ ಜಮೀನಲ್ಲಿ ಹೂವು ಹಣ್ಣು ಭತ್ತ ಕಾಳ್ ಮೆಣಸು ಅಡಿಕೆ ಮರ

ಬಾಳೆ ತೆಂಗು ಒಂದಷ್ಟು ತರಕಾರಿ ಎಲ್ಲ ಬೆಳಿಯೋದು. ಆದ್ರೆ ರಸಾಯನಿಕ ಗೊಬ್ಬರ ಹಾಕ್ದಲೆ ಬೆಳಿಯೋದು." ಸಮರ್ಥ ಸುಮ್ಮನೆ ಕೇಳಿಸಿಕೊಳ್ಳುತ್ತಿದ್ದ. "ಆದ್ರೆ ರಿಸ್ಕ್ ಜಾಸ್ತಿ. ಯಾವಾಗ್ಲು ತೋಟದ್ ಕಡೆನೇ ನಿಗಾ ಇರ್ಬೇಕು.ನಂಗೆ ಇರ್ಲಿಲ್ಲ ಅದಿಕೆ ನಾನ್ ಟ್ರೈ ಮಾಡ್ದಾಗ ಲಾಸ್ ಆಯ್ತು. ಬಟ್ ನೀವು ಹಾಗೆ ಮಾಡ್ಬೇಡಿ" ಎಂದ. "ಏನ್ ಮಾಡೋದು ಅಂತಾನೆ ತಿಳಿತಿಲ್ಲ" ಎಂದು ಸಪ್ಪೆ ಮುಖ ಮಾಡಿಕೊಂಡ ಸಮರ್ಥ. "ಈಗ ಬ್ಯಾಂಕ್ ಅಲ್ಲಿರೋ ಐದ್ ಲಕ್ಷ ತೀರಿಸ್ಬೇಕಂದ್ರೆ ಸುರೇಶ ಹೇಳಿದ ಹಾಗೆ ಮಾಡೋದ್ ಒಳ್ಳೇದು." ಮೇಷ್ಟ್ರು ಸುರೇಶನ ಮಾತನ್ನ ಒಪ್ಪಿಕೊಂಡರು. ಸಮರ್ಥನೂ ಒಮ್ಮೆ ಧೃಢ ನಿರ್ಧಾರ ಮಾಡಿ "ಸರಿ ಇದೊಂದ್ ಆಗೋಗ್ಲಿ. ಇಷ್ಟೆ ಆಗಿದಿಯಂತೆ" ಎಂದು ಎದ್ದ.

ಸಮರ್ಥ ಮತ್ತೆ ಕೆಲಸ ಶುರು ಮಾಡಿದ. ಸಾವಯವ ಕೃಷಿ ಬಗ್ಗೆ ಎಲ್ಲರೂ ಆಡಿಕೊಂಡವರೇ. ಆದರೂ ಯಾರ ಬಗ್ಗೆಯೂ ತಲೆ ಕೆಡಿಸಿಕೊಂಡಿರಲಿಲ್ಲ.ಸುರೇಶನ ಸಲಹೆಯಂತೆ ಅಲ್ಲೇ ಒಂದು ಕೊಟ್ಟಿಗೆಯನ್ನ ಮಾಡಿ ಎರಡು ಹಸುಗಳನ್ನ ಸಾಕಿದ. ಅದರ ಸಗಣಿ ಗಂಜಲ ಎಲ್ಲವನ್ನೂ ಗೊಬ್ಬರ ಮಾಡಿ ಭೂಮಿಗೆ ಸಿಂಪಡಿಸಿದ. ಎರೆಹುಳು ಗೊಬ್ಬರವನ್ನ ಇವನೇ ಕೃಷಿ ಇಲಾಖೆಯ ಸಹಾಯದಿಂದ ತಯಾರಿಸಿದ. ಒಂದಷ್ಟು ತರಕಾರಿ ಗಿಡಗಳನ್ನ ಹಾಕಿದ. ಸಂಪೂರ್ಣ ಎರಡೆಕೆರೆ ಜಮೀನಿನಲ್ಲಿ ರಬ್ಬರ್. ತೆಂಗು,ಅಡಿಕೆ, ಕಾಳುಮೆಣಸು, ಬಾಳೆ ಒಂದಷ್ಟು ದಾಳಿಂಬೆ ಹಣ್ಣು ಎಲ್ಲವನ್ನೂ ಬೆಳೆಯಲು ಪ್ರಾರಂಭಿಸಿದ.ಚಿಗುರೊಡೆಯುತ್ತಿದ್ದ ಗಿಡಗಳಿಗೆ ಖಾಯಿಲೆ ಬಾರದಂತೆ ಬೇವಿನ ಔಷಧಿಯನ್ನ ಸುರೇಶ ಸಿದ್ದಪಡಿಸಿದ್ದ.ಈ ರೀತಿಯ ಕೃಷಿಯನ್ನ ಅಳವಡಿಸಿಕೊಂಡು ಯಶಸ್ಸು ಗಳಿಸಿದವರನ್ನ ಸಂಪರ್ಕಿಸಿ ಅವರಿಂದಲೂ ಮಾಹಿತಿಯನ್ನ ಪಡೆದ.ಸುರೇಶ ಕೆಲಸಗಾರರಿಗೆ ಆಪ್ತನಾಗಿದ್ದರಿಂದ ಅವನೂ ಹೇಳಿದ್ದಕ್ಕೆ ಯಾವ ಕೆಲಸಗಾರರೂ ಚಕಾರ ಎತ್ತುತ್ತಿರಲಿಲ್ಲ.ತನ್ನ ಸ್ವಂತ ಜಮೀನಿಗೆ ತೋರಿಸುವ ಮುತುವರ್ಜಿಯನ್ನ ಸಮರ್ಥನ ತೋಟಕ್ಕೆ ಸುರೇಶ ತೋರಿಸಿದ. ಎಲ್ಲ ಕೆಲಸವೂ ಸರಾಗವಾಗಿ ಆಗುತ್ತಿದ್ದನ್ನ ಕಂಡು ಸಮರ್ಥನಿಗಿಂತ ಹೆಚ್ಚಾಗಿ ಸುರೇಶನಿಗೆ ಖುಷಿಯಿತ್ತು. "ಸುರೇಶ್ ನಿಮ್ ಮಾತು ಕೇಳ್ತಾರೆ ಕೆಲಸದವ್ರು ನಾವ್ ಹೇಳಿದ್ರೆ ಅವರಿಗೆ ಹಿಡಿಸಲ್ಲ" ನಗುತ್ತ ಹೇಳಿದ ಸಮರ್ಥ. ಸುರೇಶನೂ ಆ ಮಾತಿಗೆ ಸುಮ್ಮನೆ ನಕ್ಕ.ಇಬ್ಬರೂ ತೋಟದ ಕೆಲಸವನ್ನ ನೋಡುತ್ತಾ ನಿಂತಿದ್ದರು. ಸಮರ್ಥ ಮಾತು ಮುಂದುವರೆಸಿದ."ಒಂದ್ ಪ್ರಶ್ನೆ?" ಸಮರ್ಥ ಕೇಳಿದ.ಸುರೇಶ ಏನೂ ಎನ್ನುವಂತೆ ಅವನ ಮುಖ ನೋಡಿದ. "ಅದ್ಯಾಕೆ ಅಂತ ಕಾಳಜಿ. ಇದೇನು

ನಿಮ್ಮ ತೋಟ ಅಲ್ಲ. ನಾವ್ ಮೊದಲನೇ ಸಲಿ ನಿಮ್ಮನ್ನ ಸಲಹೆ ಕೇಳ್ದಾಗ ನಿಮಿಗೆ ನಿಜವಾಗ್ಲು ಬರೋ ಇಚ್ಚೆ ಇರಲಿಲ್ಲ. ಆಮೇಲ್ ಒಪ್ಕೊಂಡ್ರಿ. ಅಫ್ಕೋರ್ಸ್ ಜ್ಯಾಕ್ ಡೇನಿಯಲ್ಸ್ ಒಂದು ನೆಪ ಅನ್ನೋದು ನಂಗೂ ಗೊತ್ತು ನಿಮಗೂ ಗೊತ್ತು" ಸುರೇಶ ಅವನ ಮಾತಿಗೆ ಒಮ್ಮೆ ನಕ್ಕು "ಮಣ್ಣಿನ ಮೇಲೆ ಪ್ರೀತಿ ಈಗಿನದ್ದಲ್ಲ. ಅದು ಹುಟ್ಟಿನಿಂದ ಬಂದಿದ್ದು. ನಮ್ ಅಜ್ಜ ಎಲ್ಲಾ ಯಾವ ರಸಾಯಿನಿಕನೂ ಉಪಯೋಗ ಮಾಡ್ದೆ ಕೃಷಿ ಮಾಡ್ತೋರು ಆದ್ರೆ ಅದು ನಮ್ಮಪ್ಪನ ಕಾಲಕ್ಕೆ ಆಗ್ಲಿಲ್ಲ. ನಾನ್ ಹಠ ಮಾಡಿ ಸವಯವ ಕೃಷಿ ಮುಂದುವರೆಸಿದೆ. ಆದ್ರೆ ಅಲ್ಲೇ ಬಿಟ್ಟೆ. ಕಾರಣ ಪ್ರಾಣಕ್ಕಿಂತ ಹೆಚ್ಚಾಗಿ ಪ್ರೀತಿಸ್ತೋಳ್ ಸಾವು ಆಯ್ತು. ಕುಡಿತ ಕಲಿತಿದ್ದೇ ಆಗ. ಅಪ್ಪ ನಂಗೆ ವಹಿಸಿದ್ ಜಾವಾಬ್ಧಾರಿನ ಸರಿಯಾಗಿ ನಿಭಾಯಿಸ್ಲಿಲ್ಲ. ಸಾಲಗಳು ಹೆಚ್ಚಾಯ್ತು. ಮನೆಯಿಂದ ಆಚೆ ಹಾಕ್ದ ಅಪ್ಪ. ಇದೊಂದ್ ಅವಕಾಶ ವಾಪಸ್ ಮನೆಗೆ ಹೋಗಕ್ಕೆ. ಬರೀ ಅದೊಂದೇ ಅಲ್ಲ. ನಮ್ ಹಳ್ಳಿಲಿ ಯಾವೊಬ್ಬ ರೈತನೂ ಭೂಮಿಗೆ ವಿಷ ಹಾಕೋ ಕೆಲ್ಸ ಮಾಡ್ಬಾರ್ದು. ಇದೊಂದು ಮಾದರಿ ಹಳ್ಳಿ ಆಗ್ಬೇಕು ಅನ್ನೋದೆ ಆಸೆ" ಎಂದು ಹೇಳಿ ಮಾತು ಮುಗಿಸಿದ. "ನಾನ್ ಇದೀನಿ ನಿಮ್ ಜೊತೆ." ಸಮರ್ಥ ಅವನ ಬೆನ್ನು ತಟ್ಟಿ ಹೇಳಿದ.

"ನಾಳೆ ನನ್ ಮದ್ವೆ.ಕಾಲ್ ಮಾಡೋಣ ಅನ್ಕೊಂಡೆ. ನಿನ್ನ ಫೇಸ್ ಮಾಡೋದಿಕ್ಕೆ ಭಯ ಆಯ್ತು. ಬಂದ್ರೆ ಒಳ್ಳೇದು. ಬರ್ಲಿಲ್ಲ ಅಂದ್ರೆ ಇನ್ನೂ ಒಳ್ಳೇದು. ಆಫ್ಟರ್ ಮ್ಯಾರೇಜ್ ಆಮ್ ಫ್ಲೈಯಿಂಗ್ ಟು ಟೆಕ್ಸಾಸ್" ಪ್ರಣೀತಾಳ ಮೆಸೇಜ್ ಬಂದು ಬಿದ್ದಿತ್ತು ಸಮರ್ಥನ ಮೊಬೈಲ್ ಗೆ!!. ಒಂದು ಕ್ಷಣ ಸ್ಥಬ್ಧನಾದ.ಹೊರಗೆ ಎಡಬಿಡದೆ ಮಳೆ ಸುರಿಯುತ್ತಿತ್ತು. ತನ್ನ ಪರ್ಸ್ ಅಲ್ಲಿದ್ದ ಅವಳ ಫೋಟೋ ನೋಡತೊಡಗಿದ. ಒಂದೈದು ನಿಮಿಷ ನೋಡಿ ಬಾಗಿಲು ಹಾಕಿಕೊಂಡು ತೋಟಕ್ಕೆ ಹೊರಟ. "ಲೋ ಈ ಮಳೆಲಿ ಎಂಥಾ ಹೋಗ್ತೀಯೋ, ಛತ್ರಿ ಆದ್ರು ತಗೊಂಡ್ ಹೋಗ್ಬಾರ್ದ?" ತಮ್ಮ ಸೈಕಲ್ ಒರೆಸುತ್ತಿದ್ದ ಮೇಷ್ಟ್ರು ಕೂಗಿದರು. ಅವರ ಮಾತಿಗೆ ಯಾವ ಪ್ರತಿಕ್ರಿಯೆಯನ್ನೂ ನೀಡದೆ ಅಲ್ಲಿಂದ ನಡೆದು ಹೊರಟ. ಮಳೆಯ ರಭಸ ಹೆಚ್ಚಾದರೂ ಅವನೊಳಗಿದ್ದ ಬೇಗುದಿಯನ್ನ ಅದು ಕಮ್ಮಿ ಮಾಡಲಿಲ್ಲ. ಒಂದು ಕಡೆ ಸುಮ್ಮನೇ ಕೂತ. ಆ ಮಳೆಯನ್ನೂ ಲೆಕ್ಕಿಸಲಿಲ್ಲ.

"ಪುಟ್ಟಿ ಒಂದ್ ಚೂರು ಕೆಳಗೆ ಬರ್ತೀಯಾ?" ಮೇಷ್ಟ್ರು ಗಾಬರಿಯಿಂದ ಸಿಂಧುನ ಕರೆದರು. ಅವರ ಮುಖದಲ್ಲಿ ಅಂತ ಭಯವನ್ನ ಅವಳು ಕಂಡಿರಲಿಲ್ಲ. ತಕ್ಷಣ ತೊಟ್ಟಿದ್ದ ನೈಟಿಗೆ ಒಂದು ವೇಲ್ ಸುತ್ತಿಕೊಂಡು ಮನೆಯ ಬೀಗ ಹಾಕಿ

ಇಬ್ಬರು ಕೆಳಗೆ ಇಳಿದರು."ಎಂಥಾ ಆಯ್ತು ಮೇಷ್ಟ್ರೆ..." ಎಂದು ಹೇಳುತ್ತಾ ಮೇಷ್ಟ್ರ ಮನೆಗೆ ಹೋದಾಗ ಸಮರ್ಥ ಚಳಿ ಜ್ವರದಿಂದ ನಡುಗುತ್ತಾ ಮಲಗಿದ್ದ."ತೋಟದಲ್ಲಿ ತಲೆ ಸುತ್ತಿ ಬಿದ್ದಿದ್ನಂತೆ ಕೆಲಸ್ದೋರು ಕರಕಂಡ್ ಬಂದ್ ಬಿಟ್ ಹೋದ್ರು.ಸುರೇಶ ಬೇರೆ ಇಲ್ಲಾ ಯವ್ದೋ ಟೀಂ ಜೊತೆ ಸಾಗರ ಹೋಗಿದಾನೆ."ಇನ್ನು ಮಾತನಾಡುತ್ತಿದ್ದರು. "ಗಾಡಿ ತೆಗೀರಿ. ಆಸ್ಪತ್ರೆಗೆ ಸೇರ್ಸಣ" ಎಂದಳು. "ಯಾವ್ ಗಾಡಿ?" "ಇವ್ರೆ ಇದಿಯಾಲ್ಲಾ ಕಾರು. ಹೋಗಿ ಕೀ ತಗೊಂಡ್ ಬನ್ನಿ" ಎಂದು ಹೇಳುತ್ತಾ ಅವನ ಹಣೆ ಮುಟ್ಟಿದಳು."ಅಲ್ಲ ಆಟೋ ಏನಾದ್ರು ಇದ್ರೆ ನೋಡಣ್ವಾ?" ಎಂದು ರಾಗ ಎಳೆದರು ಮೇಷ್ಟ್ರು."ಮೇಷ್ಟ್ರೆ ತಲೆ ಸರಿ ಇದ್ ಮಾತಾಡ್ತೀರೋ ಇಲ್ದೆಲೆ ಮಾತಾಡ್ತೀರೋ ಅರ್ಥ ಆಗಲ್ಲ ನಂಗೆ. ಮೈ ನೋಡಿ ಹೇಗ್ ಸುಡ್ತಿದೆ. ಇಂಥಾ ಟೈಮ್ ಅಲ್ಲಿ ಆಟೋ ಹುಡುಕ್ಕೊಂಡ್ ಕೂರ್ತೀರಾ?" ಎಂದು ರೇಗಿದಳು. ಮೇಷ್ಟ್ರು ಮರು ಮಾತನಾಡದೆ ಸಮರ್ಥನ ಮನೆಯಿಂದ ಕಾರ್ ಕೀ ತೆಗೆದುಕೊಂಡು ಬಂದರು.

ಹಿಂದಿನ ಸೀಟಲ್ಲಿ ಸಮರ್ಥನನ್ನ ಹಿಡಿದು ಸಿಂಧು ಕೂತಿದ್ದಳು. ಸಮರ್ಥ "ಅಮ್ಮ ಅಮ್ಮ .." ಎಂದು ಕನವರಿಸುತ್ತಿದ್ದ. "ಏನೂ ಆಗಲ್ಲ ಸಮರ್ಥ್ ನಾನಿದ್ದೀನಿ" ಎಂದು ಅವನನ್ನ ಅಪ್ಪಿಕೊಂಡು ಕುಳಿತಳು. ಸಮರ್ಥ ಕನವರಿಸುವುದು ನಿಲ್ಲಿಸಿ ನಿದ್ರೆಗೆ ಜಾರಿದ. ಮೇಷ್ಟ್ರು ಡ್ರೈವರ್ ಸೀಟಲ್ಲಿ ಕೂತು ಸುಮ್ಮನೆ ಇವರಿಬ್ಬರನ್ನ ನೋಡುತ್ತಿದ್ದರು. "ಗಾಡಿ ಸ್ಟಾರ್ಟ್ ಮಾಡ್ರಿ" ಎಂದು ರೇಗಿದಳು. ಮೇಷ್ಟ್ರು ಕಾರ್ ಸ್ಟಾರ್ಟ್ ಮಾಡಲು ಮುಂದಾದರು. ಕಾರ್ ಒಮ್ಮೆ ಎಗರಿ ನಿಂತಿತು. "ಕರ್ಮ ಡ್ರೈವಿಂಗ್ ಬರಲ್ಲ ಅಂತ ಹೇಳಕ್ ಏನೂ ಬನ್ನಿ ಇವರ್ ಪಕ್ಕ ಕುತ್ಕೊಳಿ" ಎಂದು ಸಿಂಧು ಡ್ರೈವಿಂಗ್ ಸೀಟಿಗೆ ಬಂದಳು."ಓಡ್ಸಕ್ ಬರತ್ತೇನೆ?" ರಾಗ ಎಳೆದರು. "ನಿಮ್ಮಷ್ಟು ಎಕ್ಸ್ಪರ್ಟ್ ಇಲ್ಲ" ಎಂದು ವ್ಯಂಗ್ಯ ಮಾಡಿದಳು. ಅರ್ಧ ಗಂಟೆಯ ನಂತರ ತೀರ್ಥಹಳ್ಳಿಯ ಒಂದು ಆಸ್ಪತ್ರೆಗೆ ಗಾಡಿಯನ್ನ ತಂದು ನಿಲ್ಲಿಸಿದಳು. "101 ಡಿಗ್ರಿ ಜ್ವರ ಇದೆ. ಅಡ್ಮಿಟ್ ಮಾಡ್ಕೋಬೇಕು." ಅಲ್ಲಿನ ಡಾಕ್ಟರ್ ಸಿಂಧು ಬಳಿ ಹೇಳಿದರು. ಸಿಂಧು "ಸರಿ" ಎಂದಳು.

ಸಮರ್ಥನಿಗೆ ಸರಿಯಾಗಿ ಎಚ್ಚರವಾಗಿದ್ದು ಮಾರನೆಯ ದಿನ. ಅವನು ಕಣ್ಣು ಬಿಟ್ಟಾಗ ಸಿಂಧು ಎದುರಿದ್ದ ಟೇಬಲ್ ಮೇಲೆ ಕುಳಿತು ನಿದ್ದೆಗೆ ಜಾರಿದ್ದಳು. ಸಮರ್ಥ ಕಷ್ಟ ಪಟ್ಟು ಎದ್ದು ಬಾತ್ ರೂಂಗೆ ಹೋಗಿ ಬಂದ. ಸಿಂಧುಗೆ ಎಚ್ಚರವಾಯ್ತು. "ಈಗ ಹೇಗಿದೀರಿ?" ಸಮರ್ಥನನ್ನ ಕೇಳಿದಳು. "ಸಾರಿ ರೀ

ತುಂಬಾ ತೊಂದ್ರೆ ಆಯ್ತು ನನ್ನಿಂದ ನಿಮ್ಗೆ" ಬೇಸರಿಸಿಕೊಂಡ. "ತಲೆ ಬೇಡ? ಯಾರಾದ್ರು ಹಾಗೆ ನೆನಿತಾರಾ ಮಳೇಲಿ?. ನಿಮ್ ತೋಟದ್ ಕೆಲಸದವ್ರು ಹೇಳಿದ್ರು." ಎಂದು ರೇಗಿದಳು. ಸಮರ್ಥ ನಗುತ್ತಾ , "**sorry i was out of my mind**" ಎಂದ."ಎರಡ್ ಸಾವ್ರ ಬಿಲ್ ಮಾಡಿದಾರೆ ಆಸ್ಪತ್ರೆಯವರು ಕೊಡಿ. ಟೆನ್ಷನ್ ಅಲ್ಲಿ ದುಡ್ ತರೋದೆ ಮರ್ತೆ ನಾನು." ಸಿಂಧು ಸಹಜವಾಗೇ ಹೇಳಿದಳು. ಪಕ್ಕದಲ್ಲಿದ್ದ ಅವನ ಪರ್ಸ್ ತೆಗೆದು ೨ಸಾವಿರ ಕೊಟ್ಟ. ಸಿಂಧು ಬಿಲ್ ಪಾವತಿಸಲು ಹೋದಳು. ಅದರಲ್ಲಿದ್ದ ಪ್ರಣೀತಾಳ ಫೋಟೋ ನ ಮತ್ತೆ ನೋಡುತ್ತಾ ಕುಳಿತ.ಸಿಂಧು ಬಿಲ್ ಕಟ್ಟಿ ಬಂದಳು. ಅವಳು ಬಂದಿದ್ದು ಅರಿವಾಗಿ ಪ್ರಣೀತಾಳ ಫೋಟೋನ ಪರ್ಸಲ್ಲಿ ಇಟ್ಟ.ಸಿಂಧು ಅವನಿಗೆ ಇಡ್ಲಿ ಕಟ್ಟಿಸಿಕೊಂಡು ತಂದಿದ್ದಳು. ಅದನ್ನ ತಿನ್ನಲು ಶುರು ಮಾಡಿದ. ಅವನ ಎದುರಿಗೆ ಕುಳಿತು ಮಾತು ಶುರು ಮಾಡಿದಳು."ಗರ್ಲ್ ಫ್ರೆಂಡಾ?" ಕೇಳಿದಳು. ಸಮರ್ಥನಿಗೆ ಇಡ್ಲಿ ಗಂಟಲಲ್ಲಿ ಸಿಕ್ಕಿಕೊಳ್ತು. ಕೆಮ್ಮಿದ. "ನಿನ್ನೆ ನಿಮ್ ಜೇಬಿಂದ ಪರ್ಸ್ ನ ತೆಗೆದು ಪಕ್ಕದಲ್ಲಿ ಇಟ್ಟಿದ್ದು ನಾನೆ" ಎಂದು ನಕ್ಕಳು. ಸಮರ್ಥ ಸುಮ್ಮನೆ ನಕ್ಕು , "ಇವತ್ ಅವಳ್ದು ಮದ್ವೆ" ಎಂದ."ಅದಿಕ್ಕೆ ನಾ ಲೂಸ್ ಥರಾ ಮಳೇಲಿ ನೆಂದಿದ್ದು. ನೀವೆಲ್ಲಾ ಸಿನಿಮಾ ನೋಡೆ ಹಾಳಾಗ್ಬಿಟ್ರಿ ಅನ್ಸತ್ತೆ. ಮಲೆನಾಡ್ ಮಳೆ ಹೆವಿ ಡೇಂಜರ್ ತಿಳ್ಕೊಳ್ಳಿ." ಎಂದು ಗದರಿದಳು. "ಆಯ್ತು ಮಲೆನಾಡ ಕೂಸೇ" ಎಂದು ಕೈ ಮುಗಿದ. ಇಬ್ಬರೂ ನಕ್ಕರು."ಈ ತಿಂಗಳು ಕಂತು ಬಾಕಿ ಇದೆ" ನೆನಪಿರ್ಲಿ" ಎಂದು ಎದ್ದು ಹೊರನಡೆದಳು. "ಏನ್ ಬಿಟ್ರು ಕಂತ್ ಬಿಡಲ್ಲ ನೀವು" ಎಂದು ಗೊಣಗಿಕೊಂಡ.

ಆರು ತಿಂಗಳ ನಂತರ

ಜೈವಿಕ ಗೊಬ್ಬರ ಫಲ ಸ್ವಲ್ಪ ನಿಧಾನವೆನಿಸಿದರೂ ಇವನು ಬೆಳೆದ ತರಕಾರಿಗಳಿಗೆ ಒಳ್ಳೆಯ ಬೆಲೆ ಬಂದಿತ್ತು. ಹಣ್ಣುಗಳೂ ಕೂಡ ರುಚಿಯಲ್ಲಿ ಉತ್ಕೃಷ್ಟ ಮಟ್ಟದಲ್ಲಿತ್ತು.ಕಾಳುಮೆಣಸಿಗೂ ಒಳ್ಳೆಯ ಬೇಡಿಕೆ ಬಂದಿತ್ತು. ಇವನ ಕಾಳುಮೆಣ್ಸಿಗೆ ವಿದೇಶದಲ್ಲಿ ಹೆಚ್ಚು ಬೇಡಿಕೆ ಇದ್ದ ಕಾರಣ ಇವನಿಗೆ ಒಳ್ಳೆಯ ಲಾಭ ತಂದಿತ್ತು.ಇತ್ತ ಹಣ್ಣುಗಳಾದ ದಾಳಿಂಬೆ, ಬಾಳೆ ಕಟಾವಿಗೆ ಬಂದಿತ್ತು. ಎಲ್ಲವನ್ನ ಅಲ್ಲಿನ ಜನ ಬೆರಗು ಗಣ್ಣಿನಿಂದ ನೋಡುವಂತೆ ಮಾಡಿದ್ದರು ಸುರೇಶ ಸಮರ್ಥ ಮತ್ತು ಮೇಷ್ಟ್ರು. ಸುರೇಶ ಹಳ್ಳಿ ಜನಕ್ಕೆ ಸಮರ್ಥ ತನ್ನ ಜಮೀನಲ್ಲಿ ಮಾಡಿದ ಪ್ರಯೋಗದ ಬಗ್ಗೆ ವಿವರಿಸಿ ಹೇಳುತ್ತಿದ್ದ. ಇಷ್ಟು ದಿನ ಆಡಿಕೊಂಡು ನಕ್ಕವರು ಅವರನ್ನ ಪಾಲಿಸಲು ಶುರು ಮಾಡಿದರು. ಮೂರು ಜನ ಸೇರಿ ಇಡೀ ಹಳ್ಳಿಗೆ

ಸಾವಯವ ಕೃಷಿಯ ಬಗ್ಗೆ ವಿವರಿಸಲು ಮುಂದಾದರು. ಮೊದಲು ಒಪ್ಪದೇ ಇದ್ದವರು ಸಮರ್ಥನ ಸೊಂಪಾದ ತೋಟವನ್ನ ನೋಡಿ ಅವರೂ ಆ ಕೃಷಿಯನ್ನೇ ಅಳವಡಿಸಿಕೊಂಡರು.ನಿಧಾನವಾಗಿ ಹೊಸದೋಟದ ಜಮೀನುಗಳು ರಸಾಯಿನಿಕ ಗೊಬ್ಬರ ಉಣ್ಣುವುದು ನಿಲ್ಲಿಸಿದವು. ಹಂತ ಹಂತವಾಗಿ ಎಲ್ಲ ಜಮೀನಿನಲ್ಲೂ ಮಿಶ್ರ ಕೃಷಿಯದ್ದೇ ಕಾರುಬಾರು. ಸುರೇಶನ ತಂದೆ ಮಗನ ಸಾಧನೆಗೆ ಮೆಚ್ಚುಗೆ ವ್ಯಕ್ತಪಡಿಸಿದರು.ಈಗ ಸುರೇಶ ಮನೆಗೆ ಧೈರ್ಯವಾಗಿ ಹೋಗಲು ಆರಂಭಿಸಿದ.

ಮುಂಜಾನೆ ಎದ್ದ ಮೇಷ್ಟ್ರಿಗೆ ಅಚ್ಚರಿ ಕಾದಿತ್ತು. ತಮ್ಮ ಸೈಕಲ್ ಇದ್ದ ಜಾಗದಲ್ಲಿ ಹೊಸ ಬುಲೆಟ್ ಬಂದಿತ್ತು. ಸಮರ್ಥ ಅದರ ಪಕ್ಕದಲ್ಲಿ ನಿಂತಿದ್ದ. “ಲೋ ನನ್ ಸೈಕಲ್ ಎಲ್ಲೋ?” ಗಾಬರಿಯಿಂದ ಕೇಳಿದರು. “ನಾವು ಚಿಕ್ಕೋರಿದ್ದಾಗಿಂದ ಸ್ಕೂಲಿಗೆ ಸದಾಶಿವ್ ಮೇಷ್ಟ್ರು ಬಂದ್ರು ಅಂತ ಗೊತ್ತಾಗ್ತಿದ್ದಿದ್ದು ನಿಮ್ ಹಳೇ ಬುಲೆಟ್ ಗಾಡಿಯಿಂದ. ನಿಮಿಗ್ ಎಷ್ಟ್ ಪ್ರೀತಿ ಇತ್ತು ಆ ಗಾಡಿ ಮೇಲೆ ಅಂತ ಎಲ್ರಿಗೂ ಗೊತ್ತು.ಬುಲೆಟ್ ಮೇಷ್ಟ್ರು ಸೈಕಲ್ ಮೇಷ್ಟ್ರು ಆಗಿದ್ ನಂಗ್ಯಾಕೋ ಸರಿ ಕಾಣಿಸ್ಲಿಲ್ಲ. ಅದಿಕ್ಕೆ ಅದನ್ನ ಗುಜುರಿಗೆ ಹಾಕಿ ಇದನ್ನ ತಂದಿದೀನಿ. ಮೇಷ್ಟ್ರಿಗೆ ಮಾತೇ ಹೊರಡಲಿಲ್ಲ. “ಆ ಕಿತ್ತೋಗಿರೋ ಗಾಗಲ್ಸ್ ಹಾಕ್ಬೇಡಿ ಇನ್ಮೇಲೆ” ಎಂದು ಹೇಳಿ ರೇಬಾನ್ ಗ್ಲಾಸ್ ಅನ್ನ ನೀಡಿದ. ಮೇಷ್ಟ್ರು ಅದನ್ನ ತೆಗೆದುಕೊಂಡು ಪ್ರೀತಿಯಿಂದ ಆ ಬುಲೆಟ್ ಸವರಿದರು. “ಹ್ಯಾಪಿ ಬರ್ತಡೇ ಮೇಷ್ಟ್ರೇ..” ಎಂದು ಹೇಳಿ ಹೊರಟ. “ನೀನೇ ಕಣೋ ನಿಜವಾದ ಶಿಷ್ಯ ಅಂದ್ರೆ..” ಎಂದು ಕೃತಕ ಕಣ್ಣೀರು ಸುರಿಸಿದರು. ಸಮರ್ಥ ಮನೆಗೆ ಹೋಗುತ್ತಿದ್ದಾಗ ಎದುರಿಗೆ ಸಿಂಧು ಸಿಕ್ಕಳು. “ಎಲ್ರೀ ಈ ತಿಂಗಳು ಕಂತು. ಪ್ರತೀ ಸಲಿ ನಾನೇ ಕೇಳ್ಬೇಕಾ? ನಿಮಿಗೆ ಲೋನ್ ಕೊಟ್ಟಿರೋ ಕರ್ಮಕ್ಕೆ” ಎಂದು ಗದರಿದಳು.“ಸಾರಿ ರೀ ಈ ತಿಂಗಳು ಆಗಲ್ಲ. ಅಲ್ನೋಡಿ ಮೇಷ್ಟ್ರನ್ನ. ಎಲ್ಲಾ ಅಲ್ಲೇ ಖಾಲಿ ಆಯ್ತು.” ಎಂದ. ಸಿಂಧು ಮೇಷ್ಟ್ರನ್ನ ನೋಡಿದಾಗ ಅವರು ಬುಲೆಟ್ ಹತ್ತಿ ಊರು ತಿರುಗಲು ಹೊರಟರು. “ಅವ್ರಿಗೆ ನೆಟ್ಟಗೆ ಸೈಕಲ್ ಓಡ್ಸಕ್ಕೆ ಬರಲ್ಲ. ಇದ್ ಬೇರೆ? ಎಲ್ಲಾದ್ರು ಬಿದ್ರೆ?” ಎಂದು ವ್ಯಂಗ್ಯವಾಡಿದಳು.” ಹಾಗೇನಿಲ್ಲ ಬಿಡಿ. **next month** ಎರಡ್ ತಿಂಗ್ಳುದು ಸೇರ್ಸಿ ಕೊಟ್ ಬಿಡ್ತೀನಿ” ಎಂದು ಹೇಳಿದ. ಸಿಂಧು ತಲೆ ಅಲ್ಲಾಡಿಸಿ ಮುಂದೆ ಹೋದಳು.“ಸಿಂಧು...?” ಹೋಗುತ್ತಿದ್ದವಳನ್ನ ಪುನಃ ಕರೆದ. ಅವಳು ನಿಂತು ಏನೆಂದು ಮುಖ ಮಾಡಿದಳು.“ಇವತ್ ಶಿವಮೊಗ್ಗ ಹೊಗೋಣ ಬರ್ತೀರಾ?” ಅವಳು ಅನುಮಾನದಿಂದ ಇವನನ್ನ ನೋಡಿದಳು. “ಒಂದಷ್ಟ್ ಪರ್ಚೇಸ್ ಇತ್ತು

ರೀ ಕಸಿನ್ ಮದ್ವೆ ಇದೆ. ನಂಗೆ ಗೊತ್ತಾಗಲ್ಲ. ಈ ಸೀರೆ ಸೆಲೆಕ್ಷನ್ ಎಲ್ಲಾ. ನೀವ್ ಬಂದ್ರೆ ಹೆಲ್ಪ್ ಆಗತ್ತೆ." ಧೈರ್ಯವಾಗಿ ಕೇಳಿದ. ಒಂದು ನಿಮಿಷ ಯೋಚ್ನೆ ಮಾಡಿ, "ವಾಪಸ್ ಬರೋದು?" ಕೇಳಿದಳು. "ರಾತ್ರಿ ೧೧ ಗಂಟೆ ಒಳಗೆ ಬರೋಣ. ಹೇಗೂ ನಾಳೆ ರಜೆ ಇದಿಯಲ್ಲಾ. ನೀವ್ ಆಫೀಸ್ ಗೆ ಹೋಗೋ ಟೆನ್ಷನ್ ಇಲ್ಲ."ಎಂದ. "**hmm..** ಈ ವಾರ ಊರಿಗ್ ಹೋಗಣ ಅನ್ಕೊಂಡಿದ್ದೆ. ಇರ್ಲಿ ಬಿಡಿ ಕ್ಯಾನ್ಸಲ್ ಮಾಡ್ಕೋತಿನಿ. **but 5pm** ಗೆ ಕರೆಕ್ಟಾಗಿ ಬನ್ನಿ ಬ್ಯಾಂಕ್ ಹತ್ರ ಅಲ್ಲಿಂದಾನೆ ಹೊರಡಣ" ಎಂದು ತಾಕೀತು ಮಾಡಿದಳು. "**As your wish mam**" ಎಂದು ತಲೆ ಬಾಗಿದ. ಅವಳು ನಕ್ಕು ಆಫೀಸ್ ಕಡೆ ಹೊರಟಳು.

"ಹೇಗ್ ಕಾಣ್ತಿದೀನಿ?" ಕಾರ್ ಹತ್ತಿದ ತಕ್ಷಣ ಸಿಂಧು ಕೇಳಿದ ಮೊದಲ ಮಾತು ಸಮರ್ಥನಿಗೆ."ಚೆನಾಗ್ ಕಾಣ್ತಿದೀರಾ.. ಮಿನಿಮಮ್ ಅಂದ್ರು ಅರ್ಧ ಗಂಟೆ ಆಗಿರತ್ತೆ ಮೇಕಪ್ ಗೆ ಅಲ್ವಾ?" ಕಿಚಾಯಿಸಿದ. ಅವನ ತೋಳಿಗೆ ಸರಿಯಾಗಿ ಗುದ್ದಿದಳು. "ಯಪ್ಪಾ.. ರೀ **am driving**" ಎಂದ, "ನಿಮ್ಮನ್ನ ಮಾತೇ ಆಡ್ಸ್ಬಾರ್ದು. ಯಾವಾಗ್ಲು ಕೊಂಕ್ ಮಾತಾಡ್ತೀರಾ" ಸಿಟ್ಟು ಮಾಡಿ ಕೂತಳು. ಸಮರ್ಥ, "**sorry sorry** ತಮಾಷೆ ಮಾಡಿದ್ದು" ಎಂದ. ಅವಳು ಮಾತನಾಡಲಿಲ್ಲ. ಅವನೂ ಸುಮ್ಮನೆ ಕಾರು ಚಲಾಯಿಸುತ್ತಿದ್ದ. ಒಂದು ಹತ್ತು ನಿಮಿಷದ ನಂತರ "**Actually it took an hour to get ready**" ಎಂದಳು. ಇಬ್ಬರೂ ಜೋರಾಗಿ ನಕ್ಕರು.ಶಿವಮೊಗ್ಗ ತಲುಪಿದ ನಂತರ ಸಿಂಧು ಸಮರ್ಥನನ್ನ ಚೆನ್ನಾಗಿ ನಡೆಸಿದಳು. ಆ ಅಂಗಡಿ ಈ ಅಂಗಡಿ ಎಂದು ಸುತ್ತಿಸಿದಳು. "ರೀ ನಿಮ್ಗೆ ಶಿವಮೊಗ್ಗ ತುಂಬಾ ಪರಿಚಯ ಇರೋ ಹಾಗಿದೆ?" ಸಮರ್ಥ ಕೇಳಿದ." ಹೂ ಊರು ಸಾಗರ. ಆದ್ರೆ ಓದಿದ್ದೆಲ್ಲಾ ಇಲ್ಲೇ. ವಾರಕ್ಕೊಂದಿನಾ ಅಂತೂ ಶಾಪಿಂಗ್ ಫಿಕ್ಸ್ ನಮ್ ಗ್ಯಾಂಗ್ ದು. ಆಗ ದುಡ್ಡಿರ್ತಾ ಇರ್ಲಿಲ್ಲ. ಈಗ ಟೈಮ್ ಇಲ್ಲ." ಎಂದು ಬೇಸರಿಸಿಕೊಂಡಳು. ಸಣ್ಣ ಅಂಗಡಿ ದೊಡ್ಡ ಅಂಗಡಿ ಯಾವುದನ್ನೂ ಬಿಡದೇ ಸಿಂಧು ಬೇಟೆ ಆರಂಭಿಸಿದ್ದಳು. ತನಗೆ ಬೇಕಾದ ಡ್ರೆಸ್ ಮೆಟೀರಿಯಲ್ ಕಿವಿ ರಿಂಗ್ ಸ್ಟಿಕ್ಕರ್ ಪರ್ಫ್ಯೂಮ್ ಹಣೆ ಬೊಟ್ಟು, ಮನೆಗೆ ಬೇಕಾದ ಪಾತ್ರೆ ಪಗಡ ಎಲ್ಲವನ್ನೂ ಕೊಂಡಳು. "ಶಾಪಿಂಗ್ ನಾನ್ ಮಾಡಕ್ ಅಲ್ವಾ ಇಲ್ಲಿಗೆ ಬಂದಿದ್ದು" ಎಂದು ಅನುಮಾನದಿಂದ ಕೇಳಿದ."ಅಯ್ಯೋ ಹೌದಲ್ವಾ?" ಎಂದು ಹಲ್ಲು ಕಚ್ಚಿಕೊಂಡು ಒಂದು ದೊಡ್ಡ ಬಟ್ಟೆ ಅಂಗಡಿಗೆ ಇಬ್ಬರೂ ಹೋದರು. "ನಿಮ್ ಕಸಿನ್ ಎಷ್ಟು ಏಜ್" ಎಂದು ಕೇಳಿದಳು ಸೀರೆ ಆರಿಸುತ್ತಾ. "ನಿಮ್ಮಷ್ಟೆ..ಏಜ್ ನೋಡಕ್ಕೂ ನಿಮ್ ಥರಾನೆ ಇದಾಳೆ. ಅವಳ್ ಮದ್ವೆ

reception ಗೆ ನಾನ್ ಕೊಟಿದ್ ಸೀರೇನೆ ಉಡೋದಂತೆ. ಅದಿಕ್ಕೆ ಸ್ವಲ್ಪ ಕಾಸ್ಟ್ಲಿ ಆದ್ರು ಪರ್ವಾಗಿಲ್ಲ ನೀವ್ ಸೆಲೆಕ್ಟ್ ಮಾಡಿ ಓಕೆ ನಾ?" ಎಂದು ಅವಳಿಗೆ ಸಂಪೂರ್ಣ ಸ್ವಾತಂತ್ರ್ಯ ನೀಡಿದ. ಒಂದು ಗಂಟೆಯ ನಂತರ ಸಮರ್ಥ ರೋಸಿ ಹೋಗಿದ್ದ. ಸಿಂಧುವಿಗೆ ಕಡೆಗೂ ಒಂದು ನೀಲಿ ಬಣ್ಣದ ಚೆಂದವಾದ ಸೀರೆ ಸಿಕ್ಕಿತು. ಅಂಗಡಿಯವ ಅದಿಕ್ಕೆ ಹತ್ತು ಸಾವಿರ ಬಿಲ್ ಮಾಡಿದ್ದ. ಅದನ್ನ ಕೊಟ್ಟು ಇಬ್ಬರೂ ಅಲ್ಲಿಂದ ನಡೆದರು. "ನಿಮ್ಮನ್ನ ಮದ್ವೆ ಆಗೋಳು ಪುಣ್ಯ ಮಾಡಿದಾಳೆ." ಸಿಂಧು ಸಮರ್ಥನಿಗೆ ಹೊಗಳಿದಳು. "ಯಾಕೆ?" ಎಂದ. "ಹು ಅಷ್ಟೊಂದ್ ಕಾಸ್ಟ್ಲಿ ಸೀರೇನಾ ಏನೂ ಯೋಚ್ನೆ ಮಾಡ್ದೆ ತಗೊಂಡ್ರಲಾ..." "ನಮ್ಗೆ ವ್ಯಕ್ತಿ ತುಂಬಾ ಮುಖ್ಯ ಆಗ್ತಾರೆ." ಎಂದ. ಅವಳು ತಲೆ ಆಡಿಸಿದಳು.ಇಬ್ಬರೂ ಒಂದು ಸಿನಿಮಾ ನೋಡುವುದೆಂದು ನಿರ್ಧರಿಸಿದರು. ಸಿಂಧು ನೋಡಲೇಬೇಕೆಂದು ನಿರ್ಧಾರ ಮಾಡಿದ್ದ ಸಿನಿಮಾವಾದ್ದರಿಂದ ಸಮರ್ಥನಿಗೆ ಬೇರೆ ವಿಧಿ ಇರಲಿಲ್ಲ. ಅರ್ಧ ಗಂಟೆಯ ನಂತರ ಸಿಂಧು ತುಂಬಾ ಕುತೂಹಲದಿಂದ ಸಿನಿಮಾವನ್ನ ನೋಡುತ್ತಿದ್ದಳು. ಸಮರ್ಥ ನಿದ್ದೆಗೆ ಜಾರಿ ಗೊರಕೆ ಶುರು ಮಾಡಿದ್ದ. ಅಕ್ಕ ಪಕ್ಕದಲ್ಲಿದ್ದವರೂ ಇವರನ್ನೇ ಕೆಕ್ಕರಿಸಿಕೊಂಡು ನೋಡುತ್ತಿದ್ದರು. ಸಿಂಧು ಸಮರ್ಥನನ್ನ ಎಬ್ಬಿಸಿ," ನಿದ್ದೆ ಮಾಡಕ್ಕಾ ಸಿನಿಮಾಗೆ ಬಂದಿದ್ದು ನೀವು?" ಅವನನ್ನ ಎಬ್ಬಿಸಿ ಕೇಳಿದಳು. "ಇಂಥಾ ಡಬ್ಬಾ ಸಿನಿಮಾಗೆ ಕರ್ಕೊಂಡ್ ಬಂದ್ರೆ ಏನ್ ಮಾಡ್ಲಿ ಹೇಳಿ?" ಅವನೂ ಬೇಸರದಿಂದ ನುಡಿದ. "ಸರಿ ನಿದ್ದೆ ಮಾಡಿ ಗೊರ್ಕೆ ಹೊಡಿಬೇಡಿ ಪ್ಲೀಸ್" ಎಂದು ಬೇಡಿಕೊಂಡಳು. ಸಮರ್ಥ , "ಸರಿ.." ಎಂದು ಹೇಳಿ ಮತ್ತೆ ಮಲಗಿದ. ಒಂದ್ ಹತ್ತು ನಿಮಿಷದ ನಂತರ ಅವನಿಗೆ ಮತ್ತೆ ನಿದ್ದೆ ಹತ್ತಿತು. ಈ ಬಾರಿ ಗೊರಕೆಯ ಸದ್ದಿರಲಿಲ್ಲ. ಆದರೆ ಸಿಂಧುವಿನ ಹೆಗಲ ಮೇಲೆ ನಿದ್ರಿಸುತ್ತಿದ್ದ. ಅವಳು ಅರೆ ಕ್ಷಣ ಗಾಬರಿಗೊಂಡರೂ ನಂತರ ಸುಮ್ಮನಾದಳು. ಮಧ್ಯರಾತ್ರಿ ಎರಡಾಗಿತ್ತು ಅವರು ಪುನ: ಹೊಸದೋಟಕ್ಕೆ ಹಿಂತಿರುಗಿದಾಗ. **"it was a memorable evening thank you"** ಎಂದಳು. "ಆ ಕಿತ್ತೋಗಿರೋ ಲವ್ ಸ್ಟೋರೀಸ್ ಗಳನ್ನ ನೋಡೋದ್ ಕಮ್ಮಿ ಮಾಡ್ರಿ.. ಲಾಜಿಕ್ಕೆ ಇರಲ್ಲಾ.." ಎಂದು ಗೊಣಗಿದ. ಅವಳು ನಕ್ಕು ಮನೆಯ ಹಾದಿ ಹಿಡಿದಳು. ನಂತರ ಸಮರ್ಥನ ಮೊಬೈಲ್ ಗೆ ಮೆಸೇಜ್ ಮಾಡಿದಳು. "ಸುಸ್ತಾಗಿರತ್ತೆ ಡ್ರೈವ್ ಮಾಡಿ. ಮಲ್ಕೊಳಿ. ಸ್ಲೀಪ್ ವೆಲ್" ಎಂದು. ಸಮರ್ಥ ಅದನ್ನ ನೋಡಿ ಮುಗುಳ್ನಕ್ಕ.

ಅಂದು ಸಿಂಧು ಎಷ್ಟೊತ್ತಾದರೂ ಮನೆಗೆ ಬಂದಿರಲಿಲ್ಲ. ಅವಳ ಮನೆ ಬೀಗ ಹಾಕಿದ್ದು ತೆಗೆದಿರಲಿಲ್ಲ. ಇವನು ಮಾಡಿದ್ದ ಮೆಸೇಜ್ ಗೆ ಅವಳಿಂದ ರಿಪ್ಲೈ

ಇರಲಿಲ್ಲ.ಸಂಜೆ ೭ ಆದರು ಅವಳ ಸುಳಿವಿರಲಿಲ್ಲ. ಗಾಬರಿಯಾಗಿ ಇವನೇ ತನ್ನ ಕಾರ್ ತೆಗೆದುಕೊಡು ಬ್ಯಾಂಕ್ ಕಡೆ ಹೊರಟ.ಬ್ಯಾಂಕ್ ಮುಂದಿನ ಕಟ್ಟೆಯಲ್ಲಿ ಸಿಂಧು ಸುಮ್ಮನೆ ಕುಳಿತಿದ್ದಳು. ಅವಳನ್ನ ನೋಡುತ್ತಾ, ಹೋದ ಜೀವ ವಾಪಸ್ಸು ಬಂದ ಹಾಗೆ ಆಗಿತ್ತು ಇವನಿಗೆ."ತಲೆ ಕೆಟ್ಟಿದಿಯೇನ್ರಿ ನಿಮ್ಗೆ? ಬೇಗ ಮನೆ ಸೇರ್ಕೊಬೇಕು ಅಂತ ಗೊತ್ತಾಗಲ್ವ?ಈ ಕಾಡಲ್ಲಿ ಒಬ್ರೆ ಕೂತಿದೀರಾ? ಹುಡ್ಗ ಆಗಿ ನನ್ಗೆ ಭಯ ಆಗತ್ತೆ" ಎಂದು ರೇಗಿದ. "ಆಫೀಸಲ್ಲಿ ಕೆಲ್ಸ ಜಾಸ್ತಿ ಇತ್ತು. ಮ್ಯಾನೇಜರ್ ಬೇಗ ಹೋದ್ರು ಎಲ್ಲಾ ಕ್ಲೋಸ್ ಮಾಡಿ ಬರ್ಬೇಕಲ್ಲ. ಬಸ್ ಯಾವ್ದು ಬರ್ಲಿಲ್ಲ. ಅದಿಕ್ಕೆ ಇಲ್ಲೇ ಕೂತೆ". "ಒಂದ್ ಫೋನ್ ಮಾಡಕ್ ಏನೂ ಧಾಡಿ? ಎಷ್ಟ್ ಟೆನ್ಷನ್ ಆಗಿತ್ತು ಗೊತ್ತಾ. ನಿಮ್ಗೋಸ್ಕರಾ ಒಬ್ರು ಕಾಯ್ತಿರ್ತಾರೆ ಅನ್ನೋದು ನೆನ್ಪಿರ್ಲಿ" ಎಂದ. "ಯಾರು ಕಾಯೋದು ನಂಗೋಸ್ಕರಾ? ನೀವಾ?" ಎಂದು ಪ್ರಶ್ನೆ ಹಾಕಿದಳು. "ನಾನಲ್ಲ ಮೇಷ್ರು. ಅವರು ಕಾಯ್ತಾ ಇರ್ತಾರೆ." ಎಂದ. "ಇವತ್ತು ಯಕ್ಷಗಾನ ಅಂತ ಸಂಜೇನೆ ಹೋಗಿದಾರೆ. ನಿಮಿಗ್ ಯಾವಾಗ ಸಿಕ್ರು? ಅಷ್ಟೊಂದ್ ಕಾಳಜಿ ಇದ್ದಿದ್ರೆ ಫೋನ್ ಆದ್ರು ಮಾಡೋರು ಅಲ್ವಾ?"ಎಂದು ಕುಟುಕಿದಳು. "ಆಯ್ತು ರೀ.. ನಂಗೆ ಭಯ ಆಯ್ತು ಸರಿನಾ? ಹೊರಡಣ್ವಾ?" ಎಂದ. "ಎಷ್ಟ್ ಚೆನಾಗಿದೆ ವಾತಾವರಣ

ಸ್ವಲ್ಪ ಹೊತ್ತು ಇದ್ದು ಹೋಗೋಣ್ವ?"ಎಂದು ಬೇಡಿಕೊಂಡ್ಳು. "ಅಯ್ಯಾ ಬರ್ರೀ ಇವಾಗ್ಲೇ ಲೇಟ್ ಆಗಿದೆ."ಎಂದು ಅವಳ ಕೈ ಹಿಡಿದು ಕಾರಿನಲ್ಲಿ ಕೂರಿಸಿದ. "ಭಯ ನಿಮ್ಗೆ?"ಎಂದು ನಕ್ಕಳು. "ಹಾಗೆ ತಿಳ್ಕೊಳಿ" ಎಂದ .

"ಇವತ್ತು ಅಡಿಗೆ ನಾನ್ ಮಾಡ್ತಿನಿ. ಇಬ್ರು ಊಟ ಮಾಡೋಣ." ಸಂಭ್ರಮವಿತ್ತು ಅವಳ ಮುಖದಲ್ಲಿ. "ಏನ್ ವಿಶೇಷ?" ಅವನೂ ಕೇಳಿದ. "ಅಮ್ಮನ ಹುಟ್ಟಿದ್ ದಿನ. ಅವಳಿದಿದ್ರೆ ೬೦ ಆಗಿರೋದು. ಅವಳ ನೆನಪಾದ್ರೆ ಒಬ್ಳೇ ಇರೋಣ ಅನ್ಸತ್ತೆ. ಅದಿಕ್ಕೆ ನಿಮಿಗ್ಯಾರ್ಗು ಫೋನ್ ಮಾಡ್ಲಿಲ್ಲ. ಅಲ್ಲೇ ಇದ್ದೆ.ಇನ್ನೊಬ್ರಿದ್ದಾಗ ನಂಗೆ ತೃಪ್ತಿಯಾಗಿ ಅಳೋದಕ್ಕೂ ಆಗಲ್ಲ. ನಿಮ್ ಕನ್ಸರ್ನ್ ಗೆ ಥ್ಯಾಂಕ್ಸ್" ಎಂದಳು. "ಒಂದ್ನಿಮಿಷ ಅಮ್ಮನ ಹುಟ್ಟಿದಬ್ಬ ಅಂತೀರಿ. ಈ ಸೀರೆ ಉಟ್ಕೊಳಿ ನಿಮ್ ತಾಯಿಗೆ ಖುಷಿ ಆಗತ್ತೆ." ಅಂದ."ಅಯ್ಯೋ ನಿಮ್ ಕಸಿನ್ ಗೆ ತಂದಿದ್ದಲ್ಲಾ? ನಂಗ್ ಬೇಡ" ಗಾಬರಿಗೊಂಡು ಹೇಳಿದಳು. "ನಂಗ್ಯಾರು ಹುಡ್ಗಿ ಕಸಿನ್ ಇಲ್ರೀ. ನಿಮಿಗೆ ಅಂದ್ರೆ ನೀವ್ ಬರಲ್ಲ ಅಂತ ಗೊತ್ತಿತ್ತು. ಅದಿಕ್ಕೆ ಹಾಗೆ ಸುಳ್ ಹೇಳಿದ್ದು. ಒಳ್ಳೆ ಟೈಮ್ ನೋಡ್ ಕೊಡೋಣ ಅನ್ಕೊಂಡೆ. **i think this is the perfect time."** ಎಂದ. ಅವಳು ಮುಜುಗರಗೊಂಡಳು.ಸಮರ್ಥ ಅದನ್ನ

ತಿಳಿದು"ದಯವಿಟ್ಟು ಇಲ್ಲ ಅನ್ಬೇಡಿ. ನನ್ನೋರು ಅಂತ ಇರೋದು ನೀವು ಮತ್ತೆ ಮೇಷ್ಟ್ರು. ನನ್ ಕಷ್ಟ್ ದಲ್ಲಿದ್ರಿ. ಖುಷಿಲೂ ಇರಿ" ಎಂದು ಹೊರಟ "ಒಂದು ಸ್ವಲ್ಪ ಹೊತ್ತು ಅಡಿಗೆ ಆಗತ್ತೆ" ಎಂದು ಮನೆಗೆ ನಡೆದಳು. ಹೇಗೇಗೋ ಇದ್ದವಳು, ಇಂದು ಲಕ್ಷಣವಾಗಿ ಅವನು ಕೊಡಿಸಿದ ಸೀರೆ ಉಟ್ಟಿದ್ದಳು. ಇವಳೇನಾ ಸಿಡಿಮಿಡಿ ಸಿಂಧು ಅನ್ನುವ ಮಟ್ಟಿಗೆ ಬದಲಾಗಿದ್ದು ಸಮರ್ಥನಿಗೂ ಆಶ್ಚರ್ಯ ಉಂಟುಮಾಡಿತ್ತು. "ನಿಮಿಗೆ ಇಷ್ಟ್ ಉದ್ದ ಜಡೆ ಇದೆ ಅಂತ ಗೊತ್ತೇ ಇರ್ಲಿಲ್ಲ ರೀ.." ಎಂದ. ಅವಳು ನಕ್ಕು," ಆಫೀಸಿಗೆ ಹೋಗೋ ಟೆನ್ಶನ್ ಅಲ್ಲಿ ಗಂಟು ಕಟ್ಟಿರ್ತೀನಿ." ಎಂದಳು. "ಅಂತೂ ಅನ್ಕೊಂಡಿದ್ ಸಾಧಿಸಿದ್ರಿ. ಎಲ್ರಿಗೂ ಆ ಸಾಫ್ಟ್ ವೇರ್ ಜಾಬ್ ತಲೆ ಕೆಡಿಸೋ ಕೆಲ್ಸನಾ." ಎಂದು ಕುತೂಹಲದಿಂದ ಕೇಳಿದಳು."ಎಲ್ರಿಗೂ ಅಲ್ಲ ನನ್ನಂಥೋರಿಗೆ." "ಅಂದ್ರೆ?" "ನಂಗೆ ಒಂದು ಗೋಲ್ ಅನ್ನೋದೆ ಇರ್ಲಿಲ್ಲ. ಎಲ್ರೂ ಇಂಜಿನಿಯರಿಂಗ್ ಸೇರ್ಕೊಂಡ್ರು ನಾನೂ ಸೇರ್ಕೊಂಡೆ. ಒಂದ್ ಕೆಲ್ಸ ಬೇಕಿತ್ತು ಹೇಗೋ ಒದ್ದಾಡಿ ಅದನ್ನೂ ತಗೊಂಡೆ. ಆದ್ರೆ ನಂಗೆ ನಿಜವಾಗ್ಲೂ ಇಷ್ಟ ಇದ್ದದ್ದೇನು? ಅಂದ್ರೆ ನಂಗೆ ಗೊತ್ತಿರ್ಲಿಲ್ಲ. ದಿನಾ ಸಾಯ್ತಿದ್ದೆ. ಸತ್ತು ಬದುಕ್ತಿದ್ದೆ. ಆ ಫೀಲ್ಡ್ ಅಲ್ಲಿ ನಿಜವಾಗ್ಲು ಇಂಟರೆಸ್ಟ್ ಇರೋರು ಒಳ್ಳೆ ಸಾಧನೆ ಮಾಡಿದಾರೆ. ನನ್ನ ಫ್ರೆಂಡ್ಸೆ ಇದಾರೆ ತುಂಬಾ ಜನ. ಆದ್ರೆ ನನ್ನ ಸೆಳೆದದ್ದು, ನನಗೆ ಆಪ್ತ ಅನಿಸಿದ್ದು ಈ ಮಣ್ಣು. ಅದಿಕ್ಕೆ ಓಡಿ ಬಂದೆ." ಎಂದ ನಗುತ್ತಾ. ಇಬ್ಬರೂ ಹರಟುತ್ತಾ ಊಟ ಮುಗಿಸಿದರು. "ಅದೊಂದೇ ಕಾರಣಾನಾ? ಈ ಹಳ್ಳಿಗೆ ಬರೋದಕ್ಕೆ?" ಪ್ರಶ್ನಿಸಿದಳು."ಎಲ್ಲಾದನ್ನೂ ಇವತ್ತೇ ಹೇಳ್ಬೇಕಾ?" ಹುಸಿ ಕೋಪ ತೋರಿಸಿದ. "ಸಾರಿ ಫೋರ್ಸ್ ಇಲ್ಲ." ಎಂದಳು. ಕ್ಷಣ ಹೊತ್ತು ಸುಮ್ಮನಿದ್ದು ಮಾತು ಮುಂದುವರೆಸಿದ. "ಒಂದು ಬದಲಾವಣೆ ಬೇಕಿತ್ತು." "ಕಾರಣ?" "ಇವ್ಳೇ.." ತನ್ನ ಪರ್ಸ್ ಅಲ್ಲಿದ್ದ ಪ್ರಣಿತಾಳ ಫೋಟೋವನ್ನ ತೋರಿಸಿದ. "ಚೆನಾಗಿದಾರೆ. ಮದ್ವೆ ಆಯ್ತುಲ್ವಾ?ಕೊಂಚ ಖುಷಿಯಿಂದಲೇ ಕೇಳಿದಳು. "ಅಲ್ಲ ಇದು ಹಳೇ ಗಾಯ." ಎಂದು ಸುಮ್ಮನಾದ.

ಸಿಂಧು ಅಂದಿನಿಂದ ಮುಖ ಗಂಟು ಹಾಕುವುದನ್ನ ಕಮ್ಮಿ ಮಾಡಿದ್ದಳು. ಕೂದಲಿಗೂ ಗಂಟು ಕಟ್ಟುವುದನ್ನ ಬಿಟ್ಟಳು. ಸಮರ್ಥ ಇಷ್ಟವಾಗ ತೊಡಗಿದ್ದ ಅವಳಿಗೆ. ಆದ್ರೆ ಹೇಳಲು ಧೈರ್ಯವಿರಲಿಲ್ಲ. ಬೇಕೆಂದೇ ಬ್ಯಾಂಕ್ ಬಳಿ ಸುಮ್ಮನೇ ಕೂತು ಅವನಿಗೆ ಗಾಬರಿ ಹುಟ್ಟಿಸಿ ನಂತರ ಅವನ ಜೊತೆ ಬರುವುದು, ಹೀಗೆ ಸಾಧ್ಯವಾದಷ್ಟು ಅವನ ಬಳಿ ಇರುವುದನ್ನ ಅವಳು ಬಯಸುತ್ತಿದ್ದಳು. "ರೀ ನಿಮ್ಗೆ ಕೆಲ್ಸ ಇಲ್ವೇನ್ರಿ, ಯಾವಾಗ್ಲು ಇಲ್ಲೇ ಇರ್ತೀರಲ್ಲಾ?" ಎಂದು ಅವನೇ ಹೇಳುವಷ್ಟು

ಸಿಂಧು ಅವನ ಸಖ್ಯ ಬಯಸುತ್ತಿದ್ದಳು. "ಈ ಜಮೀನ್ ಡೆವೆಲಪ್ ಮಾಡಕ್ಕೆ ಸಹಾಯ ಮಾಡಿದ್ ಯಾರು?" ಎಂದು ಗದರಿಸುತ್ತಿದ್ದಳು. "ಹಾಗಲ್ಲ ನಿಮ್ ಬ್ಯಾಂಕ್ ಗೆ ಟೈಮ್ ಆಗತ್ತೇನೋ ಅಂತ ಹೇಳ್ದೆ" ಎಂದು ಸಮಜಾಯಿಷಿ ನೀಡುತ್ತಿದ್ದ. ಒಂದು ದಿನ ಸಿಂಧು ಸಿಕ್ಕಿ ಬಿದ್ದಳು. ಬ್ಯಾಂಕ್ ಮೇನೇಜರ್ ಸಂಜೆ ಅಕ್ಕೆ ಶಾಖೆಯನ್ನ ಕ್ಲೋಸ್ ಮಾಡಿ ಮನೆ ಸೇರುತ್ತಿದ್ದಾಗ ಇವಳೇಕೆ ಇರುತ್ತಾಳೆ ಎಂದು ಗಮನಿಸಿ ಒಮ್ಮೆ ಕೇಳಿಯೇ ಬಿಟ್ಟ.ಅವಳಿಗೂ ಉತ್ತರ ತಿಳಿಯದೇ ತಡಬಡಿಸುತ್ತಿದ್ದಳು."ಯಾಕೆ ಈ ರೀತಿ ಮಾಡ್ತಿದೀರಿ?" ಎಂದು ಕೇಳಿದ. ಸಿಂಧು ಮೌನವಾದಳು. ಅವನಿಗೂ ಏನೂ ತೋಚದೆ ಅಲ್ಲಿಂದ ಹೊರಡಲು ಮುಂದಾದ. "ಇಷ್ಟ ರೀ ನಿಮ್ಮನ್ನ ಕಂಡ್ರೆ. ನಿಮ್ ಜೊತೆ ಹೊತ್ತು ಕಳಿಯೋದು ಖುಷಿ ಕೊಡತ್ತೆ . ಅದಿಕ್ಕೆ ಈ ರೀತಿ ನಾಟ್ಕ ಆಡಿದ್ದು. ಅರ್ಥ ಮಾಡ್ಕೊಳ್ಳಿಲ್ಲ ನೀವು." ಬೇಸರದಿಂದ ಹೇಳಿದಳು. "ನನ್ ಲೈಫ್ ಅಲ್ಲಿ ಪ್ರಣೀತಾ ಇದಾಳೆ. ಅವಳ ಪ್ಲೇಸ್ ಅಲ್ಲಿ ಬೇರೆ ಯಾರೂ ಬರೋಕೆ ಸಾಧ್ಯ ಇಲ್ಲ. ಕ್ಷಮಿಸಿ" ಎಂದ."ಹಳೇ ಗಾಯ ಮಾಸೋಕ್ಕೆ ಬಿಡಲ್ವಾ ನೀವು?" ಕೇಳಿದಳು. "ಇಲ್ಲ..." ಎಂದ. "ಹಾಗಾದ್ರೆ ದಿನಾ ಗಾಬರಿಯಿಂದ ಬ್ಯಾಂಕ್ ಗೆ ಬರ್ತಿದ್ರಲ್ಲ ರಾತ್ರಿ ಹೊತ್ತು ಅದೇನು." ಸಿಟ್ಟಾದಳು. "ಕಾಳಜಿಗೂ ಪ್ರೀತಿಗೂ ವ್ಯತ್ಯಾಸ ಗೊತ್ತಿಲ್ಲ ನಿಮ್ಗೆ" ಉತ್ತರಿಸಿದ. ಒಂದು ವರ್ಷದ ಹಿಂದೇನೂ ನಾನು ನಿಮ್ಮ ಪಕ್ಕದ ಮನೆಯಲ್ಲೇ ಇದ್ದೆ. ಆದ್ರೆ ನೀವ್ ನನ್ನ ನೋಡ್ತಾನೂ ಇರ್ಲಿಲ್ಲ. ಪರಿಚಯ ಇದ್ರು ಮಾತೂ ಇರ್ತಿರಲಿಲ್ಲ. ಆಗ್ಲೂ ಎಷ್ಟೋ ಸಲಿ ಲೇಟ್ ಆಗೋದು ನೀವ್ ಬಂದಿದ್ರಾ ಆವಾಗ.ಆಗ ಇಲ್ದೇ ಇರೋ ಕಾಳಜಿ ಇವಾಗ ಯಾಕೆ? ಮನ್ಸಲ್ಲಿ ಇರೋದನ್ನ ಹೇಳ್ಬಿಡ್ಬೇಕು" ಎಂದಳು."ನೋಡಿ, ನಿಮ್ ಬಗ್ಗೆ ಆ ರೀತಿ ಭಾವನೆ ಬಂದಿಲ್ಲ ಅಂತಲ್ಲ. ಆದ್ರೆ ನಾನ್ ಸರಿ ಇಲ್ಲ. ನಿಮ್ಮಂತ ಮುಗ್ಧ ಹುಡ್ಗಿಗೆ ಮೋಸ ಮಾಡೋಕೆ ಇಷ್ಟ ಇಲ್ಲ. ಸೋ ಪ್ಲೀಸ್ ಇದನ್ನ ಇಲ್ಲಿಗೆ ಬಿಡಿ. ಇದನ್ನ ಹೇಳ್ಬೇಕಿತ್ತು ಅದಿಕ್ಕೆ ಬಂದೆ. ಸರಿ ನಡೀರಿ ಹೊತ್ತಾಗತ್ತೆ. ನಾಳೆ ಇಂದ ನೀವ್ ಇಲ್ಲೇ ಇದ್ರು ನಾನಂತು ಬರಲ್ಲ ನಿಮ್ಮನ್ನ ಹುಡುಕ್ಕೊಂಡು." ಅವನ ಮಾತು ಸ್ಪಷ್ಟವಾಗಿತ್ತು.ಅವಳಿಗೂ ಸಿಟ್ಟು ನೆತ್ತಿಗೇರಿತ್ತು. "ಅದ್ಯಾಕೆ ಮೋಸ ಆಗತ್ತೆ. ನೀವ್ ಅನ್ಕೊಂಡಷ್ಟ್ ಮುಗ್ದೆ ಏನಲ್ಲ ನಾನು." ಎಂದಳು. "ಬನ್ರೀ ಹೋಗಣ.." ಎಂದ. "ಅದೇನ್ ಮೋಸ ಆಗತ್ತೆ ಅಂತ ಹೇಳಿ." ಅವಳು ಬ್ಯಾಂಕಿನ ಕಟ್ಟೆಯ ಮೇಲೆ ಕುಳಿತಳು."ನಿಮ್ಮನ್ನ ಪ್ರಣೀತಾಳ ಜಾಗದಲ್ಲಿ ನೋಡಕ್ ಆಗಲ್ಲ." "ಅದೇ ಯಾಕೆ?" ಅವಳು ಜೋರಾಗಿ ಕೇಳಿದಳು. "ಯಾಕೆ ಅಂದ್ರೆ ಮದ್ವೆಗಿಂತ ಮುಂಚೆ ನಮ್ಮಿಬ್ರು ನಡುವೆ ಏನೇನ್ ಆಗ್ಬಾರ್ದೋ ಅದೆಲ್ಲಾನು ಆಗಿದೆ. ನಿಮಿಗೆ

ಈ ವಿಷಯ ಹೇಳ್ದಲೆ ಮುಚ್ಚೆಟ್ಟು ನಿಮ್ಮನ್ನ ಮದ್ವೆನೂ ಆಗ್ಬೋದು ಆದ್ರೆ ನನ್ನ ಅದು ತುಂಬಾ ಕಾಡತ್ತೆ. ಸಿಟಿಲಿ ಇದೆಲ್ಲಾ ಕಾಮನ್. ಆದ್ರೆ ಈ ಕಡೆ ಇನ್ನೂ ಆ ಕೆಳಮಟ್ಟಕ್ಕೆ ಹೋಗಿಲ್ಲ. ನಿಮ್ಮನ್ನ ಪ್ರೀತಿಸ್ತಿದಿನಿ ಅದಿಕ್ಕೆ ಮೋಸ ಮಾಡಕ್ಕ್ ಇಷ್ಟ ಇಲ್ಲ ನಂಗೆ. ತುಂಬಾ ಮುಗ್ಧ ಹುಡ್ಗಿ ನೀವು. ಮನ್ಸಲ್ಲಿ ಏನನ್ನೂ ಇಟ್ಕೊಳಲ್ಲ. ಅದಿಕ್ಕೆ ನಿಮ್ ಪ್ರೀತಿನಾ ಚೂರು ಭಯ ಇಲ್ದೆ ಹೇಳಿದ್ರಿ. ಆದ್ರೆ ಬೇಡ. ನಿಮಿಗೆ ಒಳ್ಳೆ ಹುಡ್ಗ ಸಿಗ್ತಾನೆ. ಕಾರ್ ಹತ್ತಿ" ಎಂದ. ಅವಳು ಏನನ್ನೂ ಮಾತನಾಡಲಿಲ್ಲ. ಅವನ ಪಕ್ಕ ಕೂರದೆ ಕಾರಿನ ಹಿಂದಿನ ಸೀಟಲ್ಲಿ ಕೂತಳು.

ಒಂದೆರಡು ದಿನ ಇಬ್ಬರಲ್ಲೂ ಮಾತಿಲ್ಲ. ಇದ್ದಕ್ಕಿದ್ದ ಹಾಗೆ ಸಿಂಧು ನಾಪತ್ತೆಯಾಗಿದ್ದಳು. ಇವನು ಎಲ್ಲ ಕಡೆ ಹುಡುಕಿ ಮೇಷ್ಟ್ರನ್ನ ವಿಚಾರಿಸಿದ. “ನಾಳೆ ಮದ್ವೆ ಕಣೋ ಅವಳ್ದು. ಸಡನ್ ಆಗಿ ಗೊತ್ತಾಯ್ತಂತೆ. ಅವರಪ್ಪಂಗೂ ಹುಷಾರಿರಲ್ಲ. ಅದಿಕೆ ಮದ್ವೆ ಮಾಡಿ ಮುಗ್ಸ್ತಿದಾರೆ. ಇನ್ನೇನ್ ಈ ಕಡೆ ಬರಲ್ಲ ಅವ್ಳು. ಅವಳ್ ಬಟ್ಟೆ ಬರೆ ಪಾತ್ರೆ ಎಲ್ಲಾ ಅವ್ರ್ ತಮ್ಮ ಬಂದ್ ತೊಗೊಂಡೋಗ್ತಾನೆ ಅನ್ಸತ್ತೆ.” ಎಂದು ಸಮಾಧಾನವಾಗೇ ಹೇಳಿದರು.“ನಂಗೊಂದ್ ಮಾತೂ ಹೇಳಿಲ್ಲ. ಹಾಗೆ ಹೋಗ್ಬಿಟ್ರಾ?” ಗಾಬರಿಯಿಂದ ಕೇಳಿದ. “ಹೇಳ್ಲಿಲ್ವಾ? ಏನೋ ಗೊತ್ತಿಲ್ಲ. ನಿಮಿಬ್ರುದು ಅದೇನಿರತ್ತೋ ನನಿಗೇನ್ ಗೊತ್ತು. ತೋಟಕ್ಕೆ ಹೋಗ್ಬಾ. ಕೆಲ್ಸ ತುಂಬಾ ಇದೆ. ನೀನಿಲ್ಲ ಅಂದ್ರೆ ಜನ ಕೆಲ್ಸ ಮಾಡಲ್ಲ ಬರೀ ಹರ್ಟೆ ಹೊಡ್ಕೊಂಡ್ ಕೂತಿರ್ತಾರೆ.” ಎಂದು ಗೊಣಗಿಕೊಂಡು ನಡೆದರು. ಸಮರ್ಥನಿಗೆ ಎಲ್ಲವೂ ಕಳೆದುಕೊಂಡಂತೆ ಭಾಸವಾಯಿತು. ಅವನ ಪ್ರಣೀತಾಳ ಬಗ್ಗೆ ಹೇಳಿರದಿದ್ದರೆ ಇಷ್ಟೆಲ್ಲಾ ಆಗ್ತಿರ್ಲಿಲ್ಲೇನೋ ಅನ್ನಿಸಿತು.ಮತ್ತದೇ ಒಂಟಿ ಬದುಕು ಇನ್ಮುಂದೆ. ನನ್ನವರೇ ಇಲ್ಲದ ಬದುಕು.ಸಮರ್ಥ ತಡ ಮಾಡಲಿಲ್ಲ. ತನ್ನ ಕಾರನ್ನ ಶುರು ಮಾಡಲು ಹೋದ. ಪೆಟ್ರೋಲ್ ಇಲ್ಲದ್ದು ಗಮನಕ್ಕೆ ಬಂತು. ಮೇಷ್ಟ್ರ ಬುಲೆಟ್ ಗಾಡಿ ಕಣ್ಣಿಗೆ ಬಿತ್ತು. ಕೀ ಗಾಡಿಯಲ್ಲೇ ಬಿಟ್ಟಿದ್ದರಿಂದ ಅವನು ಕಾರ್ ಬಿಟ್ಟು ಗಾಡಿಯನ್ನ ತೆಗೆದುಕೊಂಡು ಹೊರಟ.ಅಲ್ಲೇ ಗುಡಿ ಪಕ್ಕದಲ್ಲಿ ಮೇಷ್ಟ್ರು ಕಾಡ್ ಹರಟೆ ಕೊಚ್ಚುತ್ತಾ ಕುಳಿತಿದ್ದರು. ಅವನೂ ಅಲ್ಲಿಗೆ ಬಂದ. “ಅಯ್ಯೋ ಪಾಪಿ ನನ್ ಗಾಡಿ ಯಾಕೋ ತಗೊಂಡೆ?” ಎಂದು ಕೂಗಿದರು.ಅವರ ಮಾತನ್ನ ಲೆಕ್ಕಿಸದೇ, “ಮದ್ವೆ ಎಲ್ಲಿ ?” ಎಂದು ಕೇಳಿದ. “ಶಿವಮೊಗ್ಗ” ಎಂದರು. “ಬನ್ನಿ ಹೋಗಿ ಬರೋಣ” ಎಂದು ಗಾಡಿ ಸ್ಟಾರ್ಟ್ ಮಾಡಿದ. “ಹೇ ನಮ್ಮನ್ನ ಕರ್ದಿಲ್ವೋ..” ಎಂದರು. “ಏನ್ ಊಟ ಮಾಡಕ್ಕ ಹೋಗ್ತಾ ಇದೀವಿ. ಹತ್ರಿ ಸುಮ್ನೆ.” ಎಂದು ಗದರಿದ. ಮೇಷ್ಟ್ರು

ಪಕ್ಕದಲ್ಲಿದ್ದವನಿಗೆ,“ರಾಮಣ್ಣ ಹೋಗ್ ಬರ್ತೀನಿ ಮನೆ ಕಡೆ ಹುಷಾರು. ಮೊದ್ಲೆ ಮೆಂಟ್ಲು ಸಾವಾಸ ಬರಲ್ಲ ಅಂದ್ರೆ ಮೈ ಪರ್ಚ್ ಬಿಡ್ತಾನೆ” ಎಂದು ಗೊಣಗಿಕೊಂಡು ಬೈಕ್ ಹತ್ತಿದರು. “ಬುಲೆಟ್ ಓಡ್ಸಕ್ಕೆ ನ್ಯಾಕ್ ಇರ್ಬೇಕು ಕಣೋ” ಎಂದರು. “ನಿಮಿಗಿಂತ ಚೆನಾಗ್ ಓಡುಸ್ತೀನಿ ಬನ್ನಿ” ಎಂದ. “ನನ್ನ್ಯಾಕೆ ಕರ್ಕೊಂಡ್ ಹೋಗ್ತಿದಿಯೋ? ಮದ್ವೆ ಊಟ ಮಾಡೋ ಮೂಡ್ ಇಲ್ಲ ನಂಗೆ” ಮೇಷ್ಟ್ರು ಹೇಳಿದರು.“ಮದ್ವೆ ನಿಲ್ಸಣ ಅಂತ. ಅವ್ರಿಗೆ ನನ್ ಮೇಲೆ ಪ್ರೀತಿ ಇದೆ. ಅದೆಂಗೆ ಒಪ್ಕೋತಾರೆ ಬೇರೆ ಅವ್ರನಾ. ಅಕಸ್ಮಾತ್ ಗಲಾಟೆ ಆದ್ರೆ ನೀವು ಇರ್ತೀರಲಾ ಅದೇ ಧೈರ್ಯ” ಎಂದ. “ಧರ್ಮದೇಟು ಬಿದ್ರೆ ನಂಗೂ ಬೀಳ್ಲಿ ಅಂತಾನಾ?.” ಕೇಳಿದರು. “ಹಾಗೇ ಅನ್ಕೋಳಿ '..” ಎಂದು ನಕ್ಕ.

ರಾತ್ರಿ ಹೊತ್ತಿಗೆ ಕಲ್ಯಾಣ ಮಂಟಪ ತಲುಪಿದ್ದರು. ಅಂದಿನ ಕಾರ್ಯಕ್ರಮ ಮುಗಿದಿದ್ದರಿಂದ ಜನಜಂಗುಳಿ ಕಮ್ಮಿ ಇತ್ತು.ಮೇಷ್ಟ್ರು ತಾನು ಇಲ್ಲೇ ಇರುವುದಾಗಿ ಹೇಳಿ ಹೊರಗೆ ಬೈಕ್ ಅಲ್ಲೇ ಕೂತರು. ಸಿಂಧು ಮೊಬೈಲ್ ಗೆ ಕಾಲ್ ಮಾಡಿದ ಸಮರ್ಥ. ಯಾವುದೇ ಉತ್ತರ ಬರಲಿಲ್ಲ. ಸ್ಟೇಜ್ ಬಳಿ ಹೋದ. ಅದರ ಪಕ್ಕದಲ್ಲಿ ಒಂದು ರೂಮ್ ಇತ್ತು. ಅಲ್ಲಿ ಒಂದಷ್ಟು ಹುಡುಗಿಯರು ಮೆಹೆಂದಿ ಹಚ್ಚಿಸಿಕೊಳ್ಳುತ್ತಿದ್ದರು.ಸಿಂಧುವಿನ ಹುಡುಕಾಟದಲ್ಲಿದ್ದವನಿಗೆ ಕಡು ಕೆಂಪು ಬಣ್ಣದ ಲೆಹೆಂಗಾದಲ್ಲಿ ಸಿಂಧು ಕಂಗೊಳಿಸುತ್ತಿದ್ದಳು. ಸಿಂಧು ಸಮರ್ಥನನ್ನ ನೋಡಿ ಗಾಬರಿಗೊಂಡು ಸೀದಾ ಅವನತ್ತ ಬಂದಳು.“ನೀವೇನ್ರಿ ಇಲ್ಲಿ? ಎಂದು ಗಾಬರಿಯಿಂದ ಕೇಳಿದ್ಲು. ಅವನೂ ಏನೋ ಹೇಳಕ್ ಹೋದ. “ಸರಿ ಇಲ್ ಬೇಡ ಮೇಲ್ಗಡೆ ಮಾತಾಡಣ ಬನ್ನಿ” ಎಂದು ಅವನನ್ನ ಟೆರೇಸ್ ಗೆ ಕರೆದುಕೊಂಡು ಹೋದಳು. ಇಬ್ಬರು ಕ್ಷಣ ಹೊತ್ತು ಸುಮ್ಮನಿದ್ದರು. “ಇರೋದಿಕ್ಕೆ ಆಗ್ಲಿಲ್ರೀ ನೀವಿಲ್ದೆಲೆ ಆ ಊರಲ್ಲಿ.ಒಂದ್ ದಿನಾ ಕೂಡ ನೀವಿಲ್ದೆಲೆ ಅಲ್ಲಿ ಇರೋದು ಕಷ್ಟ. ಇನ್ನು ಲೈಫ್ ಲಾಂಗ್ ಸಾಧ್ಯನೇ ಇಲ್ಲ” ಎಂದ. ಅವಳು ಸುಮ್ಮನಿದ್ದಳು. “ಐ ನೋ ನಾನ್ ತಪ್ ಮಾಡಿದಿನಿ. ಆದ್ರೆ ತಿದ್ಕೊಳಕ್ಕೆ ಒಂದ್ ಅವಕಾಶ ಕೊಡಿ. ಅಲ್ರೀ ಈ ಮದ್ವೆಗೆ ಒಪ್ಕೋಳೋ ಮುಂಚೆ ನನ್ನ ಬಗ್ಗೆ ಯೋಚ್ನೆ ಕೂಡ ಬರ್ಲಿಲ್ವ?” ನೊಂದು ಕೇಳಿದ. “ನನ್ ಕಸಿನ್ ಮದ್ವೆಗೆ ಬರೋದಕ್ಕೆ ನಿಮಿಗ್ಯಾಕ್ರಿ ಕೇಳ್ಬೇಕು?” ಗೊಂದಲದಲ್ಲಿ ಪ್ರಶ್ನಿಸಿದಳು. “ಕಸಿನ್ ಮದ್ವೆನಾ?!!” ಆಶ್ಚರ್ಯದಿಂದ ಕೇಳಿದ. “ಅಲ್ಲ ಮತ್ತೆ ಮೇಷ್ಟ್ರು ನಿಮ್ ಮದ್ವೆ ಅಂದ್ರು? ತಲೆ ಕೆರೆದುಕೊಳ್ಳುತ್ತಾ ಕೇಳಿದ. “ನಿಮ್ ತಲೆ. ನನ್ ಮದ್ವೆ ಆಗಿದ್ರೆ ಹೇಳ್ದೆಲೆ ಬರ್ತಿದ್ನಾ? ಬಟ್ ಥ್ಯಾಂಕ್ಸ್ ನೀವ್ ಬಂದಿದ್ ಖುಷಿ ಆಯ್ತು.” ಎಂದು ನಕ್ಕಳು.ಮೇಷ್ಟ್ರು ಮೇಲೆ ಎಲ್ಲಿಲ್ಲದ ಕೋಪ ಬಂತು. ಅವರನ್ನ ಆಮೇಲೆ ವಿಚಾರಿಸಿಕೊಳ್ಳಬೇಕೆಂದು ನಿರ್ಧರಿಸಿ ಅವಳಿಗೆ “ಹಾಗಾದ್ರೆ ಓಕೆ ಅಲಾ?” ಎಂದು ಖುಷಿಯಿಂದ ಕೇಳಿದ. “ಏನ್ ಓಕೆ?” “ನಾನು

..ನನ್ನ ಪಾಸ್ಟ್.." ಎಂದು ರಾಗ ಎಳೆದ."ಅವತ್ತು ನೀವು ನಿಮ್ ಬಗ್ಗೆ ಪ್ರಣೀತಾ ಬಗ್ಗೆ ಹೇಳ್ದಾಗ ಸಿಟ್ಟಂತು ಬಂದಿತ್ತು. ಬರೀ ಪ್ರೀತಿ ಇತ್ತು ಅನ್ಕೊಂಡಿದ್ದೆ. ಆದ್ರೆ ಯಾರೂ ಅದನ್ನ ಪ್ರಾಮಾಣಿಕವಾಗಿ ಒಪ್ಕೋಳಲ್ಲ. ಅದಿಕ್ಕೆ ಧೈರ್ಯ ಬೇಕು. ಎಲ್ಲಕ್ಕಿಂತ ಹೆಚ್ಚಾಗಿ ನಿಮ್ಮ ಸಿನ್ಸಿಯಾರಿಟಿ ಇಷ್ಟ ಆಯ್ತು. ಆದ್ರೆ ಒಂದ್ ಮಾತು. ನಿಮ್ ಪರ್ಸ್ ಅಲ್ಲಿ ಆ ಪ್ರಣೀತಾ ಫೋಟೋ ಇರ್ಬಾರ್ದು" ಎಂದು ತಾಕೀತು ಮಾಡಿದಳು. ತಕ್ಷಣ ಆ ಫೋಟೋ ತೆಗೆದು ಬಿಸಾಡಿದ. ಅವಳು ಸಣ್ಣದಾಗಿ ಖುಷಿಪಟ್ಟಳು."ಸರಿ ಹೊರ್ಡಿ, ಕೆಳ್ಗಿರೋರಿಗೆ ಇಗಾಗ್ಲೆ ಅನುಮಾನ ಬಂದಿರತ್ತೆ. ಆಮೇಲೆ ಸುಮ್ನೆ ತಲೆ ನೋವು" ಎಂದಳು. "ಏನ್ ಜುಗ್ರು ರೀ ನೀವು, ಒಂದ್ ಊಟ ಮಾಡ್ಕೊಂಡೋಗಿ ಅಂತ ಹೇಳೋಕು ಆಗಲ್ವಾ? ಅಷ್ಟ್ ದೂರದಿಂದ ಬಂದಿದೀವಿ" ಅಸಮಾಧಾನದಿಂದ ನುಡಿದ. "ನಮ್ ಮದ್ವೇಲಿ ಭೂರಿ ಭೋಜನನೇ ಮಾಡ್ಸಣ ಈಗ ಹೊರ್ಡಿಆಗ್ಲೇ ೧೧ ಆಯ್ತು." ಎಂದಳು. ಬೇಸರದಿಂದಲೇ ಹೊರಟವನು ವಾಪಸ್ಸು ಬಂದು ಅವಳನ್ನ ಗಟ್ಟಿಯಾಗಿ ತಬ್ಬಿಕೊಂಡ. ನಂತರ ಜೋರಾಗಿ ತುಟಿಗೆ ಒಂದು ಮುತ್ತನಿಟ್ಟ. ಅವಳಿಗೆ ಕೊಂಚ ಗಾಬರಿಯಾದರೂ ಏನೂ ಪ್ರತಿಕ್ರಿಯಿಸಲಿಲ್ಲ. "ಸರಿ ಹೊರ್ಡಿ ನಾನ್ ಬರ್ತೀನಿ" ಎಂದು ಓಡಿದಳು. ಇವನಿಗೆ ಅಲ್ಲೇ ಕುಣಿಯುವಂತಾದರು ತಡೆದು ಕಲ್ಯಾಣಮಂಟಪದ ಆಚೆ ಬಂದ."ಏನೋ ಉಗುದ್ ಓಡ್ಸುದ್ಲಾ?" ಅಲ್ಲೇ ಎಲೆ ಅಡಿಕೆ ಜಗೆಯುತ್ತಾ ಬೈಕ್ ಅಲ್ಲಿ ಕೂತು ಮೇಷ್ಟ್ರು ಕೇಳಿದರು. ಅವನಿಗೆ ಮೇಷ್ಟ್ರು ಆಡಿದ ನಾಟಕಕ್ಕೆ ಸಿಟ್ಟು ಬಂದಿತ್ತಾದರು ಅವರ ಮಾತಿಗೆ ಸುಮ್ಮನೆ ನಕ್ಕ. "ಊರಲ್ಲಿದೆ ಮಾರಿ ಹಬ್ಬ ನಿಮ್ಗೆ. ಎಲ್ಲಾದ್ರು ಹೋಟ್ಲು ಓಪನ್ ಇರತ್ತಾ?" ಎಂದು ಕೇಳಿದ. "ನಂದ್ ಊಟ ಆಯ್ತು.ಕೊನೇ ಪಂಕ್ತಿ ಇತ್ತು ಮುಗುಸ್ದೆ." "ಮತ್ತೆ ನಂಗೆ?" ಕೇಳಿದ. "ನಿಂಗ್ ಆಗಿರೋ ಖುಷಿಗೆ ಊಟ ಸೇರುತ್ತೇನಾ?" ಯಾವ್ದಾದ್ರು ಲಾಡ್ಜ್ ಹುಡ್ಕು ಮಾರಾಯ ಇವತ್ ಇದ್ದ್ ನಾಳೆ ಹೋಗೋಣ" ಎಂದು ಯಕ್ಷಗಾನದ ಪದ ಶುರು ಮಾಡಿದರು.

ಎರಡು ವರ್ಷದ ಬಳಿಕ ಇಡೀ ಗ್ರಾಮ ಸಾವಯುವ ಕೃಷಿಯಿಂದ ಕಂಗೊಳಿಸುತ್ತಿತ್ತು.ಸುರೇಶ ತನ್ನ ಜಮೀನಿನಲ್ಲಿ ಎಲ್ಲಿಲ್ಲದ ಉತ್ಸಾಹದಿಂದ ದುಡಿಯುತ್ತಿದ್ದ. ಆ ಹಳ್ಳಿಯ ಪ್ರತಿಯೊಬ್ಬರೂ ರಾಸಾಯಿನಿಕ ಗೊಬ್ಬರವನ್ನ ತ್ಯಜಿಸಿಯಾಗಿತ್ತು. ಟಿವಿ ಯಲ್ಲೂ ಈ ವಿಷಯವನ್ನ ಪ್ರಸಾರ ಮಾಡಿದರು. ಇದಕ್ಕೆ ಕಾರಣವಾದ ಮೂವರನ್ನೂ ಕರೆದು ಸಂದರ್ಶನ ಮಾಡಿದರು. ಶಾಮರಾಯರು ಇದನ್ನ ನೋಡಿ ದಂಗಾಗಿ ಹೋಗಿದ್ದರು. ಏನೂ ತಿಳಿಯದ ಹುಡ್ಗ ಅಂದುಕೊಂಡಿದ್ದರು ಅವನ ಜೊತೆ ಮೇಷ್ಟ್ರು ಮತ್ತು ಸುರೇಶ ಸೇರಿ ಹಳ್ಳಿಗೆ ಹೊಸ ದಿಕ್ಕನ್ನ ಕೊಟ್ಟಿದ್ದರು. ಹಳ್ಳಿಯ ಸಹವಾಸವೇ ಬೇಡ ಎಂದು ಅಲ್ಲಿನ ಸಂಪರ್ಕ ಪೂರ್ಣ ಕಳೆದುಕೊಂಡಿದ್ದರು. ಈಗ ಇಡೀ ರಾಜ್ಯವೇ ನಮ್ಮ ಹಳ್ಳಿಯನ್ನ

ಹೊಗಳುವಂತೆ ಮಾಡಿದ್ದು ಸಮರ್ಥನಲ್ಲಿ ಇನ್ನಷ್ಟು ಅಭಿಮಾನವನ್ನ ಮೂಡಿಸಿತು. ಆಡಿಕೊಂಡು ನಗುತ್ತಿದ್ದವರೆಲ್ಲಾ ಮೇಷ್ಟ್ರನ್ನ ಗೌರವಿಸಲು ಶುರುಮಡಿದ್ದರು. ತೆಗಳುತ್ತಿದ್ದವರೆಲ್ಲಾ ಸಮರ್ಥನಲ್ಲಿ ಸಲಹೆಯನ್ನ ಕೇಳಲು ಬರುತ್ತಿದ್ದರು. ಕೆಲಸಕ್ಕೆಂದು ಪಟ್ಟಣ ಸೇರಿದ್ದವರೆಲ್ಲಾ ಇವನ ಸಾಧನೆಯನ್ನ ಗಮನಿಸಿ ಹಳ್ಳಿ ಕಡೆ ಮುಖ ಮಾಡಿದ್ದರು. ಇಡೀ ಹಳ್ಳಿಯ ಕಾಳು ಮೆನಸು, ತರಕಾರಿ ಹಣ್ಣುಗಳಿಗೆ ಸಾಕಷ್ಟು ಬೇಡಿಕೆ ಬಂದಿತ್ತು. ಸುರೇಶ ಕೃಷಿಯ ಜೊತೆಗೆ ತನ್ನ ನಾಟಕ ತಂಡವನ್ನೂ ಯಶಸ್ವಿಯಾಗಿ ಮುನ್ನಡೆಸಿದ. ಕುಡಿದು ಬೀಳುತ್ತಿದ್ದವನು ಈಗ ಜವಾಬ್ಧಾರಿ ಯುವಕನಾಗಿದ್ದ. “ಅಲ್ರೀ ಸಮರ್ಥ್, ಮೇಷ್ಟ್ರಿಗೆ ಬುಲೆಟ್ ಸಿಕ್ತು. ನಮ್ಗೆ ತೆಂಗಿನ್ಕಾಯಿ ಚಿಪ್ಪಾ?” ಬೇಸರದಿಂದ ಸುರೇಶ ಕೇಳಿದ್ದ. ಸಮರ್ಥ ನಗುತ್ತಾ, “ಕಾರ್ ಡಿಕ್ಕಿ ಓಪನ್ ಮಾಡಿ” ಎಂದ. ಸುರೇಶ ಕುತೂಹಲದಿಂದ ಡಿಕ್ಕಿ ತೆಗೆದ. ಒಂದು ಕೇಸ್ ಜಾಕ್ ಡೇನಿಯಲ್ಸ್ ವಿಸ್ಕಿ ಅವನಿಗಾಗಿ ಕಾದಿತ್ತು. ಅದನ್ನ ನೋಡೇ ಸುರೇಶನ ಗಂಟಲು ಒಣಗಿತ್ತು.ಕಣ್ಣಲ್ಲಿಯೂ ನೀರು ಬಂತು. “ಓ ಗೆಳೆಯಾ ಜೀವದ್ ಗೆಳೆಯಾ ನಿಂಗೆ ಶಾನೆ ಕೊಪ ಕಣೋ ಕ್ವಾಪಕೂ ಒಂದು ಕೈ ಪ್ರೀತಿ ಜಾಸ್ತಿ ಕಣೋ “ಅವರ ಪಕ್ಕದಲ್ಲಿ ಹಾದು ಹೋಗುತ್ತಿದ್ದ ಟೆಂಪೋದಲ್ಲಿ ಈ ಗೀತೆ ಮೂಡಿ ಬರುತ್ತಿತ್ತು.” ಒಬ್ರೇ ಕುಡಿಬೇಡ್ರಿ.. ನನ್ನ ಮೇಷ್ಟ್ರನ್ನ ಮರೀಬೇಡಿ. ವಾರಕ್ಕೊಂದೇ ಸಲಿ ನೆನಪರ್ಲಿ” ಎಂದು ಹೇಳುತ್ತಾ ಸಮರ್ಥ ಮುಂದೆ ಸಾಗಿದ.

ಮಾರನೆಯ ದಿನ ಹಳ್ಳಿಯಲ್ಲಿ ಸಮರ್ಥನಿಗೆ ಅಚ್ಚರಿ ಕಾದಿತ್ತು.ತೋಟವನ್ನೇ ನೋಡುತ್ತಾ ಸಮರ್ಥನ ಶಾಮು ಚಿಕ್ಕಪ್ಪ ನಿಂತಿದ್ದರು. ೩ ವರ್ಷದ ಬಳಿಕ ಶಾಮರಾಯರು ಆ ಹಳ್ಳಿಗೆ ಬಂದಿದ್ದರು. ಸಮರ್ಥನನ್ನ ನೋಡಿ , “ಮೂರು ವರ್ಷದ್ ಹಿಂದೆ ಈ ಜಮೀನ್ ನೋಡಿ ಈಗ ನೋಡಿದ್ರೆ ಎಷ್ಟ್ ಖುಷಿಯಾಗತ್ತಲ್ಲೋ.ಹಟ ಜಾಸ್ತಿ ನಿಂಗೆ ಅಂತು ಹಿಡ್ದಿದ್ ಕೆಲ್ಸ ಸಾಧಿಸ್ಬಿಟ್ಟೆ ಬಿಡು” ಎಂದು ಅಭಿಮಾನ ವ್ಯಕ್ತಪಡಿಸಿದರು. “ಏನ್ ಈ ಕಡೆ ಬಂದಿದ್ದು” ಹುಸಿ ಕೋಪದಿಂದ ಕೇಳಿದ. “ಆ ಊರ್ ನಮಿಗಲ್ಲ ಸಮರ್ಥ.ನಿನ್ ಚಿಕ್ಕಮ್ಮನ ಮುಂದೆ ನಾಟ್ಕ ಮಾಡ್ತಿದ್ದೆ. ಆ ಊರಲ್ಲಿ ನಾನ್ ಚೆನಾಗಿದೀನಿ ಅಂತ. ಎಷ್ಟ್ ದಿನಾ ಅಂತ ನಾಟ್ಕ ಮಾಡೋದೋ? ಮಣ್ ಸೆಳೀದೇ ಬಿಡುತ್ತಾ? ಬಂದ್ಬಿಟ್ಟೆ. ಅವಳಿಗೂ ಹೇಳ್ಲಿಲ್ಲ. ಮತ್ತೆ ವಾಪಸ್ ಮಾತ್ರ ಹೊಗಲ್ಲ. ಇಲ್ಲೇ ಏನಾದ್ರು ಕೆಲ್ಸ ಮಾಡ್ಕಂಡ್ ಇರ್ತೀನಿ. ನಿಮ್ ಚಿಕ್ಕಮ್ ನೂ ಬರ್ತಾಳೆ ವಾಪಸ್ಸು.” ಎಂದರು. ಸಮರ್ಥ ಮಾತನಾಡಲಿಲ್ಲ. “ನನ್ ಬಗ್ಗೆ ಏನ್ ಯೋಚ್ನೆ ಮಾಡ್ತಿದೀಯಾ ಅಂತ ತಿಳೀತು ಬಿಡು. ಕಷ್ಟದಲ್ಲಿ ಸತ್ನೋ ಬಿಟ್ನೋ ಅಂತ್ಸೂ ನೋಡಕ್ ಬರ್ಲಿಲ್ಲ ಈಗ ಎಲ್ಲಾ ಸರಿ ಹೋದ್ ಮೇಲೆ ಬರ್ತೀನಿ ಅಂತಿದಾನೆ ಅಂತನಾ? ನಿನ್ ಅನ್ಕಂಡಿದ್ ತಪ್ಪಿಲ್ಲಾ ಬಿಡು.” ಎಂದು ಹೊರಡಲು ಸಿದ್ದರಾದರು.ಸಮರ್ಥ ಒಮ್ಮೆ ಜೋರಾಗಿ ನಕ್ಕು

“ಮೇಷ್ಟ್ರೇ.. ನಮ್ ಟೀಂ ಗೆ ಇನ್ನೊಬ್ರು ಜಾಯಿನ್ ಆಗ್ತಿದಾರೆ. ಅಡ್ಡಿಯಿಲ್ವಾ??” ಎಂದು ಕೂಗಿದ.

“ಮತ್ತೆ ಲೋನ್ ಅಪ್ಲೈ ಮಾಡಿದ್ರಂತೆ? ಎಂಥಕೆ?” ಆಫೀಸಿಗೆ ಹೊಗುತ್ತಿದ್ದ ಸಿಂಧು ತೋಟದಲ್ಲಿ ಕೆಲಸ ಮಾಡುತ್ತಿದ್ದ ಸಮರ್ಥನನ್ನ ವಿಚಾರಿಸಿದಳು.ನಾನ್ ಬರೀ ಜಾಮೀನ್ ಹಾಕಿದ್ರಿ ಮೇಡಂ. ಲೋನ್ ಚಿಕ್ಕಪ್ಪನ್ ಮಗ ಅವಿನಾಶಂಗೆ. ಮಾರಿದ್ ಜಮೀನ್ ನ ವಾಪಸ್ ತಗೋತಾನಂತೆ. ಅವ್ನಿಗೂ ದೊಡ್ದೂರ್ ಸಾವಾಸ ಸಾಕಾಯ್ತಂತೆ.” ತೋಟದ ಕೆಲಸ ಮಾಡಿಕೊಂಡು ಸಿಂಧುಗೆ ಉತ್ತರಿಸಿದ.“ಒಟ್ನಲ್ಲಿ ಇಡೀ ಖಾಂದಾನ್ ನೇ ಹಾಳ್ ಮಾಡೋ ಪ್ಲ್ಯಾನ್ ಇದೆ ಅನ್ಸತ್ತೆ” ಎಂದು ಹೇಳಿ ನಕ್ಕಳು.“ಅದ್ಸರಿ ಇವತ್ ಬೇಗ ಬನ್ರೀ..ಮದ್ವೆ ಅಂತ ಆಗಿದ್ ಕರ್ಮಕ್ಕೆ ವಾರ್ಷಿಕೋತ್ಸವ ಮಾಡ್ಕೋಬೇಕಲ್ಲಾ?” ಎಂದು ರೇಗಿಸಿದ. “ಸದ್ಯ ನೆನಪಿದಿಯಲಾ.. ಆ ದೇವ್ರಿಗೆ ತುಪ್ಪದ್ ದೀಪ ಹಚ್ತೇನಿ” ಎಂದು ಹೇಳಿ ಕೆಲಸಕ್ಕೆ ಹೊರಟಳು. “ಕಾಯ್ತಾ ಇರ್ತೀನಿ ರೀ..” ಎಂದು ಮತ್ತೆ ಕೂಗಿದ. ಅವಳೂ ತಿರುಗಿ ಮುಗುಳ್ನಕ್ಕಳು. ಸಮರ್ಥನ ಬದುಕು ಮತ್ತೊಂದು ತಿರುವಿನ ನಿರೀಕ್ಷೆಯಲ್ಲಿತ್ತು.

ರಚನೆ

ಅಭಿರಾಮ್.ಎಸ್